दलित आत्मकथा
एक आकलन

(समीक्षा)

डॉ. शरणकुमार लिंबाळे

दिलीपराज प्रकाशन प्रा. लि.

२५१ क, शनिवार पेठ, पुणे - ४११ ०३०.

दलित आत्मकथा : एक आकलन
Dalit Atmakatha : Ek Aakalan

ISBN : 978 - 81 - 7294 - 705 - 7

प्रकाशक । राजीव दत्तात्रय बर्वे । मॅनेजिंग डायरेक्टर ।
दिलीपराज प्रकाशन प्रा. लि. । २५१ क, शनिवार पेठ. । पुणे ४११०३०.
दूरध्वनी क्रमांक (फॅक्ससहित)
२४४७१७२३ । २४४८३९९५ । २४४९५३१४
Email - diliprajprakashan@yahoo.in
Web - www.diliprajprakashan.in

लेखक
शरणकुमार लिंबाळे
सुयोगकुंज । समर्थनगर,
नवी सांगवी । पुणे ४११०२७.
sharankumarlimbale@yahoo.com

मुद्रक । Repro India Ltd, Mumbai.

तृतीयावृत्ती । ६ डिसेंबर २०१४

प्रकाशन क्रमांक । १६४४

अक्षरजुळणी । सौ. मधुमिता राजीव बर्वे
पितृछाया मुद्रणालय । ९०९, रविवार पेठ । पुणे ४११००२.

मुखपृष्ठ । शिरीष घाटे

रेखाटने । भ. म. परसावळे

आदरणीय डॉ. र. ना. वरखेडे यांना

❑ शरणकुमार लिंबाळे यांचे प्रकाशित साहित्य

कविता : उत्पात (१९८२), श्वेतपत्रिका (१९८९), उद्रेक (२००८)

कथा : बारामाशी (१९८८), हरिजन (१९८८), रथयात्रा (१९९३), दलित ब्राह्मण (२००४).

कादंबरी : भिन्नलिंगी (१९९१), उपल्या (१९९८), हिंदू (२००३), बहुजन (२००६), झुंड (२००९)

आत्मनिवेदने : अक्करमाशी (१९८४), राणीमाशी (१९९२), पुन्हा अक्करमाशी (१९९९).

संपादने : दलित प्रेम कविता (१९८६), दलित पँथर: भूमिका आणि चळवळ (१९८९), दलित चळवळ (१९९१), दलित साहित्य (१९९१), प्रज्ञासूर्य (१९९१), भारतीय रिपब्लिकन पक्ष: वास्तव आणि वाटचाल (१९९२), विवाहबाह्य संबंध: नवीन दृष्टिकोन (१९९४), गावकुसाबाहेरील कथा (१९९७), ज्ञानगंगा घरोघरी (२०००), शतकातील दलित विचार (२००१), साठोत्तरी मराठी वाङ्मय प्रवाह (२००६), सांस्कृतिक संघर्ष (२००९), भारतीय दलित साहित्य (२०१३).

समीक्षा : दलित साहित्याचे सौंदर्यशास्त्र (१९९६), साहित्याचे निकष बदलावे लागतील (२००५), ब्राह्मण्य (२००६), दलित आत्मकथा- एक आकलन (२००९), वादंग (२०१०)

❑ शरणकुमार लिंबाळे यांच्या साहित्याचे भाषांतर

इंग्रजी : द आऊटकास्ट (२००३), टुवर्डस् ॲन ॲस्थिटिक्स ऑफ दलित लिटरेचर (२००४), हिंदू (२०१०)

हिंदी : अक्करमाशी (१९९१), देवता आदमी (१९९४), दलित साहित्य का सौंदर्यशास्त्र (२०००), नरवानर (२००३), हिंदू (२००४), दलित ब्राह्मण (२००४), छुआछूत (२००८), बहूजन (२००९), दलित साहित्य : वेदना और विद्रोह (२०१०), झूंड (२०१२), प्रज्ञासूर्य (२०१३)

कन्नड : आक्रम संतान (१९९२), दलित ब्राह्मण (२०१३), हिंदू (२०१४)

पंजाबी : अक्करमाशी (१९९६).

मल्याळम : अक्कमाशी (२००५), हिंदू (२००५), बहुजन (२०१२)

तमिळ : अक्करमाशी (२००३), दलित साहित्याचे सौंदर्यशास्त्र (२००८)

गुजराती : अक्करमाशी (२०००), दलित साहित्याचे सौंदर्यशास्त्र (२००९)

निवेदन

'दलित साहित्याचे सौंदर्यशास्त्र', 'साहित्याचे निकष बदलावे लागतील' आणि 'ब्राह्मण्य' ह्या समीक्षा-ग्रंथांनंतर 'दलित आत्मकथा : एक आकलन' हे समीक्षापर पुस्तक प्रकाशित होत आहे. दलित साहित्य महापुरासारखे वाहात आहे. त्याची वादळी चर्चा होत आहे. दलित साहित्यातील चांगल्या ग्रंथांचा वाचकांना परिचय करून देणे, अशा ग्रंथांवर साधकबाधक लिहिणे, चांगल्या ग्रंथांची चर्चा करत असताना नव्या लेखकांसाठी लेखनाच्या वाटा मोकळ्या करणे, अभ्यासकांसाठी पूरक साहित्य निर्माण करणे आणि त्या निमित्ताने दलित साहित्याच्या संदर्भात चर्चा घडवून आणणे ह्या उद्देशाने ह्या ग्रंथाचे लेखन केले आहे. दलित आत्मकथांची लाट मराठी साहित्यात आली. अनेक आत्मकथा प्रकाशित झाल्या. ह्या आत्मकथांवर अनेकांनी संशोधनही केले आहे, लिहिले आहे. 'दलित आत्मकथा' हा दलित साहित्यातला 'लोकप्रिय' वाङ्मय प्रकार आहे. ह्या प्रकाराविषयी खूप दिवसांपासून लिहावयाचे मनात होते. ते ह्या निमित्ताने पूर्ण होत आहे, ह्याचा आनंद आहे.

दलित आत्मकथा प्रकाशित झाल्यानंतर वाचल्या होत्या. त्या पुन्हा एकदा वाचून त्यावर लिहिले आहे. ह्या कामी मला माझे मित्र डॉ. कुमार अनिल, चंद्रकांत भोंजाळ आणि डॉ. विजयकुमार खंदारे ह्यांची मदत झाली आहे. ह्याशिवाय कोल्हापूरचे प्रा. संजय कांबळे ह्यांनी मला मदत केली आहे. त्यांच्या मदतीमुळे काही दलित आत्मकथा मिळू शकल्या आणि माझे लेखन सुकर झाले.

'दलित आत्मकथा : एक आकलन' ह्या पुस्तकामुळे दलित साहित्याच्या समीक्षेत आणखी एका ग्रंथाची भर पडली आहे. अलीकडच्या काळात दलित समीक्षाविषयक ग्रंथ खूप कमी प्रकाशित होत आहेत. चांगल्या समीक्षेच्या पुस्तकांची खूप गरज आहे. कारण चांगल्या वस्तुनिष्ठ समीक्षेमुळे वाङ्मयाची सकस वाढ होते. अनेक जुन्याजाणत्या समीक्षकांचा लिहिता हात थांबला आहे. अशा हातांचं बोट धरून आम्ही चाललो आहोत. गेली पाच दशके दलित साहित्य प्रकाशित होत आहे. सर्वच वाङ्मय प्रकारात विपुल ग्रंथ निर्मिती झाली आहे. आता दलित साहित्याच्या मूल्यमापनाची गरज निर्माण झाली आहे. कोणता लेखक चांगला, कोणत्या कलाकृती चांगल्या ह्याची चर्चा होणे गरजेचे आहे. चांगल्या आत्मकथांची चर्चा व्हावी ह्या उद्देशाने हा ग्रंथ लिहिला आहे. वाचक त्याचं स्वागत करतील, अशी आशा आहे.

– डॉ. शरणकुमार लिंबाळे

अनुक्रमणिका

१

दलित साहित्याचे स्वरूप

।।१।।

दलित साहित्य आणि दलित चळवळीच्या संदर्भात अनेकांनी 'दलित' ह्या शब्दाची व्याख्या केली आहे. जागतिकीकरण आणि सामाजिक धृवीकरण ह्यामुळे 'दलित' शब्दाला नवे, व्यापक, सामाजिक आणि राजकीय परिमाण मिळाले आहे. त्यामुळे 'दलित' शब्दाची नव्याने व्याख्या करण्याची गरज निर्माण झाली आहे.

दलित साहित्याच्या आरंभ काळात 'दलित' शब्दाची व्याख्या जे जे शोषित, पीडित आहेत, त्यांना केंद्रस्थानी ठेवून केलेली दिसते. दलित पँथरचा जाहीरनामाही 'दलित' ह्या शब्दामध्ये तमाम शोषित वर्गाची गणना करताना दिसतो. असे असले तरी अनुसूचित जाती, जमाती आणि आदिवासी ह्या मानव समूहांना 'दलित' असे संबोधले गेल्याचे दिसते. जे जन्माने दलित आहेत, त्यांच्या साहित्यालाच 'दलित साहित्य' अशी मान्यता मिळाल्याचे दिसते.

दलित साहित्याच्या सुरुवातीच्या काळात जी चर्चा झाली आहे, ती बहुअंशी पूर्वाश्रमीचे महार आणि नंतरचे नवबौद्ध ह्या लेखकांच्या साहित्याला गृहीत धरून. नंतरच्या काळात महारेतर अनुसूचित जातीतून दलित लेखक उदयाला आलेले आहेत. ह्या सर्वांच्या लेखनाला 'दलित साहित्य' असे म्हटले गेले. हे नवबौद्ध विचारवंतांना पटलेले दिसत नाही. अनुसूचित जातींबरोबर आपली गणना व्हावी हे नवबौद्धांना सहन न होणारे सत्य होते. ज्यांनी धर्मांतर केले नाही अशा अनुसूचित जातींविषयी नवबौद्धाच्या मनात तेढ असल्याचे सतत जाणवते. ह्या पार्श्वभूमीवर दलित लेखक सर्वच शोषितांना आपले म्हणत होते. सर्वहारांची भाषा बोलत होते. बाबासाहेब आंबेडकरांबरोबर 'शोषितांचा विचार' म्हणून मार्क्सचाही विचार करत होते. बाबासाहेब आंबेडकरांनी मार्क्सला विरोध केला होता. मार्क्सला पर्याय म्हणून त्यांनी बुद्धाला स्वीकारलं होतं. त्यामुळे नवबौद्ध समाजातील विचारवंतांना नवबौद्ध

लेखकांना वेगळे करण्याचे सबळ कारण मिळाले आणि त्यांनी दलित साहित्याला विरोध सुरू केला. नवबौद्धांनी बौद्ध साहित्याचे समर्थन सुरू केले. दलित शब्द ओंगळ, बीभत्स आणि नेभळट आहे म्हणून तो नाकारला पाहिजे अशी मल्लीनाथी सुरू झाली. ह्या निमित्ताने 'ज्यांनी धर्मांतर केले नाही अशा दलितांविषयी आपली काय भूमिका!' हा प्रश्न ऐरणीवर आला.

बौद्ध साहित्य संमेलने भरवण्यात आली. बौद्ध साहित्याविषयी ग्रंथही प्रकाशित झाले; परंतु हा विचार पुढे गेला नाही. बौद्ध साहित्याचे नेतृत्व नवबौद्ध करत होते, तर दलित साहित्याचे नेतृत्व बौद्धांसह अन्य दलित करीत होते. एकामागून एक अनुसूचित जातीतून लेखक उदयाला आले. त्यामुळे दलित साहित्याचे एक जातीय स्वरूप बदलले. नंतरच्या काळात भटक्या, विमुक्त आणि आदिवासी जमातीतून लेखक उदयाला आले. त्यांनी दलित साहित्याला व्यापक आणि समृद्ध जीवनाशय दिला.

दलित साहित्याचा झंझावात वाढतच राहिला. तेव्हा काही विचारवंतांनी 'दलित' शब्दामुळे 'आंबेडकर' हा शब्द दुर्लक्षित राहतो हे लक्षात आणून देण्याचे काम सुरू केले. जसे गांधीवादी, मार्क्सवादी साहित्य आहे, तसे 'आंबेडकरवादी साहित्य' असायला हवे असा विचार मांडला जाऊ लागला. ह्याच भूमिकेतून त्यांनी बुद्धालाही बाजूला सारले. बाबासाहेबांमुळे आम्हाला बुद्ध मिळाला, त्यामुळे बाबासाहेब अगोदर, त्यानंतर बुद्ध अशीही चर्चा झाली. ह्यातूनच 'आंबेडकर प्रेरणेचे साहित्य' असे नवे नामाभिधान करण्याचा प्रयत्न झाला. त्यामुळे पुढल्या काळात प्रत्येक दलित लेखकाला 'मी आंबेडकर प्रेरणेतून लिहितो' असे घोषित करणे भाग पडलेले दिसते.

दलित लेखक आंबेडकरी प्रेरणेतून लिहितो म्हणून त्याच्या साहित्याला आंबेडकरी प्रेरणेचे साहित्य म्हटले पाहिजे, असा आग्रह धरण्यात आला. पुढल्या काळात सामाजिक धृवीकरणाची प्रक्रिया सुरू झाली. मंडल आयोगाच्या लढ्यामुळे अनेक मागासवर्गीय जाती आरक्षणाच्या कक्षेत आल्या. बहुजनवादाची भाषा तीव्र होऊ लागली. ह्यातूनच ग्रामीण, दलित आणि आदिवासी साहित्याला एकत्र आणण्याचाही प्रयत्न झाला. दलित, आदिवासी आणि ग्रामीण साहित्य संमेलने आयोजित करण्यात आली, पण हा प्रयोग यशस्वी झाला नाही. महात्मा फुले ह्यांच्या स्मृति शताब्दी आणि बाबासाहेब आंबेडकर ह्यांच्या जन्मशताब्दीच्या काळात दलित साहित्याला 'फुले-आंबेडकरी साहित्य' असेही म्हटल्याचे दिसते.

हिंदुत्ववाद्यांनी बाबरी मशीद पाडल्यानंतर देशातलं सामाजिक, राजकीय वातावरण अधिक अस्थिर होत गेल्याचं दिसेल. खरं तर, स्वातंत्र्योत्तर काळात अनेक जाती-जमाती शिक्षित आणि स्वाभिमानी होत होत्या. आपल्या मागासलेपणाविरुद्ध संघटित होत होत्या. ह्यातूनच जातीय भावना तीव्र होत गेल्या. एकीकडे पंजाबमधल्या

शिखांनी अतिरेकी कारवायांचा मार्ग स्वीकारला. त्यांचा इंदिरा गांधींनी बीमोड केला. त्याचे परिणाम म्हणून त्यांची हत्या झाली. शिखांबरोबरच जम्मू-काश्मीरमधल्या मुसलमानांनी अतिरेकी कारवायांचा मार्ग अवलंबला. पाकिस्तानाने ह्या हिंस्र कारवायांना पाठीशी घातले. ह्याच वेळी आदिवासींनी आपल्या हक्क-अधिकारांचा लढा तीव्र केलेला दिसतो. नक्षलवादी चळवळीही सक्रिय झालेल्या दिसतात. सामाजिक धृवीकरणाची प्रक्रिया वाढीस लागलेली असताना, शोषितांचे लढे तीव्र होण्याची शक्यता निर्माण झाली असताना, हिंदुत्ववाद्यांनी धर्मभावना चेतवून मुस्लिमविरोधी वातावरण तापवण्यास सुरुवात केल्याचंही दिसतं. प्रादेशिक विकासासाठी प्रादेशिक सत्ता अस्तित्वात येण्याचा हा काळ आहे. श्रीलंकेतल्या तमिळांनी तमिळ इलमसाठी संघर्ष सुरू केला. राजीव गांधींनी तिथे शांतीसेना घुसवली. त्याचा परिणाम म्हणून त्यांची हत्या झाली. पंजाबमधली खलिस्तानची चळवळ असो, काश्मीरमधील अतिरेकी कारवाया असो, बोडो लँड-गुरखा लँडची मागणी होणारी आंदोलने असो, नक्षलवादाच्या घातपाती कारवाया असोत, श्रीलंकेतल्या तमिळ वाघांचे बंड असो की, नेपाळमधील हिंदू राजेशाही संपुष्टात आणून तिथे लोकसत्ताक राज्य स्थापण्याची माओवादी चळवळ असो, ह्या सगळ्या चळवळी कमी-अधिक हिंसेच्या मार्गानेच गेलेल्या दिसतील. ह्या सबंध काळात दलित चळवळ मात्र लोकशाहीच्या मार्गानेच वाढताना दिसते. ह्या काळात दलितांनी मराठवाडा विद्यापीठाला डॉ. बाबासाहेब आंबेडकरांचे नाव द्यावे म्हणून जी नामांतराची चळवळ केली ती मोर्चे, आंदोलनं आणि लाँग मार्च अशा सनदशीर मार्गांचा अवलंब करूनच केल्याचे दिसते, हे लक्षात घेतले पाहिजे.

देशात उजवी सत्ता अधिकारावर आली. सामाजिक समरसतेचा प्रचार सुरू झाला. हिंदुत्ववाद्यांनी दलित मुस्लिमांना आपलेसे करण्याचे प्रयत्न केले. काही जणांना आपल्याकडे वळवण्याचे प्रयत्न झाले. ह्या उपक्रमात काही दलित लेखक हिंदुत्ववाद्यांच्या व्यासपीठावर गेले. त्यामुळे दलित लेखकांमध्ये हिंदुत्त्ववादी आणि आंबेडकरवादी अशी गट पाडण्याची प्रवृत्ती पुढे आली. आंबेडकरी चळवळीतील छुपे हिंदुत्त्ववादी शोधण्याचे प्रयत्न झाले. अनेकांवर शिक्का मारण्याचा प्रयत्न झाला. ह्यातून प्रखर आंबेडकरवादी निर्माण झाले. त्यांनी दलित साहित्याचे नाव 'आंबेडकरवादी साहित्य' असे घोषित केले. त्यातील काही जणांनी 'आंबेडकरी साहित्य' असेही नाव धारण केले. दलित साहित्याच्या विकासाच्या प्रक्रियेत असे अनेक प्रयोग झाले असले तरी अभ्यासक्रमात आणि साहित्य विश्वात 'दलित साहित्य' ह्या नावालाच मान्यता मिळाल्याचे दिसते.

बाबासाहेब आंबेडकरांच्या विचारांचा प्रचार अन्य भारतीय राज्य आणि भारतीय प्रादेशिक भाषेत झाला. त्याचा परिणाम म्हणून भारतभर दलितांमध्ये

जागृती निर्माण झाली. अनेक भाषांत दलित साहित्याचा उदय झाला. मराठीत १९६० ते १९७० ह्या काळात दलित साहित्य आकाराला येताना दिसते, तर इतर भारतीय प्रादेशिक भाषांमध्ये दलित साहित्याचा उदय हा स्पष्टरूपाने १९८० ते १९९० ह्या दशकात होताना दिसतो. सन २००० नंतर भारतीय पातळीवर दलित साहित्याची विपुल प्रमाणात चर्चा होताना दिसते. भारतीय स्तरावरील 'दलित साहित्या'चे चित्र समजून घेतल्याशिवाय 'दलित' म्हणजे कोण? ह्या प्रश्नाचं उत्तर मिळणार नाही.

हिंदू दलितांचे साहित्य

हिंदू धर्मातल्या जातिव्यवस्थेने भरडलेल्यांची संख्या खूप मोठ्या प्रमाणात आहे. ह्या भरडलेल्या जातींतल्या लेखकांनी हिंदू धर्मावर प्रहार करणारं लेखन केलं आहे. हे हिंदू दलितांचं लेखन आहे. महाराष्ट्रातल्या नवबौद्धांनी मोठ्या प्रमाणात लेखन केलं असलं तरी त्यांच्या लेखनाचं स्वरूप हे हिंदू धर्मविरोधी असल्याचे दिसते. त्यातले बहुतेक लेखक पूर्वाश्रमीचे अनुसूचित जातींचे आहेत. त्यामुळे त्यांच्या लेखनाचा स्वभावधर्म आणि प्रवृत्ती ही अनुसूचित जाती-जमातींच्या दु:खाची झालेली आहे. आपल्या वर्गवारीच्या सोयीसाठी अशा साहित्याची 'हिंदू दलित साहित्य' अशी गणना करावी लागेल.

महाराष्ट्रातील दलित लेखक मोठ्या प्रमाणात नवबौद्ध असले, तरी राष्ट्रीय पातळीवर ह्या बाबींचा विचार करताना धर्मांतर न केलेल्या हिंदू दलित जातींची संख्या अधिक भरते. हिंदी भाषिक पट्ट्यांमध्ये चर्मकार समाज मोठा आहे. हिंदीमध्ये ह्या जातीतल्या लेखकांनी विपुल लेखन केले आहे. दलित चळवळीचे नेतृत्वही हाच समाज करताना दिसतो. त्यामुळे भारतीय दलित साहित्याचा चेहरा हा हिंदू दलितांचे साहित्य, असेच अधिक असल्याचे पाहायला मिळते.

ख्रिस्ती दलितांचे साहित्य

ब्रिटिशकालीन भारतात अनेकांनी ख्रिश्चन धर्माचा स्वीकार केलेला आहे. पाश्चिमात्य ख्रिश्चन भारतीय ख्रिश्चनांना कमी लेखतात. इतकेच नाही, तर सवर्ण जातीतून धर्मांतर केलेले ख्रिश्चन दलित ख्रिश्चनांना कमी लेखतात. त्यांच्यात रोटी-बेटी व्यवहार होत नाही. 'द गॉड ऑफ स्माल थिंग्ज' ह्या अरुंधती रॉय ह्यांच्या कादंबरीमध्ये भारतीय ख्रिश्चनांमधील जाति-व्यवस्थेवर विदारक प्रकाश टाकलेला आहे. ख्रिश्चन मिशनऱ्यांनी दलित आदिवासींसाठी धर्मार्थ सोयी-सुविधा पुरवल्या आहेत. त्यामुळे अनेक दलितांनी ख्रिश्चन धर्माचा स्वीकार केला आहे. ओरिसामध्ये ख्रिश्चनांवर झालेले हल्ले जातीय वैमनस्यातून झाले आहेत. आदिवासी दलितांनी ख्रिश्चन धर्म स्वीकारला असला, तरी त्यांचा सामाजिक, आर्थिक स्तर बदलला

नाही. म्हणूनच सुप्रीम कोर्टाने एका निवाड्यात 'आदिवासीने धर्मांतर केले असले, तरी त्यांचा सांस्कृतिक स्तर बदलेपर्यंत त्यांना आरक्षण दिले पाहिजे.' असा निकाल दिला. ख्रिश्चन झालेल्या दलितांमध्ये स्वाभिमानाची भावना निर्माण होत आहे. धर्मांतर करूनही आपले दुय्यमत्व लयाला गेले नाही, ह्याची त्यांना खंत वाटते आहे.

ख्रिश्चन दलितांच्या दु:खाचा उग्र उद्‌गार त्यांच्या साहित्यातून व्यक्त होत आहे. बाळासाहेब गायकवाड ह्यांचे 'ख्रिस्ती महार' हे आत्मचरित्र असो, की इसादास भडके ह्यांचे 'बाप्तिस्मा ते धर्मांतर' हे आत्मचरित्र असो, ह्यामध्ये दलित ख्रिश्चनांच्या जीवघेण्या व्यथा मांडल्या आहेत. बामा ही तमिळ दलित लेखिका आहे. ती नन आहे. तिने 'कोरकू' ह्या पुस्तकात ख्रिश्चन दलितांच्या समस्या मांडल्या आहेत. गुजराथी दलित लेखक जोसेफ मकवान ह्यांच्या 'अंगलियत' मध्येही दलित ख्रिश्चनांची व्यथा आहे. दलित ख्रिश्चन लेखक एकत्र येत आहेत. भारतीय स्तरावर त्यांचा दबदबा निर्माण होत आहे.

शीख दलितांचे साहित्य

शीख धर्मात समता आहे असे मानले जाते, पण प्रत्यक्षात शीख धर्मातही जातिव्यवस्था आहे. बलबीर माधोपुरी ह्यांची 'छंग्यारुख' ही आत्मकथा प्रकाशित झाली आहे. ही शीख दलित लेखकाची आत्मकथा आहे. पंजाबमध्ये शीख दलितांसाठी वेगळे गुरुद्वारा आहेत. अनेक गुरुद्वारांमध्ये शीख दलितांना प्रवेश नाही, ही वस्तुस्थिती आहे. शीखधर्मीय दलितांमध्ये आंबेडकरी विचार आणि चळवळीचे लोण पोहोचले आहे. त्यांच्यामध्ये जागृती निर्माण झाली आहे. त्यांच्या संघटना स्थापन झाल्या आहेत. शीख समाजातल्या विषमतेविरुद्ध दलित शीख संघर्ष करत आहेत. दलित शीख लेखकांचे साहित्य प्रकाशित होऊ लागले आहे. शिखांमध्ये वाल्मीकी, चमार, छूरा, कबीरपंथी, मझहबी, नाई आणि रविदासी अशा दलित जाती आहेत. रविदासी अर्थात चर्मकार ह्या जातीची लोकसंख्या ही एकूण लोकसंख्येच्या ११% इतकी आहे. कांशिराम हे शीख होते. अस्पृयतेच्या कारणामुळे त्यांनी बौद्धधर्माचा स्वीकार केला. बुटासिंग हे प्रसिद्ध दलित शीख नेते आहेत. दलितांमधल्या शिखांमध्ये बंडखोर जाणिवा निर्माण होत आहेत.

मुस्लिम दलितांचे साहित्य

'मुस्लिम महार' हे इब्राहिम खानचे आत्मचरित्र प्रसिद्ध आहे. मुस्लिम दलितांची देशातली संख्या लक्षणीय आहे. मुसलमानांतही हिंदूसारखीच जातिव्यवस्था अस्तित्वात आहे. अरब, इराण आणि मध्य आशियातून भारतात आलेले मुसलमान स्वत:ला उच्च समजतात. ह्या मुसलमानांनी 'अशरफ' मुसलमानांना अस्पृश्य

लेखले आहे. त्यांनी अशरफना मस्जिदीत आणि स्मशानात दुजाभावाची वागणूक दिलेली आहे. सन १९०१ च्या जनगणनेमध्ये अशरफांची नोंदणी केली आहे. त्यांना Arzal असेही संबोधले जाते.

दलितांनी इस्लाम धर्माचा स्वीकार केला असला, तरी त्यांची जातीयता संपुष्टात आलेली नाही. धर्मांतरित दलित मुस्लिमांच्या जीवनाची फरफट चालूच आहे. मुस्लिम दलितांमध्येही आंबेडकरी विचार आणि चळवळीचे लोण पोहोचले आहे. ह्या जातीही संघटित होऊन विचार करत आहेत.

पाकिस्तान, बांग्लादेश, श्रीलंका, भूतान, नेपाळ, मालदीव येथे भारतासारखीच जातिव्यवस्था आहे. यु. के., कॅरेबिअन कंट्री, पूर्व आफ्रिका, दक्षिण आशिया आणि यु.एस.ए. मध्ये स्थलांतरित हिंदू आहेत. भारतातून स्थलांतरित होणारे हिंदू आपल्यासोबत आपल्या जाती घेऊन जातात. हिंदू जगाच्या पाठीवर जेथे जातात तिथे जातिव्यवस्था निर्माण करतात. यु. के. मध्ये हिंदू गेले. सुरूवातीच्या काळात ते संख्येने कमी होते. त्यामुळे त्यांच्यात जातिव्यवस्थेचे अस्तित्व नव्हते. ते मिळून राहात. त्यांच्यात विवाह होत असत. पण नंतरच्या काळात स्थलांतरित हिंदूंची संख्या जसजशी वाढली तसतशा जाती निर्माण होत गेल्या. पुढल्या काळात विवाहसंबंध जातीमध्येच होऊ लागले. खालच्या जातीशी विवाहसंबंध टाळणे सुरू झाले. जाती-जातींमध्ये तणाव निर्माण झाला आणि भारताप्रमाणेच यु. के. मध्येही जातवार संघटना निर्माण झालेल्या दिसतील.

दलित केवळ एका देशात नाहीत. दलित केवळ एका धर्मात नाहीत. भारतातल्या अनेक राज्यांमध्ये जातिव्यवस्था आहे. भारतीय प्रादेशिक भाषांमध्ये दलित साहित्य लिहिले जात आहे. प्रत्येक राज्यामध्ये दलितांचे प्रबळ संघटन अस्तित्वात आले आहे. देशव्यापी दलितांचा लढा आकाराला येत आहे. हे सगळे वास्तव लक्षात घेतल्यानंतर दलित जसे एका धर्मात नाहीत, एका देशात नाहीत, तसे एका भाषेतही नाहीत, हे लक्षात येईल. जगातल्या सर्वच दलितांमध्ये प्रचंड मोठ्या प्रमाणात मानवाधिकाराची लढाई सुरू झालेली आहे. त्यामुळे ह्या लढ्याचा पुढल्या काळात दलित साहित्यावर परिणाम होणार आहे, हे लक्षात घेणे आवश्यक आहे. सर्व दलितांचे पूर्वज एक आहेत असा विचार दृढ होत आहे.

॥२॥

'दलित साहित्य' हा वाङ्मयप्रवाह केवळ मराठीतच नाही, तर भारतीय स्तरावर स्थापित झाला आहे. जग जवळ येण्याची प्रक्रिया वाढीला लागल्याने 'दलित साहित्य' हा वाङ्मयप्रवाह विश्वस्तरावरही चर्चिला जात आहे. 'सबआल्टर्न

लिटरेचर', 'लिटरेचर ऑफ ऑप्रेस्ड' अशी चर्चा ऐकू येते आहे. भारतीय आणि वैश्विक स्तरांवर 'दलितांच्या अभिव्यक्तीची' जी चर्चा होत आहे आणि जगातल्या शोषितांच्या साहित्याच्या परिप्रेक्ष्यात दलित साहित्याकडे जसा अंगुलीनिर्देश केला जात आहे, ह्या सर्वांचा 'उद्या'च्या दलित साहित्यावर निश्चितच प्रभाव पडणार आहे. कालपर्यंत 'दलित साहित्य' हे मराठी आणि महाराष्ट्राच्या परिघातच चर्चेत येत होते. आता ह्या परिघाची व्याप्ती वाढली आहे. त्यामुळे महाराष्ट्रातल्या मूळ दलित साहित्याला आता 'मराठी दलित साहित्य' असे विशेषण लावले जात आहे. हिंदी दलित साहित्य, तमिळ दलित साहित्य, गुजराथी दलित साहित्य आणि कन्नड दलित साहित्य अशी वर्गवारी सुरू झाली आहे. ह्यात मराठीतले दलित साहित्य अन्य भारतीय भाषांच्या मानाने समृद्ध आहे, हे मात्र मान्य केले पाहिजे. पण याचा अर्थ असा नव्हे, की मराठीतले 'दलित साहित्य' आणि 'दलित लेखक' हेच महत्त्वाचे आहेत. मराठीपेक्षाही दर्जेदार दलित साहित्याची निर्मिती अन्य भारतीय भाषांमध्ये होत आहे, ह्याकडे मला लक्ष वेधायचे आहे.

काल-परवापर्यंत आपण दलित साहित्याच्या योगदानाविषयी बोलताना काय चर्चा करत होतो? दलित साहित्याने मराठी साहित्याला नवी भाषा दिली, नवी अभिव्यक्ती दिली, नवा नायक दिला, मराठी अभिरुचीला अंतर्मुख केले, मराठी समीक्षेचे क्षितिज विस्तारले इ. पण आज हा स्वर बदलावा लागत आहे. मराठी दलित साहित्याने भारतातल्या दलितांना लिहिते केले. भारतीय दलित साहित्याच्या आंदोलनाला जन्म दिला. भारतातल्या इतर राज्यांतील दलितांनी महाराष्ट्रातल्या दलित चळवळीला आणि दलित साहित्याला आदर्शरूप मानून कामाला सुरुवात केली. हे असं का झालं?

महाराष्ट्रातल्या दलित तरुणांनी 'दलित पँथर' नावाची विद्रोही संघटना स्थापन केली (सन १९७२). हाच दलित साहित्याच्या उदयाचा कालखंड आहे. दलित पँथरने दलितांच्या अन्यायाविरुद्ध आंदोलने केली. त्याचे प्रतिध्वनी देशभर उमटत राहिले आणि अन्य राज्यांतही दलित तरुण संघटित होऊ लागले. मराठवाडा विद्यापीठाला डॉ. बाबासाहेब आंबेडकरांचे नाव द्यावे म्हणून दलितांनी हा नामांतराचा लढा पंधरा वर्षांपर्यंत चालविला. त्याचेही साद-पडसाद देशभर उमटले. नामांतराच्या लढ्याने देशातल्या दलितांना भावनिक पातळीवर एकत्र बांधण्याचं फार मोठं कार्य केलं. ह्याच काळात महाराष्ट्र व केंद्र शासनाने बाबासाहेब आंबेडकरांचे अप्रकाशित साहित्य प्रकाशित करणे सुरू केले. शासकीय यंत्रणेमुळे आंबेडकरी साहित्याचा झपाट्याने प्रसार झाला. भारतातल्या अनेक राज्यांत बाबासाहेब आंबेडकरांच्या साहित्याची मागणी वाढली. भारतीय स्तरावर आंबेडकरी विचारांचा जसजसा प्रचार

होऊ लागला, त्या-त्या प्रमाणात भारतीय दलितांच्या मनात पेट घेणे सुरू केले. भारतीय दलितांनी आपल्या विचाराचा प्रसार करण्यासाठी आपली नियतकालिके, मासिके, साहित्यिक संस्था, प्रकाशन संस्था, संमेलने आणि ग्रंथ-वितरण व्यवस्था सुरू केली. ह्याचा परिणाम म्हणून राष्ट्रीय स्तरावर दलित साहित्याच्या उदयाची हालचाल सुरू झाली.

गौतम बुद्ध, कबीर, पेरियार इ. व्ही. रामस्वामी नायकर, संत बसवेश्वर, चांद गुरू, नारायण गुरु, स्वामी अछूतानंद, गुरु घासीदास, महात्मा फुले, राजर्षी शाहू महाराज आणि बाबासाहेब आंबेडकर ह्यांच्याबरोबरीने चार्वाक आणि मार्क्स ह्यांच्या विचारांची घुसळण सुरू झाली. सम्यक क्रांतीच्या रसायनाची निर्मिती सुरू झाली. दलित जातींचं ध्रुवीकरण होऊ लागलं. कांशिरामच्या कार्यामुळे उत्तरेत फुले, शाहू आणि आंबेडकरांच्या विचारांचा झपाट्याने प्रचार सुरू झाला. दलितांबरोबर 'बहुजनवादाची' मांडणी होऊ लागली. ब्राह्मणविरोधी चळवळीचा जोर वाढला. भारतीय राजकारणातली समीकरणे बदलू लागली. निवडणुकीच्या राजकारणात दलितांच्या मतांना महत्त्व प्राप्त झालं. ब्राह्मणी व्यवस्थेचं प्रतीक असलेल्या 'राम आणि रामायण' वर टीका होऊ लागली. पेरियारने तर रामायणावर जळजळीत टीका केली होती. बाबासाहेब आंबेडकरांनीही रामायणाचं गौडबंगाल उघड केलं. प्रा. अरुण कांबळे ह्यांनी 'रामायणातील संस्कृती संघर्ष' हे पुस्तक लिहून दलित लेखकांच्या संतापाला प्रकट केले. त्या आधी राजा ढाले यांच्या 'साधने'तील 'काळा स्वातंत्र्य दिवस' या लेखाने महाराष्ट्रात प्रचंड खळबळ उडवून दिली होती आणि दलितांच्या नव्या पिढीत विद्रोहाचं वादळ उठवून दिलं होतं. दलित साहित्य म्हणजे हिंदू समाज व्यवस्था आणि धर्मग्रंथांची हेटाळणी करणारे साहित्य होय. दलितांचे धर्मांतर, दलित पँथरचा आक्रमक लढा, नामांतर आंदोलन आणि दलित साहित्याची स्वतंत्रपणे होणारी वादळी चर्चा, ह्यामुळे समाजमन ढवळून निघाले. ह्याउलट प्रतिक्रियाही उमटू लागल्या. बाबासाहेब आंबेडकरांच्या पुतळ्याची विटंबना होऊ लागली. फुले-आंबेडकरांना इंग्रजधार्जिणे म्हणून बदनाम करण्याचे प्रयत्नही हिंदुत्ववाद्यांनी सुरू केले. ह्या निमित्ताने पुराण काळातला संस्कृती संघर्ष आधुनिक रूपात तीव्र होऊ लागला.

'दलित, बहुजन आणि अल्पसंख्याक' असा त्रिवेणी संगम होण्याची चिन्हे दिसू लागली. दलित-मुस्लिम ऐक्याचे फुटकळ प्रयत्नही सुरू झाले. ख्रिस्ती साहित्य, मुस्लिम साहित्य आणि आदिवासी साहित्य अशा नव्या वाङ्मयीन जाणिवा व्यक्त होऊ लागल्या. दलित, शोषित, अल्पसंख्याक ह्यांना एकत्र आणण्याची भाषा वाढीला लागली. ह्याच काळात 'मंडल आयोगाच्या' अंमलबजावणीचं राजकारण सुरू

झालं. मंडल आयोगाच्या अंमलबजावणीसाठी देशव्यापी आंदोलन सुरू झालं. ह्याचा परिणाम म्हणून दलित आणि ओ.बी.सी. समाज एकत्र येण्याची प्रक्रिया वाढीला लागली. महाराष्ट्रातल्या बहुजन समाजाने फुले, शाहू आणि आंबेडकरी विचार अनुसरणे सुरू केले. हा प्रयोग प्रस्थापित व्यवस्थेला अडचणीत आणणारा होता. पारंपरिक व्यवस्था बळकट करण्यासाठी 'मंडल विरोधी भावना' भडकावण्यात आल्या. आरक्षणविरोधी आंदोलने तीव्र होऊ लागली. आरक्षण विरोधातून दलित-बहुजन ऐक्य दृढ होण्याची चिन्हे दिसताच मुस्लिमविरोधी वातावरण तयार करण्यात आलं. बाबरी मशीद पाडली गेली. राम मंदिराचा प्रश्न हा राष्ट्रीय प्रश्न बनला. ह्यातूनच 'हिंदू विरोधी मुस्लिम' असा प्रचार शिगेला पोहोचला. काश्मीरमधल्या दहशतवादी कृत्यांमुळे उग्र हिंदुत्ववादी चळवळींना समर्थन मिळू लागलं. मुंबईतील बॉंबस्फोट आणि त्यानंतर उसळलेली हिंदू-मुस्लिम दंगल असो किंवा गोध्रा हत्याकांडानंतर उसळलेली गुजरातमधील हिंदू-मुस्लिम दंगल असो, ह्या दंगली हिंदू-मुस्लिम समाजातील कडव्या रोषाला प्रकट करणाऱ्या होत्या. हिंदू-मुस्लिम दंगली ह्या ना त्या निमित्ताने देशभर होऊ लागल्या. देशातील समाजजीवन संशय आणि असुरक्षिततेने ग्रासलं. हिंदुत्ववाद्यांना 'दलित आणि मुस्लिम' सारखेच शत्रू असल्याने बहुजन जाती ह्या हिंदुत्ववादी चळवळीकडे आकर्षित झाल्या. प्रतिगामी हिंदूंबरोबर पुरोगामी हिंदूही दलित चळवळीपासून फटकून वागू लागले. एकीकडे दलित चळवळ एकाकी पडत असताना दुसरीकडे त्या चळवळीत गटा-गटांत तुटण्याची प्रक्रिया सुरू झाली. ह्याचा फायदा हिंदुत्ववादी चळवळीने घेतला. 'गोळवलकर गुरुजी आणि आंबेडकर' ह्यांची एकाच पालखीतून शोभायात्रा काढण्यात आली. हिंदू समाज संघटित राहिला पाहिजे, ही भूमिका घेऊन हिंदुत्ववाद्यांनी 'समरसता मंच' स्थापन केला. ह्यातूनच 'समरसता साहित्य संमेलने' सुरू झाली. शिवसेनेसारख्या उग्र राजकीय चळवळीनेही 'शिवशक्ती आणि भीमशक्ती एकत्र आली पाहिजे' ही भूमिका घेतली. भाजपाने दोन वेळा मायावतींना उत्तर प्रदेशाच्या मुख्यमंत्रिपदी बसवून दलितांची सहानुभूती मिळवण्याचा प्रयोग केला. आज देशात उग्र हिंदुत्ववादी चळवळी संघटित होत आहेत. मुस्लिमविरोधी भावना ताणल्या गेल्या आहेत आणि दलित चळवळीत गटबाजी वाढली आहे. अशा पार्श्वभूमीवर राष्ट्रीय स्तरावर दलित साहित्याचा उदय होतो आहे, हे लक्षात घेतलं पाहिजे. त्यामुळे आपल्या देशातील समकालीन सामाजिक आणि राजकीय जीवन समजून घेणं महत्त्वाचे ठरतं.

भारतात अनेक राज्यं आहेत. ह्या राज्यांच्या भाषाही वेगवेगळ्या आहेत. प्रत्येक राज्याची भौगोलिक परिस्थिती आणि समाजजीवन ह्यात तफावत आहे. मिझोराम, नागालँडमधील माणसाचा चेहरा आणि रंग ह्यामध्ये आणि तामिळनाडू,

केरळमधील माणसाचा चेहरा आणि रंग ह्यामध्ये साम्य नाही. संपूर्ण भारतात जातिव्यवस्थेचा अंमल असला तरी त्याची प्रत्येक राज्यातली तीव्रता आणि तपशील ह्यात भेद आहे. राज्याराज्यांतल्या जाती वेगळ्या आहेत, त्यांच्या प्रथा-परंपरा वेगवेगळ्या आहेत. प्रत्येक राज्याचा स्थानिक चेहरा वेगवेगळा आहे. प्रत्येक राज्यातील शिक्षण प्रसाराचे प्रमाण वेगवेगळे आहे. ह्याचा प्रत्येक राज्यातल्या दलित साहित्याच्या स्वरूपावर परिणाम होणार आहे.

भारतीय दलित साहित्याची प्रेरणा ही आंबेडकरी विचारधाराच असणार आहे. असे असले तरी प्रदेश आणि जातीपरत्वे स्थानिक क्रांतिकारी विचारांचा प्रभावही वाढू शकतो. उत्तरेतील चर्मकार जाती संत रईदास ह्यांचा उदोउदो करू शकतात. आदिवासी, भटके, विमुक्त हे बिरसा मुंडा, तंट्या भिल्ल आणि उमाजी नाईक ह्यांना आपला पुराणपुरुष म्हणून स्वीकारू शकतात. मातंग समाज लहुजी वस्तादांचे स्तोम माजवू शकतो. दक्षिणेत 'पेरियार'चा विचार टाळता येणार आहे? गुजरातमध्ये गांधीजींच्या कार्याचा प्रभाव कसा नाकारता येईल? बाबासाहेब आंबेडकर ह्यांच्या विचारांबरोबरच पुढल्या काळात अन्य शोषित संदर्भ जागे होऊ शकतात. विदेशातही आंबेडकरी विचार तिथल्या स्थानिक परिवेशात चर्चिला जाण्याची शक्यता निर्माण झालेली आहे. आंबेडकरी विचाराची भारतीय आणि वैश्विक स्तरावर मांडणी केली जाईल. ह्यातूनच भारतीय दलित साहित्याच्या विकासाचा आराखडा स्पष्ट होईल.

मराठीतले दलित साहित्य भारतीय स्तरावर नेण्याचे सर्व श्रेय हे मराठी दलित साहित्याच्या अनुवादकांचे आहे. मराठी दलित साहित्याच्या अनुवादामुळे सर्वप्रथम हिंदीमध्ये दलित साहित्याची चर्चा सुरू झाली. १९८० च्या सुरुवातीसच मध्य प्रदेश साहित्य परिषदेने प्रा. चंद्रकांत पाटील यांच्या मदतीने एक राष्ट्रीय स्वरूपाचं चर्चासत्र मराठी दलित कवितेवर आयोजित केलं होतं. त्यात हिंदीच्या त्रिलोचन, प्रयाग शुक्ल, ज्ञानरंजन, चंद्रकांत देवताले, कमलाप्रसाद, भगवत रावतपासून अनेक आघाडीचे कवी-लेखक तीन दिवस दलित साहित्यावर चर्चा करीत होते. दलित साहित्य समजावून घेत होते. नंतर मराठी दलित कवितेचं एक महत्त्वाचं संकलन 'सूरज के वंशधर' नावानं १९८२-८३ त प्रकाशित झालं. हे संकलन चंद्रकांत पाटील यांनी संपादित-अनुवादित केलं होतं व त्याला एक प्रस्तावनाही लिहिली होती. त्यात दलित साहित्य मराठीतच का निर्माण झालं याची चर्चा होती. त्यामुळे पहिल्यांदा नामदेव ढसाळ हिंदीत आणि हिंदीतून सर्व भारतीय भाषांत विशेषतः मल्याळी, बंगाली, पंजाबी, आसामीसारख्या भाषांमधून चर्चिले गेले. दलित आत्मकथनंही हिंदीतून इतर भारतीय भाषांत गेली. साम्यवादी साहित्याच्या

वाढत्या प्रवाहामुळे आणि निग्रो-रेड इंडियन साहित्याच्या व 'सबऑल्टर्न लिटरेचर'च्या अभ्यासामुळे दलित साहित्याला साहित्याच्या जाणकारांत प्रतिष्ठा मिळाली. दलित साहित्यातील अंगच्याच जोमामुळे व दलित-शोषितांच्या दुःखाच्या तीव्र अभिव्यक्तीमुळे सर्वसामान्यांनीही दलित साहित्याचा तत्काळ स्वीकार केला. अशा तऱ्हेनं एका दशकातच मराठीतलं दलित साहित्य भारतीय दलित साहित्याचं प्रेरणास्रोत ठरलं. याच दशकाअखेर प्रख्यात नोबेल-विजेते लेखक व्ही. एस्. नायपॉल यांनी आपल्या भारतविषयक तिसऱ्या पुस्तकात नामदेव ढसाळबद्दल लिहिलेला ४०-४२ पानांचा मजकूर व त्या ओघानं आलेली दलित साहित्याची चर्चा, मराठी दलित साहित्याला जागतिक स्तरावर घेऊन गेली. इंग्रजी, फ्रेंच, जर्मन, स्पॅनिश भाषांतील वाचकांनाही या साहित्यात विशेष रस वाटू लागला. नुकताच प्रसिद्ध झालेला 'वसुधा' या हिंदी नियतकालिकाचा भारतीय दलित साहित्य विशेषांक आणि रमणिका गुप्ता यांचं कार्यही याबाबतीत वाचकांनी लक्षात घ्यावं. अनुवादाने संवादाची भूमिका बजावली. ह्यामध्ये चंद्रकांत पाटील, दामोदर खडसे, सूर्यनारायण रणसुभे, निशिकांत ठकार, दिनकर सोनवलकर ही नावे महत्त्वाची आहेत. ह्या अनुवादकांनी मराठीतल्या दलित साहित्याला राष्ट्रीय स्तरावर सादर केलं. कमलेश्वर, राजेंद्र यादव आणि महिपसिंह ह्यांनी दलित साहित्याच्या समर्थनाची बाजू घेतली. मोहनदास नैमिशराय, ओमप्रकाश वाल्मीकी, मलखान सिंह आणि सूरजपाल चौहान ह्यासारखे दलित लेखक राष्ट्रीय स्तरावर प्रकाशमान झाले. सोहनलाल सुमनाक्षर ह्यांनीही दलित साहित्याच्या चळवळीला गती दिली. मराठीतले दया पवार, लक्ष्मण माने, शरणकुमार लिंबाळे, लक्ष्मण गायकवाड, बेबी कांबळे, शंकरराव खरात, प्र. ई. सोनकांबळे, किशोर काळे, माधव कोंडविलकर, दादासाहेब मोरे ह्यांसारखे लेखक हिंदीमध्ये गेले. पण ह्यातली दोन-तीन नावंच राष्ट्रीय स्तरावर स्थिर होऊ शकली.

सवर्ण समाज दलित साहित्य वाचत आहे, समजून घेत आहे. त्याचा अभ्यास करत आहे, त्यावर संशोधन करत आहे. सवर्ण वाचकांच्या मनात दलित साहित्याविषयी उत्सुकतेची भावना आहे. मात्र दलित माणसाविषयी व त्याच्या जीवनाविषयी उदासीनता आहे. हे एक अस्वस्थ करणारं चित्र आहे.

वैश्विकरणामुळे जग जवळ येण्याची जी प्रक्रिया सुरू झाली आहे, त्यामध्ये 'इलेक्ट्रॉनिक मीडिया' आणि 'मल्टिनॅशनल कंपन्या' ह्यांना महत्त्व प्राप्त झालं आहे. मल्टीनॅशनल पब्लिशिंग कंपन्या दलित साहित्याची पुस्तके छापत आहेत. दलित साहित्याला एक नवी 'वर्ल्ड रीडरशीप' मिळत आहे. विशेषतः अमेरिकेत दलित साहित्याला खूप मागणी आहे. मराठीतल्या दलित लेखकांच्या आत्मकथा पुस्तकरूपाने अन्य भाषांमध्ये अनुवादित झाल्या आहेत. रामनाथ चव्हाण ह्यांचे

'बामनवाडा' आणि दत्ता भगत ह्यांचे 'वाटा पळवाटा' ह्या नाटकांचा अनुवाद प्रकाशित झाला आहे. अजूनही विपुल मराठी दलित लेखक अनुवादाच्या प्रतीक्षेत आहेत.

लक्ष्मण माने, लक्ष्मण गायकवाड आणि दया पवार ह्यांच्या आत्मचरित्रांचा विदेशी भाषांमध्ये अनुवाद झाला आहे. शरणकुमार लिंबाळे, किशोर काळे, वसंत मून आणि नरेंद्र जाधव ह्यांच्या पुस्तकांचाही इंग्रजी अनुवाद प्रकाशित झाला. दलित लेखकांच्या साहित्याचा अन्य भाषांमध्ये अनुवाद होतो आहे, त्या निमित्ताने अन्य भाषांच्या तुलनेत मराठी साहित्य प्रगत आहे, त्याचीही चर्चा होते आहे. दलित साहित्याने मराठी साहित्याची रुची वाढवली आहे; हे लक्षात घेतले पाहिजे.

दलित लेखक आपली व्यथा-वेदना सांगण्यासाठी लिहितो. आपलं दुःख, आपले प्रश्न लोकांना कळले पाहिजेत, ही त्याची भूमिका आहे. सवर्ण वाचकांना आपले दुःख आणि प्रश्न सांगण्यासाठी हे लेखन केले असल्याने त्यामध्ये अभिनिवेश आणि लेखकाची भूमिका प्रगट झालेली आहे. जागतिकीकरणामुळे दलितांचे साहित्य हे देशोदेशी पोहोचणार आहे. त्यामुळे त्यांचा वाचक हा केवळ सवर्ण समाज असणार नाही, हे लक्षात घेतले पाहिजे. जगातला कुठलाही वाचक हे साहित्य वाचणार आहे. त्यामुळे दलित लेखकाच्या व्यथा-वेदनांपेक्षा त्याच्या अभिव्यक्तीला महत्त्व मिळणार आहे. मराठी ह्या लहान भूप्रदेशातल्या भाषेपेक्षा मोठ्या भूप्रदेशाला व्यापणाऱ्या हिंदी भाषेत आपले साहित्य गेले पाहिजे, हिंदीपेक्षाही अधिक भूभाग व्यापणाऱ्या इंग्रजीत आपलं साहित्य गेलं पाहिजे असं जेव्हा लेखकाला वाटू लागतं तेव्हा त्याला आपलं 'साहित्य' महत्त्वाचं वाटू लागतं. साहित्य महत्त्वाचे वाटू लागले की, 'माझी वेदना माझे प्रश्न' गौण ठरू लागतात. दलित लेखकाचा प्रश्न हा त्याच्या देशी जातिव्यवस्थेशी निगडित आहे. पुढल्या काळात स्थानिक आणि वैश्विक अशी सरळ दोन भिन्न क्षेत्रे निर्माण होणार आहेत. स्थानिकतेवर वैश्विकतेचं सतत आक्रमण होणार आहे. स्थानिक प्रश्न आंतरराष्ट्रीय प्रश्नांपुढे गौण ठरणार आहेत. बदलत्या परिस्थितीत आंतरराष्ट्रीय स्तरावर वेगळ्या कपबशीतून मिळणारा चहा, न्हाव्याने केस न कापणे, मेलेली जनावरे ओढणे असे खेडीकेंद्रित स्थानिक प्रश्न किती महत्त्वाचे ठरतील? स्थानिक लोकांच्या प्रबोधनासाठी लिहायचे की जागतिक बाजारपेठेतील 'बेस्ट सेलर' ठरायचे हेही महत्त्वाचे ठरते. पुढल्या काळात वैश्विक पुस्तकबाजार आणि लोकांची रुची जाणून घेतल्याशिवाय गावठी दलित लेखकांना पर्याय नाही. एका भाषेपुरतं लिहिण्याची आणि विचार करण्याची सवय बदलावी लागेल. आता वाचकही बहुभाषिक बनत आहे. मराठी चित्रपटसृष्टीला आलेले दिवस उद्या मराठी साहित्याला येणार आहेत, ह्याचे मराठी लेखकाने भान ठेवले पाहिजे. जगातले उत्तमोत्तम ग्रंथ फूटपाथवर जेव्हा विकत मिळू लागतील

तेव्हा स्वभाषेतल्या सुमार साहित्याकडे दुर्लक्ष झाल्याशिवाय राहाणार नाही, हे लक्षात घेतलं पाहिजे.

मराठीतला एखादा महान लेखक भारतीय स्तरावर सामान्य प्रतीचा लेखक ठरणार आहे, तर मराठीतला एखादा सामान्य लेखक भारतीय स्तरावर असामान्य ठरणार आहे, असं घडू शकतं. एखाद्या काळातला सामान्य लेखक भविष्यात असामान्य ठरतो. संत तुकाराम आणि महात्मा. फुले हे त्यांच्या काळात उपेक्षित होते. एका काळातला लेखक दुसऱ्या काळात, एका भाषेतला लेखक दुसऱ्या भाषेत जेव्हा श्रेष्ठ ठरतो, तेव्हा अशा लेखकाच्या साहित्याचे पुनर्वाचन करणे अपरिहार्य ठरते. पुढल्या काळात अशा पुनर्वाचनाची गरज निर्माण होणार आहे. वाङ्मयीन पुरस्कारांचे निकष बदलणार आहेत आणि समीक्षा व्यवहारापुढेच आव्हान निर्माण होणार आहे. दलित साहित्याचा प्रवाह आता प्रस्थापित झाला आहे. हा प्रवाह प्रस्थापित करणाऱ्या कलाकृतींची संख्या किती असा प्रश्न विचारता येईल. कुठलाही वाङ्मय प्रवाह स्थिरस्थावर करण्यासाठी पाच-पन्नास कलाकृतींची गरज असते. बाकीची पुस्तके अशा प्रवाहाची चर्चा चालू ठेवण्यासाठी मदत करत असतात. प्र. ई. सोनकाबंळे ह्यांचं 'आठवणींचे पक्षी', दया पवार ह्यांचं 'बलुतं', लक्ष्मण माने ह्यांचं 'उपरा', लक्ष्मण गायकवाड ह्यांचं 'उचल्या', शरणकुमार लिंबाळे ह्यांचे 'अक्करमाशी' आणि अशोक पवार ह्यांचं 'बिराड' ही आत्मचरित्रे महत्त्वाची आहेत. दत्ता भगत ह्यांचे 'वाटा पळवाटा' आणि प्रेमानंद गज्वी ह्यांचं 'घोटभर पाणी' ही नाटके, नामदेव ढसाळ ह्यांचा 'गोलपीठा', यशवंत मनोहर ह्यांचा 'उत्थानगुंफा' आणि वामन निंबाळकर ह्यांचा 'गावकुसाबाहेरील कविता' हे कवितासंग्रह महत्त्वाचे आहेत. अण्णाभाऊ साठे ह्यांची 'फकिरा', उत्तम बंडू तुपे ह्यांची 'झुलवा', अशोक व्हटकर ह्यांचं 'मेलेले पाणी' आणि नामदेव कांबळे ह्यांची 'राघववेळ' ह्या कादंबऱ्या महत्त्वाच्या आहेत. बाबुराव बागुल ह्यांचा 'जेव्हा मी जात चोरली होती.' आणि वामन होवाळ ह्यांचा 'येळकोट' हे कथासंग्रह महत्त्वाचे आहेत. भालचंद्र फडके ह्यांचे 'दलित साहित्य : वेदना आणि विद्रोह', गंगाधर पानतावणे ह्यांचे 'विद्रोहाचे पाणी पेटले आहे', अर्जुन डांगळे ह्यांचे 'दलित साहित्य : एक अभ्यास' आणि बाबुराव बागुल यांचे 'दलित साहित्य : आजचे क्रांतीविज्ञान' ही पुस्तके महत्त्वाची आहेत. ह्या पुस्तकांनी मराठी दलित साहित्याचा प्रवाह समृद्ध केलेला आहे.

दलित साहित्याचे जन्मकारण हे भारतीय समाजव्यवस्थेत दडलेले आहे. भारतीय समाजव्यवस्था झपाट्याने पाश्चिमात्यांचे अनुकरण करत आहे. देशात अनेक मार्गाने परदेशी संस्कृती, साहित्य, मनोरंजनाची साधने, चित्रपट, ज्ञान, भाषा आणि तंत्र येत आहे. देशात अनेक मार्गाने नवनवीन पेहराव, पोशाख, पदार्थ,

प्रथा, परंपरा आणि माहिती येत आहे. त्यामुळे देशी अभिरुची बदलत आहे. आजच्या पिढीच्या आचार, विचार आणि भाषा व्यवहारात वेगाने बदल घडून येत आहेत. एकीकडे आधुनिकतेचे आक्रमण चालू आहे, तर दुसरीकडे आपली सनातन संस्कृती टिकवून ठेवण्यासाठी शर्थीचे प्रयत्न सुरू आहेत. देशात मंदिरांची संख्या वाढते आहे. मंदिरापुढील गर्दी वाढते आहे. पूर्वी मंदिरापुढील गर्दी भाविकांची असे. त्याला यात्रेचे स्वरूप येई. आताच्या गर्दीला पिकनिकचे स्वरूप प्राप्त झालं आहे. मंदिरं पर्यटनस्थळे बनली आहेत. ही बदललेली मानसिकता लक्षात घेतली पाहिजे. संपूर्ण समाजव्यवस्था बदलू लागेल, तेव्हा दलित साहित्याचा समाजशास्त्रीय आधार ढासळू लागेल.

साक्षरतेच्या प्रचाराइतका जातिव्यवस्थाविरोधी प्रचार झाला असता, तर आपली समाजव्यवस्था बदलली असती. एड्सविरोधी प्रचार केवळ त्या महाभयानक रोगाविरुद्धचा नाही. इथली धर्मव्यवस्था ही स्त्रीच्या योनिशुचितेवर उभी आहे. संपूर्ण भारतीय तत्त्वज्ञान हे रक्तसंकराच्या विरोधी आहे. आधुनिक उदारमतवादी जगात योनिशुचितेच्या कल्पना बदलत आहेत. सरमिसळ लैंगिक संबंधांना वाट मोकळी झाली आहे. त्यामुळे प्राचीन कुटुंबव्यवस्था धोक्यात येत आहे. पातिव्रत्य, शील ह्या बाबींना जुन्या धर्मकल्पनांच्या आधारावर धरून ठेवणे शक्य नाही. अशा वेळी सनातन्यांच्या मदतीला एड्ससारख्या रोगाचा प्रचारही आला आहे. स्त्री-शूद्रांच्या दास्यावर ही व्यवस्था उभी आहे. पुढल्या काळात स्त्री-शूद्रांचे साहित्य भारतीय साहित्य आणि समाजाला नवा चेहरा दान देईल.

दलितांना जातिव्यवस्थेविरुद्ध संघर्ष करत असताना त्याच्या जोडीला जागतिकीकरणाविरुद्ध लढावे लागणार आहे. जागतिकीकरणाच्या प्रक्रियेत जातिव्यवस्था मजबूत होणार की खिळखिळी होणार, ह्याचा अजून शोध लागायचा आहे. जागतिकीकरण आणि जातिव्यवस्था ह्यामध्ये दलित भरडले जाणार आहेत. त्यामुळे त्यांचे प्रश्न पुढल्या काळात कमी होण्यापेक्षा वाढणार आहेत. जागतिकीकरणाच्या रेट्यामुळे निर्माण झालेल्या परिस्थितीचा दलित साहित्याच्या स्वरूपावर परिणाम होणार आहे. ह्याची किती दलित लेखकांनी मानसिक तयारी केली आहे? जागतिकीकरणामुळे दलितांच्या राखीव जागा धोक्यात येणार आहेत, असा प्रचार केला जात आहे. जागतिकीकरण काय केवळ दलितांच्या राखीव जागा नष्ट करण्यासाठी येत नाही. त्याचा इथल्या समग्र जनजीवनावर अनुकूल-प्रतिकूल परिणाम होणार आहे. जेव्हा जेव्हा परकीय व्यवस्था ह्या देशात येते, तेव्हा दलितांच्या अभ्युदयाचा काळ जवळ येतो असा इतिहास आहे. परकीय संस्कृती आणि साहित्य जितक्या वेगाने इथे येईल, तितक्या वेगाने इथली सनातन व्यवस्था बदलू लागेल. सनातन व्यवस्था बदलणे हे दलितांच्या दृष्टीने हिताचे आहे, हे लक्षात घेतले पाहिजे. आजच्या दलित लेखकाला ह्या पर्यावरणाचं आकलन झाल्याशिवाय त्याच्या लेखनाला गती

मिळेल असे वाटत नाही. त्यामुळेच दलित साहित्य 'गतिरुद्ध' झाल्यासारखं वाटत आहे.

।।३।।

दलित साहित्याची वेगळी भाषा असू शकते का? असा हा प्रश्न आहे. ह्या प्रश्नाची उकल सांस्कृतिक संदर्भात करावी लागेल. मनुस्मृतीने दलितांना गावाबाहेर राहायला सांगितले. प्रेतावरील वस्त्र वापरायला सांगितले. शूद्रांची नावे अमंगळ असली पाहिजेत, त्यांना ज्ञानार्जनाचा अधिकार नाही, त्यांनी वेद वाचले तर त्याची जीभ छाटली पाहिजे असे आदेश दिलेले आहेत. ह्या धर्माज्ञा आहेत. हजारो वर्षे ही व्यवस्था अस्तित्वात होती. आजही ही व्यवस्था दृढमूल आहे. दलितांनी घाणेरड्या वस्तीत राहिले पाहिजे, घाणेरडी भाषा बोलली पाहिजे असा हा दंडक होता. त्यामुळेच बाबासाहेब आंबेडकरांना संस्कृतऐवजी पारशी भाषा घ्यावी लागली. कारण संस्कृतला देवाणीचा दर्जा होता. स्वातंत्र्य आणि लोकशाहीमुळे जातिव्यवस्थेला तडे गेले. फुले, शाहू आणि आंबेडकरांच्या विचार-कार्यामुळे दलितांमध्ये स्वाभिमानाची जाणीव निर्माण झाली. ह्या जाणिवेतूनच दलित चळवळ आणि दलित साहित्याचा जन्म झाला आहे.

दलित साहित्य हे आधुनिक साहित्य आहे. स्वातंत्र्योत्तर काळातल्या दलित चळवळीच्या झंझावातामुळे हे साहित्य जसे प्रभावित झाले आहे, तसे आंबेडकरी विचाराच्या प्रेरणेमुळे ह्या साहित्याचा उदय झाला आहे.

दलित लेखकाची जात जाणीव

स्वातंत्र्योत्तर काळात अनेक जाती-जमातींतून लेखक उदयाला आले. प्रत्येकांनी आपल्या जातीच्या व्यथा-वेदनांना शब्दबद्ध केले आहे. ज्या जाती हजारो वर्षं अक्षरशत्रू होत्या, त्या अक्षरांत व्यक्त होऊ लागल्या. दलित लेखकांनी आपल्या जातीचे अनुभव आपल्या जातीच्या भाषेत मांडण्याचा प्रयत्न केलेला दिसतो. प्रत्येक जातीची जगण्याची वहिवाट वेगळी आहे. त्यांच्या जगण्यातील वेगळेपणामुळे त्यांची भाषा ही 'वेगळी' ठरली आहे. दलित लेखकांनी आपला अनुभव आपल्या बोलीभाषेत व्यक्त केला आहे. प्रत्येक जातीची बोली वेगळी आहे. अनुसूचित जाती गावगाड्याला लागून राहत असल्याने त्यांची बोली ही गावगाड्याशी मिळती-जुळती आहे. असे असले तरी प्रत्येक जातीच्या जगण्याचे संदर्भ आणि तपशील भिन्न आहेत. व्यवसाय आणि जातीचे संस्कार भिन्न आहेत. ह्याचा परिणाम त्यांच्या बोलीभाषेवर झालेला दिसतो. भटके, विमुक्त आणि आदिवासी जमाती ह्या गावगाड्यापासून दूर राहणाऱ्या जमाती आहेत. त्यामुळे त्यांची बोली गावगाड्याशी मिळती-जुळती नाही. वन्य आणि भटक्या जीवनाचे तपशील आणि संदर्भ ह्या जमातींच्या बोलीभाषेत

आढळून येतील. दलित लेखकांच्या बोलीभाषेचा चेहरा हा त्यांच्या जातीचा आहे. जात ही त्यांच्या जगण्याची आणि व्यक्त होण्याची प्रवृत्ती आहे. दलित लेखकाच्या विशिष्ट जातीमुळे त्यांचे अनुभव जसे वेगळे झाले आहेत, तसेच त्यांची भाषाही वेगळी ठरली आहे. प्रत्येक जातीचा जीवन व्यवहार हा त्या जातीचा शब्दकोश जन्माला घालत असतो.

दलितांची शिवराळ भाषा

दलितांच्या दैनंदिन जीवनात शिव्यांची भरमार असते. सहजही बोलताना एक-दोन शिव्या दिल्या जातात. प्रेमानेही शिव्या देण्याची पद्धत आहे. दलितांच्या बोलीभाषेचे विशेषण म्हणून ह्या शिव्यांचा उल्लेख करावा लागतो. शिव्यांमुळे राग, द्वेष, मत्सर, हेवा जसा व्यक्त होतो; तसे प्रेम, बोलणाऱ्यांचा स्वभाव, त्यांचे नातेसंबंधही व्यक्त होतात. एकाच शब्दाला अर्थ जसा असतो, तसा संदर्भही असतो. इतकेच नव्हे तर तो शब्द उच्चारणाऱ्याच्या मना-मेंदूतला भाव आणि विचारही त्यात अनुस्युत असतो. त्यामुळे शब्द सजीव बनतो. शब्द भावनांचा आणि संस्कृतीचा वाहक ठरतो. भाषा ही केवळ अभिव्यक्तीचे माध्यम नाही, तर ज्ञान जतन करून ठेवणारे भांडार आहे. त्यामुळे दलितांच्या बोलीत त्यांचा जीवन व्यवहार जसा व्यक्त होतो, तसा त्यांच्या जातीच्या ज्ञानाचा स्रोतही प्रकट होतो. प्रस्थापित व्यवस्थेने दलितांचे शोषण करत असताना दलितांच्या भाषेचेही शोषण केले आहे. माणसाचा अन्न, पाणी, वस्त्र आणि निवारा जसा तोडावा, तशी दलितांची भाषा तोडली आहे. त्यामुळेच दलितांना हजारो वर्षे अभिव्यक्त होता आले नाही. एखाद्याला गुलाम करायचे असेल तर त्याच्या मूलभूत गरजांपेक्षाही किंबहुना मूलभूत अधिकारापेक्षाही त्याची भाषा ही महत्वाची असल्याने तीच दडपली जाते. तमाम अभिव्यक्तीची जननी ही भाषा असते. म्हणूनच प्रस्थापित व्यवस्थेने दलितांच्या भाषेला व्यक्त होण्यापासून रोखलेले दिसते. दलितांच्या भाषेला ज्ञानभाषा होण्याचा अधिकार दिला नाही. मुळात दलित हे ज्ञानी आणि प्रज्ञावंत असतात, हे प्रस्थापित व्यवस्थेला मंजूर नव्हते. प्रस्थापित व्यवस्थेने दलितांच्या बोलीभाषेची हेटाळणी केली. बोलीभाषेला घाणेरडे ठरवले. त्यामुळेच दलितांचे अनुभव विश्व आणि बोली ही साहित्याचा विषय होऊ शकली नाही.

दलितांची बोलीभाषा

दलितांची बोलीभाषा ही त्यांच्या जगण्याचा अविभाज्य भाग आहे. दलितांना आपली भाषा असभ्य, घाणेरडी, शिवराळ वाटत नाही; परंतु हीच भाषा अभिजन वर्गाला अशुद्ध वाटते. ह्या भाषेतील शब्द ग्राम्य वाटतात. इतकेच नव्हे तर 'सारस्वतच्या दरबारात ही घाण नको' अशी प्रस्थापितांची भावना असते. म्हणूनच महात्मा फुले

यांच्या लेखनाची सारस्वतांनी हेटाळणी केली. शुद्ध लिहा, शुद्ध बोला असे धडे देण्याचे प्रयत्न केले. महात्मा फुल्यांपासून ते आजच्या दलित लेखकांपर्यंत सर्वांनीच सारस्वतांच्या बोलण्याला जुमानले नाही. आपल्या बोलीभाषेत लिहिण्याचा आणि बोलण्याचा त्यांनी प्रयत्न केला. इतकेच नव्हे, तर दलित लेखकांनी प्रमाणभाषेची हेटाळणी केली. प्रमाणभाषा आपल्याला उपरी आणि परकी वाटते असे सांगितले. प्रमाणभाषेकडे दलितांचे अनुभवविश्व व्यक्त करणारे शब्दभांडार नसल्याचे जाहीर केले. आम्ही 'माय'ला 'आई' म्हणू शकत नाही असे ठणकावून सांगितले. आपले अनुभव आपल्या भाषेत व्यक्त करण्याचे धाडस दलित लेखकांनी दाखवले. दलितांच्या ह्या वेगळ्या भाषेमुळे अभिजन वर्गानी डोळे वटारले. सभ्य वाचकांनी नाके मुरडली. पण दलित लेखकांनी त्याची काळजी केली नाही.

प्रमाणभाषेला समृद्ध करणारा प्रयत्न

दलित साहित्यामुळे मराठी भाषेत अनेक नवीन शब्द आले. त्यामुळे प्रमाण-भाषा समृद्ध झाली, असा एक सूर उमटला. पण त्याचबरोबर ही भाषा समजत नाही, असाही प्रश्न पुढे आला. ही भाषा शिकविताना आणि समजून घेताना अडचणी निर्माण होतात. दलित बोलीभाषेचा शब्दकोश असला पाहिजे, अशीही मागणी झाली. बोलीभाषेतील अनेक शब्द साहित्यात आले. मुळात आपण आपल्या बोलीभाषेत लिहू शकतो आणि त्यालाही साहित्याचा दर्जा मिळू शकतो ह्याचे दलित लेखकाला अपूर्वच वाटले. व्याकरण आणि प्रमाणभाषेच्या भानगडीत न पडता आपल्या भाषेत आपले अनुभव लिहायचे अशी सरळसोट वाट दलित लेखकांना गवसल्याने अनेकांनी हातात लेखण्या घेतल्या. बोलीभाषेमुळे त्यांना नवा आत्मविश्वास मिळाला. व्यक्त होण्याचे धाडस मिळाले. आपल्या बोलीत आपलं अनुभव मांडणे त्यांना सहजपणाचे वाटले. ह्या सगळ्या प्रकारांमुळे प्रमाणभाषेला बोलीभाषेचा खजिना मिळाला. प्रमाणभाषा बंदिस्त आणि कृत्रिम चौकटीत अडकली असताना तिला मोकळे करण्याचे आणि नवीन रूप देण्याचे काम बोलीभाषेने केले. त्यामुळे मराठी प्रमाणभाषेला भरते आले. भाषेच्या प्रांतात नवी खळबळ निर्माण झाली. इंग्रजी शब्दकोश पाहून इंग्रजी साहित्य जसे समजून घेण्याचा प्रयत्न होतो, तशा प्रयत्नांना बळ मिळाले आणि बोलीभाषेच्या अभ्यासाला चालना मिळाली. नव्या नव्या बोली भाषेत साहित्य प्रकाशित होऊ लागले. अनेक जाती-जमाती आणि प्रदेशातील लेखक लिहू लागल्याने भाषिक प्रयोग अभिनव वाटू लागले.

नव्या प्रतिमा आणि प्रतीके

दलित लेखकांनी आपल्या साहित्यात अनेक प्रतिमा आणि प्रतीकांचा वापर केलेला आहे. ह्या प्रतिमा आणि प्रतीकांचाही अभ्यास झाला आहे. हिंदूंच्या पुराण

प्रतिमांना दलित लेखकांनी वापरले आहे. द्रौपदी, एकलव्य, शंबूक, अश्वत्थामा अशा अनेक प्रतिमा दलित लेखकांच्या लेखनात आल्या आहेत. दलित लेखकांनी पुराण प्रतिमा वापरू नये, अशी तक्रारही झाली. दलित लेखकांनी हिंदूंच्या पुराण प्रतिमा न वापरता नव्या प्रतिमा निर्माण केल्या पाहिजेत, दलित लेखक आत्मा, पुनर्जन्म मानत नाही, तेव्हा त्याच्या लेखनात 'आत्मा' हा शब्द येऊ नये म्हणूनच 'आत्मकथा' ह्या शब्दाऐवजी 'स्वकथन' हा शब्द वापरावा अशीही सूचना पुढे आलेली दिसते.

दलित लेखकांनी अनेक पुराण प्रतिमा वापरल्या असल्या तरी ह्या प्रतिमांची त्यांनी मोडतोड केली आहे. पुराण प्रतिमांना नवा अर्थ आणि नवे संदर्भ देण्याचा प्रयत्न केला आहे. त्यामुळे ह्या प्रतिमा बदलल्या आहेत. दलित साहित्यातला निसर्ग हा केवळ निसर्गाचे रूप घेऊन येत नाही. दलित साहित्यात निसर्गाची अनेक रूपे आहेत. दलित लेखकांनी आपल्या लेखनासाठी निसर्गाचा खुबीने वापर केलेला आहे. 'कालचा पाऊस आमच्या शिवारात आलाच नाही'- ह्या ओळीचा शब्दश: अर्थ घेता येणार नाही. दलितांचं विश्व कसं दुष्काळी, वैराण आणि वाळवंटी स्वरूपाचं आहे, इथं प्रस्थापित व्यवस्थेतील समृद्धी नाही, ही समृद्धी आमच्याकडे येत नाही, अशी ही तक्रार आहे. सूर्य, चंद्र, वादळ, निळी पहाट, समुद्र, ज्वालामुखी, प्रलय, उद्रेक, उत्पात, उत्थानगुंफा असे अनेक शब्द आहेत, की ज्यांना दलित लेखकांनी नव्या आशयाच्या संदर्भात योजिले आहे.

दलितांची भाषा

दलितांनी आपला संताप, नकार आणि विद्रोह आपल्या भाषेतून व्यक्त केलेला आहे. त्यामुळे दलितांची भाषा आक्रमक, शिवराळ, आवेशपूर्ण अशी झाली आहे. त्यामुळे ती सवर्णांना झोंबणारी, उद्धट आणि बीभत्स वाटते. दलितांनी देवाधर्माला शिव्या दिल्या आहेत. प्रस्थापित व्यवस्थेला नकार दिला आहे. समता, स्वातंत्र्य आणि न्यायासाठी क्रांतीची भाषा बोलली आहे. दलितांच्या भाषेत चीड, बंड आणि उद्रेकाची भावना दिसते. हजारो वर्षे जे कुत्र्या-मांजरांसारखे जगत होते ते वाघासारखी डरकाळी फोडू लागले हे पाहून प्रस्थापित व्यवस्थेचे धाबे दणाणले. त्यांना हा आक्रोश आणि ऊरबडवेपणा वाटला. त्यांनी अशा भाषेला आक्षेप घेतला. पण दलित लेखकांनी आपल्या तीव्र भावना आपल्या बोलीभाषेत व्यक्त केल्या. त्यामुळे दलितांची भाषा धारदार झाली आहे. तिच्यात दु:ख, वेदना आणि व्यथा जशा व्यक्त झाल्या आहेत, तसे आंदोलन आणि हक्क-अधिकाराचा स्वरही व्यक्त झाला आहे. ह्या भाषेला कोरसचा स्वर लाभला आहे.

प्र. ई. सोनकांबळे ह्यांचे 'आठवणींचे पक्षी', गुलाब वाघमोडे ह्यांचे 'रानभैरी' आणि नारायण कांबळे ह्यांचे 'राघववेळ' ह्या पुस्तकांमध्ये दलितांची अकृत्रिम बोली

भाषा व्यक्त झालेली दिसते. काही दलित लेखकांनी आपल्या बोलीभाषेबरोबर प्रमाण भाषेचाही लीलया वापर केलेला आहे. दलित लेखकांचे लेखन हेतुनिष्ठ स्वरूपाचे आहे. 'हे आपल्याला सांगावयाचे आहे' ह्या हेतूनेच हे लेखन झाले असल्याने ह्या लेखकाने सवर्ण समाजाला आपल्या डोळ्यांपुढे ठेवून लेखन केले आहे. त्यामुळे दलित लेखकांनी आपल्या साहित्यात सवर्ण समाजाविरुद्धचा संताप आणि तळतळाट व्यक्त केलेला आहे. हे करत असताना आपले अनुभव सवर्ण समाजाला कळावेत म्हणून काळजीही घेतली आहे.

बोलीभाषेची मर्यादा

दलित साहित्य बोलीभाषेत असल्याने ते सवर्ण समाजाला जसे खटकते तसे दलितांमधील उच्चभ्रूंनाही खटकते. कॉन्व्हेंटमध्ये शिकणाऱ्या दलित विद्यार्थ्यांना दलित साहित्य वाचताना समजत नाही. नवी पिढी हे बोलीभाषेतील साहित्य वाचताना अडखळते आहे. दलित साहित्यात व्यक्त झालेले भयावह दारिद्र्याचे आणि अपमानाचे प्रसंग त्यांना ठाऊक नाहीत. पांढरपेशा दलितांना आपला भूतकाळ नकोसा वाटतो. त्यांना दलित शब्द घाणेरडा वाटतो.

दलित बोलीभाषेचे सामर्थ्य आहे, तशा मर्यादाही आहेत. दलित साहित्यात व्यक्त झालेल्या शिव्यांना 'ओव्या' म्हणून कौतुक केले असले तरी अनेकांनी हे साहित्य वाचण्याचे टाळले आहे. बोलीभाषेमुळे सभ्य समाजातला वाचक हे साहित्य वाचत नाही. त्यांना दलित साहित्य ग्राम्य असभ्य वाटत असते. त्यामुळे दलित लेखक फार मोठ्या वाचक वर्गाला मुकतो आहे, असेही निदर्शनास येते. बोलीभाषेतील दलित साहित्य अन्य भाषेत अनुवादित होत असताना ते प्रमाणभाषेत अनुवादित होते. बोलीभाषेमुळे भाषांतर करताना अडचणी निर्माण होतात. बोलीभाषेतील अनेक संदर्भ प्रमाणभाषेकडे नसतात. त्यामुळे बोलीभाषेतील साहित्य दुसऱ्या भाषेतील प्रमाणभाषेत अनुवादित करताना असे भाषांतर कृत्रिम आणि शुष्क बनण्याचा धोका निर्माण होतो. आज वैश्विक भाषा आणि स्थानिक भाषा असा संघर्ष निर्माण झाला आहे. वैश्विक भाषेने जग गिळंकृत करण्याचा जोरकस प्रयत्न चालवला आहे. अनेक ठिकाणी स्पोकन इंग्लिशचे वर्ग सुरू आहेत. इंग्रजीच्या महत्त्वाचा प्रचार चालू आहे. पण असे प्रयत्न बोलीभाषेबाबत होताना दिसत नाहीत. त्यामुळे बोली लयाला जाण्याचा धोका निर्माण झाला आहे. दलित साहित्याने बोलीभाषा टिकवली आणि तिला प्रतिष्ठा मिळवून दिली असली, तरी तिच्यापुढेही लयाला जाण्याचा धोका निर्माण झाला आहे.

।।४।।

दलित म्हणजे हिंदू धर्मातील अनुसूचित जाती, जमाती आणि आदिवासी. त्याचबरोबर ख्रिश्चन, मुस्लिम, शीख, बौद्ध अशा धर्मांचा स्वीकार केलेले पूर्वाश्रमीच्या हिंदू धर्मातील पूर्वाश्रमीच्या अनुसूचित जाती, जमाती आणि आदिवासी हे होत. ह्या मानव समूहाला जसे दलित म्हणता येईल, तसे देशाबाहेरील ह्याच जाती-जमातींच्या लोकसंख्येलाही दलित म्हणावे लागणार आहे. ह्या लोकसंख्येतून जन्माला येणाऱ्या आणि दलित जाणिवेतून व्यक्त होणाऱ्या साहित्याला दलित साहित्य असे म्हणावे लागणार आहे.

हिंदू, बौद्ध, शीख, मुस्लिम आणि ख्रिश्चन दलितांचे साहित्य 'दलित साहित्य' म्हणून ओळखले जाणार आहे. परंतु साहित्याला धर्मावरून ओळखले जात नाही. भाषेवरून साहित्याची ओळख ठरते. त्यामुळे महाराष्ट्रातल्या दलितांच्या साहित्याला 'दलित साहित्य' असे म्हटले जात आहे, तर महाराष्ट्राबाहेर ह्या साहित्याला 'मराठी दलित साहित्य' म्हणून ओळखले जात आहे. असे प्रत्येक प्रांतांच्या बाबतीत घडत आहे. त्यामुळे भारतीय साहित्याचे स्वरूप हे धर्माधिष्ठित न राहता प्रादेशिक भाषांधिष्ठित राहिले आहे. भारतीय दलित साहित्याच्या संदर्भातही असाच विचार होतो आहे. हिंदी दलित साहित्य, पंजाबी दलित साहित्य, गुजराती दलित साहित्य, कन्नड दलित साहित्य, तेलगू दलित साहित्य, उडिया दलित साहित्य, तमिळ दलित साहित्य, मल्याळी दलित साहित्य अशा प्रकारे भारतीय दलित साहित्याला ओळखले जात आहे.

दलित लेखकांना प्रादेशिक आणि राष्ट्रीय भाषेचे महत्त्व जाणून घेणे आवश्यक झाले आहे. दलित लेखकाला आपल्या बोली बरोबर आपल्या प्रादेशिक भाषेची सखोल जाण आणि अभ्यास असणे आवश्यक झाले आहे. इतकेच नव्हे, तर त्या भाषेतील वाङ्मय इतिहास, वाङ्मय प्रवाह आणि प्रयोग ह्याचेही आकलन असणे आवश्यक आहे. भाषिक प्रदेशातल्या सामाजिक आणि सांस्कृतिक स्तरांची, संदर्भाची आणि स्थित्यंतरांची सूक्ष्म जाण असणे गरजेचे आहे. समकालिन जीवन आणि राजकारण ह्याचे भान असणे आवश्यक आहे. ह्या प्रादेशिक भाषिक गरजा आहेत. भारतीय दलित साहित्याचा जेव्हा आपण विचार करू लागतो तेव्हा निरनिराळ्या भारतीय प्रादेशिक भाषांमधील दलित साहित्याची निर्मिती जाणून घेणे आवश्यक होते. त्याचबरोबर वेगवेगळ्या प्रांतांतील जातिव्यवस्था आणि सामाजिक जीवन समजून घेणे महत्त्वाचे ठरते. विविध भाषिक प्रांतांतल्या सामाजिक आणि राजकीय जीवनाबरोबरच तिथल्या दलितांच्या चळवळी आणि समतावादी विचारही जाणून घेणे गरजेचे आहे. अनेक प्रादेशिक भाषांमधून भारतीय दलित साहित्याची निर्मिती होत आहे. त्यामुळे प्रादेशिक भान महत्त्वाचे ठरत आहे. प्रत्येक प्रादेशिक भाषेतील साहित्य

समजून घेताना ह्या प्रादेशिक भानाकडे दुर्लक्ष करून चालणार नाही. त्याचबरोबर प्रादेशिक लेखकाला राष्ट्रीय भान असणेही गरजेचे आहे. आधुनिक भारताच्या निर्मितीमधला आपण एक जबाबदार घटक आहोत ही जाणीव प्रत्येक नागरिकाच्या मनात असलीच पाहिजे. लेखक आणि कलावंत ह्यांच्या मनाचा, तर ती अविभाज्य असा भागच आहे.

भारतीय साहित्याची वैश्विक स्तरावर प्रादेशिक भाषांस्तरांवरील ओळख पुन्हा बदलणार आहे. भारतीय दलित साहित्य, नेपाळी दलित साहित्य, पाकिस्थानी दलित साहित्य, बांग्ला दलित साहित्य असा देशस्तरांवर विचार होऊ शकतो. इथं भाषा बाजूला पडून प्रदेशाला महत्त्व प्राप्त होणार आहे. राज्यातल्या दलित साहित्याला व्यापक सामाजिक आणि राजकीय अधिष्ठान देण्याचा विचार करून धर्मावर आधारित वर्गवारीचा विचार केला. पण राज्याबाहेर हा धर्मवादी विचार टिकत नाही हे लक्षात घेऊन प्रादेशिक भाषा लक्षात घेतल्या. साहित्याचा वैश्विक स्तरावर विचार करताना प्रादेशिक भाषांचे दूयमत्व लक्षात येते. त्यामुळे देश हा प्रदेश गृहीत धरून विचार करण्याचा प्रयत्न करणे गृहीत धरले.

दलित साहित्याचा विचार करताना 'दक्षिणा आशियायी दलित साहित्य' असा विचार करणे अधिक समजूतदारपणाचे होईल. इतकी व्यापक सामाजिक आणि भौगोलिक विविधता लक्षात घेऊन दलित साहित्याचा विचार करण्याची शक्यता निर्माण होऊ लागली आहे. पुढल्या काळात दक्षिण आशियायी दलित समाज, साहित्य, संस्कृती आणि राजकारण ह्याच्या अभ्यासाला महत्त्व येणार आहे. दलित लेखकांनी आणि दलित साहित्याच्या अभ्यासकांनी ह्या बाबी गंभीरपणे समजून घेतल्या पाहिजेत, असे मला वाटते.

◆◆◆

२

तराळ अंतराळ

'तराळ अंतराळ' ही शंकरराव खरात ह्यांची गाजलेली आत्मकथा आहे (१९८१). त्यांनी आपल्या आत्मकथेच्या मनोगतामध्ये म्हटले आहे, 'वास्तविक ही माझ्या जीवनाची कथा आहे. पण त्याचबरोबर ही एक 'स्टोरी ऑफ द अनटचेबल' आहे. माझ्याबरोबर माझ्या समाजाची कथा आहे. एका व्यक्तीच्या, एका समाजाच्या, एका गावाच्या मानसिक, वैचारिक व सामाजिक जीवनात घडत आलेल्या, चाललेल्या ही विकासाची कथा आहे.' (पृ. ४) 'तराळ अंतराळ' ह्या आत्मकथेला खरात म्हणतात, तसे व्यापक संदर्भ आहेत. ही संपूर्ण आत्मकथा एका दलित विद्यार्थ्याने शिक्षणासाठी प्रतिकूल परिस्थितीविरुद्ध दिलेल्या संघर्षाची अजोड कहाणी आहे.

'तराळ अंतराळ' ह्या आत्मकथेचा बहुभाग हा खरातांच्या प्राथमिक शिक्षणाच्या कालखंडाभोवती गुंफलेला आहे. ही आत्मकथा एका पिरॅमिडसारखी भासते. आत्मकथेच्या सुरुवातीला समाजजीवनातील व्यापक आणि सूक्ष्म तपशील दिलेला दिसतो. जगण्यातील बारीकसारीक तपशील टिपलेले दिसतात. त्यामुळे आत्मकथेचा पाया हा भक्कम झालेला आहे. लेखकाचे इयत्ता चौथीपर्यंतचे शिक्षण आटपाडी येथे झाले आहे. हा आत्मकथेचा पहिला भाग आहे. ह्या पहिल्या भागात जातीयतेचे, निरक्षरतेचे आणि दारिद्र्याचे अनुभव आले आहेत. त्यानंतर दुसरा भाग आलेला आहे. हा भाग लेखकाच्या पाचवी ते अकरावीपर्यंतच्या शिक्षणाभोवती गुंफलेला आहे. पहिल्या भागापेक्षा ह्या भागाचे क्षेत्रफळ कमी आहे. माध्यमिक शिक्षण घेत असताना लेखकाला भोगाव्या लागलेल्या यातना ह्या भागात दिल्या आहेत. तिसरा भाग हा ह्या आत्मकथेचा शेवटचा भाग आहे. ह्या भागात लेखकाचे महाविद्यालयीन जीवन, सामाजिक जीवन वकिली व्यवसाय आणि कुलगुरू होणं ह्या अनुभवाने व्यापला आहे. हा भाग अत्यंत छोटा आणि उरकते घेतल्यासारखा आहे. त्यामुळे तो निमुळत्या सुळक्यासारखा झाला आहे. एका उंच पर्वतासारखी ही आत्मकथा दिसते. लेखकाच्या प्रारंभीच्या

जीवनात अस्पृश्यतेचे चटके अधिक म्हणून तिचा विस्तार अधिक झाला आहे. लेखक शिकून जसजसा उच्च पदावर जातो, तसतसा जातीयतेचा अनुभव कमी-कमी होत जातो. त्यामुळे एका आत्मकथेचा पुढील भाग शिखराकडे जाणारा आणि अरुंद होताना दिसतो.

शंकरराव खरातांनी आपल्या लेखनाची सुरुवात मुळात वयाच्या पस्तिसाव्या वर्षी केलेली आहे. ह्या पार्श्वभूमीवर गुलाब वाघमोडे, दादासाहेब मोरे आणि किशोर काळे हे लेखक आपल्या विद्यार्थी दशेतच आत्मकथा लिहिताना दिसतात. त्यांच्या लेखनाची सुरुवातच मुळी आत्मकथेने झालेली दिसते. खरातांचे तसे नाही. खरातांनी आत्मकथा लिहिण्यापूर्वी अन्य वाङ्मय प्रकार खुबीने हाताळले आहेत. त्यामुळे खरातांची आत्मकथा संयत स्वरूप धारण केलेली दिसते. खरातांनी खूप पाहिले आणि पचवले आहे. त्याचा हा परिणाम असू शकतो.

'तराळ अंतराळ' ही एका महाकाय भुकेची आत्मकथा आहे. शंकरराव खरातांच्या वडिलांचे नाव राम असं असलं, तरी गाव त्यांना 'रामा महार' म्हणूनच ओळखतो. 'लाकडे फोडणाऱ्या रामा महाराचा पोरगा' अशी शंकरराव खरातांची गावाकडची ओळख आहे. खरातांच्या आईचं नाव 'सावित्री' असं आहे. रामा महार हा अनेक अन्याय, अत्याचार पचवणारा पुराणपुरुष वाटतो, तर अन्याय अत्याचाराविरुद्ध तातडीने प्रतिक्रिया व्यक्त करणारी सावित्री ही सावित्रीबाई फुलेंची लेक शोभते. खरातांचा पिंड हा वडिलांच्या स्वभावधर्माचा आहे. त्यामुळे मला अनेक वेळा खरात दलित साहित्यातल्या पुराणपुरुषासारखे वाटतात. पुराण ह्याचा अर्थ हिंदूंचे पुराण असा नाही.

'तराळ अंतराळ' हे अनेक घटना प्रसंगांचं वर्णन असलेलं आत्मकथन आहे. आटपाडीतल्या रामा महाराचा मुलगा शिकून कुलगुरू होईपर्यंतचा अत्यंत खडतर प्रवास 'तराळ अंतराळ'मध्ये वाचकांना वाचायला मिळतो. त्याचबरोबर बाबासाहेब आंबेडकरांच्या विचारांमुळे आटपाडीतला दलित समाज गुलामी लाथाडून स्वाभिमानाचे जिणं स्वीकारताना दिसतो. एका व्यक्तीचं आणि समाजाचं अभूतपूर्व बदलणं इथं पाहायला मिळतं. हा संपूर्ण बदल सामाजिक क्रांतीच्या दिशेने होताना दिसतो. ह्या बदलाला आटपाडीतले सवर्ण जसे विरोध करतात, तसे पेशाने वकील झालेल्या लेखकाच्या घरी काम करणारी सवर्ण मोलकरीणही खळखळ करताना दिसते.

चोरी करायला निघालेल्या चोरांनाही महाराची भाकर नको वाटते. महार नदीत अंघोळ करत असेल तर देशमुखाच्या भाकरी घेऊन जाणारी बैलगाडीही थांबते. महार पाण्याबाहेर आल्यानंतरच बैलगाडी नदी ओलांडते. अशी आहे

अस्पृश्यता. महाराच्या झऱ्यावर चुकूनही अनोळखी व्यक्तीने पाणी पिऊ नये म्हणून महारांना आपल्या झऱ्यावर खूण म्हणून जनावराची हाडे टांगण्याची सक्ती केली जाते. लेखकाचे वडील रामा महार जेव्हा आपल्याला आलेलं पत्र वाचून घेण्यासाठी गावातल्या ब्राह्मण गुरुजीकडे जातात, तेव्हा त्यांना अगोदर गाडीभर लाकडं फोडावी लागतात. त्यानंतरच ब्राह्मण गुरुजी टपाल वाचून रामा महाराला त्याच्या नातेवाइकाच्या मृत्यूची खबर सांगतो. ब्राह्मण मास्तर लेखकाला सरपण आणि शेण आणायला पाठवतात. गाव कामगार महाराचं गावाकडून कसं शोषण होतं ह्याचे अंगावर शहारे आणणारे वर्णन खरातांनी आपल्या आत्मकथेत केलेलं आहे. भूक माणसाला कशी लाचार करते, ह्याचं वर्णन 'तराळ अंतराळ'मध्ये वाचायला मिळतं.

विहिरीत पडून आत्महत्या केलेल्या माणसाचे प्रेत बाहेर काढण्याचा प्रसंग असो की, गळफास घेऊन आत्महत्या केलेल्या माणसाचं प्रेत सोडवण्याचा प्रसंग असो, हे प्रसंग वाचताना अंगावर काटे येतात. रामा महाराचा होणारा छळ वाचून चीड येते. अशा खडतर आयुष्यात शंकरराव खरात टिकून राहातात. शिकून पुढं जातात. ह्याचं सगळं श्रेय खरातांना जसं जातं, तसं खरातांना वेळोवेळी मदत करणाऱ्या सज्जन सवर्णांनाही द्यावं लागतं. सर्वच दलित लेखकांच्या आत्मकथांमध्ये दलितांना मदत करणारी सहृदय सवर्ण पात्रे भेटतील. कदाचित अशा मोजक्या मानवतावादी सवर्ण पात्रांमुळेच दलित लेखकांचं जीवन झळाळून उठताना दिसतं. दलित आत्मकथेमध्ये दुर्जन सवर्ण संख्येने अधिक असतीलही; पण सज्जन सवर्णही संख्येने कमी नाहीत. त्यामुळेच दलित आत्मकथांमध्ये एकीकडे जात्यंध सवर्णांविषयी जसा विखार व्यक्त झाला आहे, तशी सज्जन सवर्णांविषयी कृतज्ञताही व्यक्त झाल्याचे दिसते. पिढ्यान्‌पिढ्या ज्या गावांनी दलितांना नागवलं आणि अवमानित जिणं लादलं, त्या गावाविषयी दलितांच्या मनात जसा द्वेष आहे, तसा आपल्या गावाविषयी, गावाकडल्या गोष्टीविषयी लोभ आणि आकर्षणाची भावनाही आहे. हे 'लव्ह अँड हेट' रिलेशनशीप नीट समजून घेणं आवश्यक आहे. एकीकडे गावकरी महारांकडून मरमर काम करून घेतात आणि त्याला आपल्या मुसऱ्यावर जगवतात. हे प्रेम पाळीव प्राण्यांवर केलेल्या प्रेमाइतकंही मोलाचं नाही. त्यातील अस्पृश्यता भीषण आहे. मेलेले जनावर अस्पृश्यांच्या हवाली करताना सवर्ण किती खळखळ करतात ह्याचं वर्णन मुळातून वाचावं लागेल.

'तराळ अंतराळ' म्हणजे तराळाचे अंतराळ. तराळ म्हणजे गाव कामगार महार. ह्या महाराचं अंतराळ खरातांच्या आत्मकथेत स्वच्छपणे दिसते. जणू ही दलितांच्या अंतराळाचीच कहाणी वाटते. खरात लहानपणी लोकांनी ओढून टाकलेल्या विड्यांचे थोटूक जमा करून ओढतात. त्यांना तमाशा पाहण्याचे जबरदस्त वेड

आहे. मृत जनावरे ओढण्याचा प्रसंग असो, की यात्रेत जनावरांना बळी देण्याचा प्रसंग असो, खरातांनी त्याचे जिवंत चित्रण केलेले आहे. त्यांची शैली ओघवती आणि रंजक आहे. ह्याचं उदाहरण म्हणून खरातांना शाळेत पकडून नेण्याचा प्रसंग असो की, शाळेतल्या भूताचा प्रसंग असो, हे वानगीदाखल पाहता येतील. खरात औंधमध्ये जसे खडतर जीवन जगतात, तसेच महाविद्यालयीन शिक्षण घेताना पुण्यातही हलाखीचे दिवस काढतात. कष्टप्राय जीवन जगण्याचा त्यांचा सराव आहे. दु:खाचे पहाड पचवण्याची त्यांची तयारी आहे. त्यामुळे ते कधी खचून जाताना दिसत नाहीत. खरात, ज्यांचं बालपण बाबासाहेबांनी चालवलेल्या 'जनता' ह्या साप्ताहिकाचे वाचन करण्यात गेलं, ते पुढे 'प्रबुद्ध भारत' ह्या साप्ताहिकाचे कार्यकारी संपादक होतात. रिपब्लिकन पक्षाच्या कार्यात आघाडीवर राहतात. वकील होऊन दीनदुबळ्यांचे प्रश्न मार्गी लावतात. मराठवाडा विद्यापीठाचे कुलगुरू होतात.

आटपाडीहून औंधला जाताना थकल्यामुळे उंटावर बसू न दिल्याने दु:खी झालेले लेखकाचे मन, औंधच्या तलावात मनमुराद पोहण्याची स्वप्नं पाहणारं आणि अस्पृश्यतेमुळे तलावातल्या पाण्याला स्पर्श करता येणार नसल्याने व्यथित झालेले लेखकाचं मन, शिक्षणाच्या दुर्दम्य इच्छेने 'युनियन बोर्डिंग'मध्ये स्वयंपाक करणारं लेखकाचं निग्रही मन, रिपब्लिकन पक्षाच्या गटबाजीमुळे लेखकाचे उद्विग्न झालेलं मन, समाजातल्या अन्यायाविरुद्ध पेटून उठलेलं लेखकाचं संवेदनशील मन 'तराळ अंतराळ'मध्ये वाचकाला जागोजागी भेटेल. लेखकाच्या समग्र व्यक्तिमत्त्वाचं पारदर्शी चित्र 'तराळ अंतराळ'मध्ये पाहायला मिळतं.

लेखकाच्या लहान भावाचा औषधोपचारांशिवाय मृत्यू होतो. हा मृत्यू हेलावून टाकणारा आहे. वयाने लहान असणाऱ्या लेखकाच्या बहिणीला जातपंचायत नांदण्याची सक्ती करताना दिसते. त्यासाठी लेखकाच्या घराला बहिष्कृत केले जाते. जवळजवळ सर्वच दलित आत्मकथांमध्ये जातपंचायतीचे अभद्र अस्तित्व जाणवते. सवर्ण जसे दलितांचा क्रूर छळ करतात, तशाच ह्या जातपंचायतीही दलितांचा छळ करताना दिसतात. रानटी समाजाचे टिकून राहिलेले अवशेष म्हणजे ह्या जातपंचायती होत. लेखक आपल्या लग्नाच्या निर्णयाच्या वेळीही जातपंचायतीला धुडकावून लावताना दिसतो. एकीकडे प्रतिकूल परिस्थितीचा बलाढ्य रेटा आहे, तर दुसरीकडे जगण्यासाठी केलेली लेखकाची प्रचंड धडपड आहे. एकीकडे माथेफिरू सवर्णांचा छळ आहे, तर दुसरीकडे सवर्णातली मानवतावादी प्रवृत्तीची उदार उदाहरणे आहेत. एकीकडे भुकेची ससेहोलपट आहे, तर दुसरीकडे जगावर घाव घालून त्याला बदलण्याची उदंड ऊर्मी आहे. ह्या सगळ्या तप्त रसायनातून लेखकाच्या स्वभावधर्माची जडणघडण होताना दिसते. आटपाडीपेक्षा औंधमधलं सामाजिक जीवन अधिक प्रगत वाटतं.

औंधपेक्षा पुण्यातील सामाजिक परिस्थिती अधिक पुरोगामी वाटते. असे असले, तरी वकील झालेल्या खरातांना पुण्यातही राहण्यासाठी भाड्याने घर मिळत नाही, ही वस्तुस्थिती आहे.

खरातांची लेखनशैली प्रत्ययकारी आणि रंजक अशी आहे. त्यामुळे 'तराळ अंतराळ' वाचताना वाचकाला कंटाळा येत नाही. 'तराळ अंतराळ'मधील कथानक पुराणकथेप्रमाणे अनेक प्रकरणांमधून उलगडत जाते. ह्या आत्मकथनाची भाषा साधी, सोपी आणि उदबोधक अशी आहे. पोटभर खायाला अन्न मिळतं म्हणून आई-वडिलांबरोबर भीक मागायला जाणारे खरात असोत, औंधला जाताना वाटेत कुत्र्यांनी पळवलेलं भाकरीचं गाठोडं परत घेऊन त्या भाकरी खाणारे खरात असोत, औंधच्या वसतिगृहात ब्राह्मण विद्यार्थ्यांकडून हेटाळणी होताना अगतिक होणारे खरात असोत, की औंधमध्ये न्हाव्याकडून केस कापून घेताना गर्भगळित झालेले खरात असोत, ही सगळी आत्मकथा लेखकाच्या भोवतीच फिरताना दिसते. दास्तानमध्ये निघालेला साप पाहून रात्रभर न झोपलेले खरात, म्हाताऱ्याच्या खानावळीत जेवण करताना म्हाताऱ्याचे जातिवादी वर्तन पाहून विचलित झालेले खरात, नेहरू, कर्मवीर भाऊराव पाटील आणि बाबासाहेब आंबेडकरांच्या दर्शनाने भारावलेले खरात सतत आठवत राहतील. उपाशी पोटाने लाकडं फोडणाऱ्या बापाच्या बरगड्यांकडे पाहणारी खरातांची नजर असो की मागून मिळालेल्या पोळ्याने भरलेले भाकरीचे टोपले आनंदाने पाहणारी खरातांची नजर असो, ही दृश्यं वाचकाच्या मनात प्रदीर्घ काळ रेंगाळणारी आहेत. शंकरराव खरातांनी आपल्या मनोगतामध्ये आपण आपली आत्मकथा खूप पूर्वी लिहिली होती; पण आपल्या व्यापामुळे ती उशीरा प्रकाशित झाली असे सुचवताना दिसतात. कदाचित आपलीच आत्मकथा 'पहिली दलित आत्मकथा आहे' असे सुचवण्याचा त्यांचा प्रयत्न असावा. ह्या उल्लेखाला तसा अर्थच उरत नाही. एक मात्र खरे, की दया पवारांच्या 'बलुतं' ने जे वादळ निर्माण झालं ते अभूतपूर्व असं होतं. 'बलुतं' ह्या आत्मकथेच्या प्रभावामुळे अनेकांना लिहिते केले. 'बलुतं' ही मराठी साहित्यातील अनन्यसाधारण अशी कलाकृती आहे. हेही खरं आहे की 'बलुतं' आणि 'तराळ अंतराळ' ह्या आत्मकथांची विपुल चर्चा झाल्यामुळे दलित आत्मकथांच्या लाटेला बळ मिळाले. हे जितकं खरं, तितकंच लक्ष्मण माने ह्यांच्या 'उपरा' आणि लक्ष्मण गायकवाड ह्यांच्या 'उचल्या' ह्या आत्मकथांमुळे दलित आत्मकथांना व्यापक सामाजिक मान्यता मिळाली. दलित आत्मकथा दलितांच्या वास्तव जगण्याच्या कहाण्या आहेत. माणूस आणि प्रतिकूल परिस्थिती ह्यातील अभूतपूर्व संघर्षाचे अपूर्व चित्रण दलित आत्मकथांमधून वाचायला मिळते.

'तराळ अंतराळ' ही बृहद् आत्मकथा शंकरराव खरातांचे विलोभनीय व्यक्तिमत्त्व साकार करण्यासाठी लिहिल्याचे दिसते. ही संपूर्ण आत्मकथा समाजाविषयी जितकी बोलते, तितकीच ती लेखकाविषयीही बोलताना दिसते. हे सगळं होताना ह्या आत्मकथेतल्या व्यक्तिरेखा मात्र दुबळ्या आणि आचरट चितारलेल्या दिसतात. खरातांच्या भावंडांची नावंही नीट लक्षात राहात नाहीत. खरातांना सवंगडी आहेत. पण त्या व्यक्तिरेखा लक्षात राहात नाहीत. खरातांना मदत करणारे केळकर असोत, महारांना प्रौढ साक्षरतेचे धडे देणारे आणि खरातांच्या परीक्षेला जाण्यासाठी लोकवर्गणीतून पैसे जमा करणारे रायगावकर गुरुजी असोत, अशा मोजक्या व्यक्तिरेखा काही निमित्ताने प्रकटल्या आहेत. त्या खूप काळ स्मरणात राहातात. पण खरातांचं आयुष्य व्यापून राहिलेल्या अनेक व्यक्तिरेखा अंधारातच राहिलेल्या दिसतात. 'तराळ अंतराळ' ह्या आत्मकथेला आंबेडकरी चळवळीमुळे बदलणाऱ्या खेड्याची, खेड्यातल्या दलित-सवर्णांच्या संघर्षाची पार्श्वभूमी आहे. आंबेडकरी विचाराने दलित समाजामध्ये कशी जागृती होत होती ह्याचे अत्यंत प्रखर चित्रण 'तराळ अंतराळ' मध्ये झालेले आहे. ही ह्या आत्मकथेची जमेची बाजू आहे. कदाचित ह्यामुळेच खरात आपल्या आत्मकथेला 'स्टोरी ऑफ द अनटचबल' असे म्हणत असावेत. समग्र अस्पृश्य समाज कसा ढवळून निघतो आहे, त्यातील ताणेबाणे आणि ताण-तणाव खरातांनी अभ्यासू नजरेने टिपले आहेत. त्यामुळेच त्यांच्या आत्मकथेला ऐतिहासिक दस्तएवजाचे स्वरूप लाभले आहे.

◆◆◆

३

मु. पो. देवाचे गोठणे

'मु. पो. देवाचे गोठणे' ही माधव कोंडविलकरांची आत्मकथा आहे. ही आत्मकथा सुरुवातीला 'तन्मय' नावाच्या दिवाळी अंकातून दैनंदिनीच्या रूपात प्रकाशित झाली. त्यावर संस्करण करून पुस्तकरूपात ही आत्मकथा 'बलुतं'नंतर प्रकाशित झाली. कोंडविलकरांना आपली आत्मकथा 'पहिली' दलित आत्मकथा वाटते. कारण 'बलुतं' प्रकाशित होण्यापूर्वी ती दिवाळी अंकात प्रकाशित झाली होती, ह्याचा ते आधार घेताना दिसतात. पुढं ते आपल्या मनोगतामध्ये म्हणतात, 'मु. पो. देवाचे गोठणे' प्रसिद्ध झाल्यानंतर दलित समाजात, विशेषत: महार व भटक्या लोकांत आत्मकथा लिहिण्याची एक लाटच सुरू झाली. त्यातही काही पुस्तके गाजली, तर काही परंपरावाद्यांनी गाजवली. खरं म्हणजे ते सारं माझ्या साहित्याला विरोध करण्यासाठी होत होतं.' (पृ. ११) इतर दलित लेखकांविषयी कोंडविलकरांना वाटणारा हेवा आणि मत्सर हा केवळ त्यांनीच व्यक्त केलेला आहे असे नाही. अनेक दलित लेखकांना असं सतत वाटलं आहे. 'आपलेच आत्मचरित्र चांगले आहे. आपलेच आत्मकथन पहिले आहे,' काही लेखकांना असे श्रेय घ्यावे वाटते. ह्याशिवाय आपल्याला संपवण्यासाठी दुसऱ्याला गाजवले जाते आहे. आपलं नाव आणि नेतृत्व नको म्हणून दुसऱ्या लेखकाला पुढे आणले जाते आहे. अशीही भावना अनेकांच्या मनात होती. काहींनी माझ्याकडे ती व्यक्तही केली होती. 'नवीन लेखक आले पाहिजे. त्यांच्या साहित्याची चर्चा झाली पाहिजे. आपण नव्या लेखकाचं स्वागत केलं पाहिजे,' अशा वृत्तीचा अभाव मला अनेकांमध्ये जाणवला आहे. 'आपल्यापेक्षा दुसऱ्याचं आत्मकथन चांगलं आहे हे मान्य करण्यात काय अडचण आहे?' त्यापेक्षा 'इतरांचं लेखन सुमार दर्जाचं आहे आणि ते उगीच गाजवलं जातं.' अशी व्यर्थ तक्रार करण्याला काही अर्थ नाही. कोंडविलकर म्हणतात की, आपले आत्मकथन प्रकाशित झाल्यामुळे दलित आत्मकथांची लाट आली, ह्या म्हणण्यातही

तथ्य नाही. अनेक दलितांनी आत्मकथा लिहिल्या आहेत. त्यांनी आपल्या मनोगतामध्ये 'बलुतं आणि उपरा'चा उल्लेख केलेला आहे. 'उपरा-बलुतं'च्या वाचनाने प्रभावित होऊन आपण लेखन केल्याची नोंद केली आहे. 'उपरा-बलुतं' च्या प्रभाव आणि परिणामापुढे कोणतीच दलित आत्मकथा टिकत नाही हे सत्य आहे. पुढल्या काळात 'उचल्या आणि कोल्हाट्याचं पोर' ह्या आत्मकथांनी असा दबदबा निर्माण केला. 'मु. पो. देवाचे गाठणे' हे प्रथमत: रोजनिशीच्या रूपात दिवाळी अंकात प्रकाशित झाले. त्यानंतर ते पुस्तकरूपात आले. कोंडविलकरांनी आपल्या रोजनिशीवर संस्करण करून पुनर्लेखन केले आणि मु. पो. देवाचे गोठणे आत्मकथेच्या रूपात अर्थात तिसऱ्या आवृत्तीमध्ये प्रकाशित झालेले दिसते. (१९९४) कोंडविलकरांनी आपल्या लेखनाविषयी प्रांजळपणे कबूल केले आहे की, अगदी सुरुवातीला लिहिताना १९७७ मध्ये माझ्या मनात एक भीतियुक्त प्रश्न होता की, या लेखनाचं वाचक व समीक्षक यांच्याकडून स्वागत कसं होईल? (पृ.१२) दिवाळी अंकासाठी आत्मपर लेखन करताना कोंडविलकरांच्या मनात भय होतं. ह्याचे कारण ते एका खेड्यात राहत होते आणि त्यांचा कुठल्याच चळवळीशी संबंध नव्हता. त्याच वेळी दया पवार ह्यांनी 'बलुतं' लिहिलं आहे. दया पवार मुंबईत राहत होते आणि ते दलित चळवळीशी निगडित होते. त्यामुळे त्यांच्या लेखनात 'निर्भयपणा' दिसतो. मुळात आत्मकथेची हीच खरी कसोटी आहे. त्याचा अभाव कोंडविलकरांकडे सुरुवातीच्या काळात होता. त्यामुळे 'माझे लेखन पहिले' असा 'इतिहास' सांगण्याला काहीच अर्थ उरत नाही.

'मु. पो. देवाचे गोठणे' ही एका दलित शिक्षकाची आत्मकथा आहे. ही आत्मकथा लिहून घेताना मधू मंगेश कर्णिक ह्यांनी म्हटलं आहे, 'तुमच्या लेखनाने तरी आमच्या समाजाचे डोळे उघडावेत हीही एक दुबळी अपेक्षा आहे.' (पृ.१०) कर्णिक महान लेखक आहेत. त्यांनी एका महान दलित लेखकाला लिहितं केलं आहे. त्यांनी खूप स्पष्ट लिहिलं आहे, 'आमच्या लेखनाने आमच्या समाजाचे डोळे उघडणे मुष्कील अ ाहे. निदान तुमच्या लेखनाने तरी आमच्या समाजाचे डोळे उघडतील' अशी त्यांनी दुबळी अपेक्षा व्यक्त केली आहे. ह्यामध्ये कर्णिकांच्या परिवर्तनवादी मनाची व्यथा दडली आहे. आपला समाज बदलला पाहिजे ह्या भावनेने त्यांनी कोंडविलकरांना लिहितं केलं आहे. एका अर्थाने दलित लेखकाच्या लेखनात सामाजिक परिवर्तनाचे सामर्थ्य आहे, ही त्यांची श्रद्धा आहे.

'मु. पो. देवाचे गोठणे' ही आत्मकथा हिंदू समाजातल्या जातींच्या उतरंडीचा आणि अस्पृश्यांमधल्या भेदभावाचा स्पष्ट आणि सखोलपणे उभा-आडवा छेद घेताना दिसते. कोंडविलकर म्हणतात -

'माझ्या सावलीची धास्ती घेतात इथले रस्ते
आणि दूर राहायाला बजावतात शिरजोरांचे अड्डे
या धर्माने आम्हाला काही दिले नाही,
नाळ तोडताना जन्मताच नावापुढं जात जोडली.' (पृ. १४१)

कोंडविलकरांनी आपल्या आयुष्यातील लहानसहान घटना-प्रसंग तपशिलाने कथन केले आहेत. त्यामुळे त्यांचे लेखन पसरट झाले आहे. त्यांच्या लेखनात कोकणातल्या खेड्याचे आणि खेड्यातील भेदभावाचे चित्र स्पष्टपणे दिसते. शाळेतले हेडमास्तर असो की विद्यार्थी, गावातला शेजारी असो की गावातली कारभारी मंडळी, सगळ्यांच्या वर्तनात भेदभावाचे हिडीस वर्तन दिसते. प्रत्येकाच्या मनात खोलवर दडलेला जातीय अहंकार पावलोपावली फणा काढताना दिसतो. म्हणूनच कोंडविलकर उद्वेगाने म्हणतात, 'टाक्यात टाकलेल्या कातड्याला चुना चिटकावा, तो त्यातून कधी निघून जाऊ नये तशी ही 'जात' मला जन्मल्यापासून चिटकलेली आहे.' (पृ. ७) पुढे ते म्हणतात, 'लहानपणी गावातल्या वाटेनं चालू लागलो की गावकरी म्हणायाचे 'पोरा तिकडे बाजूला हो? आम्हाला शिवू नको.' दुकानावर गेलो की वाणी ओरडायचा. म्हणायचा, 'पोरा, पैसे वरून टाक! नाही तर मला शिवाशिव होईल!' पाणवठ्यावर गेलो की सवर्णांच्या स्त्रिया म्हणायच्या, 'ए पोरा, पाणी तिकडे लांब खालच्या बाजूला भर! इकडे येऊ नको. आम्हाला शिवशील.' शाळेत शिकायला गेलो, तेव्हाही सवर्णांची मुलं ओरडली. ती म्हणाली, 'चांभारा, तिकडे कोपऱ्यात बस. आमच्याजवळ बसू नको.' (पृ. ७) अशी लेखकाची अवस्था होती. घरच्यांनी म्हणायचं, फुकट गेला. बाहेरच्यांनी म्हणायचं, पुढं गेला. खरं म्हणजे कच्ची रापवणी झालेल्या चामड्यागत आपली नासवणूक मात्र झाली. (पृ. ७) कोंडविलकरांना जातिव्यवस्थेनं पूर्ण जर्जर केलेलं दिसतं. जो तो त्यांना पायरीप्रमाणे वागण्याचा सल्ला देताना दिसतो. 'अहो, पण सगळ्या परंपरा मोडून चालत नाही. पूर्वजांनी त्या सांभाळल्या आहेत. समाजाचं त्या अधिष्ठान आहेत. आपण त्या मोडायला गेलो तर समाज नीट चालणार नाही.' (पृ. ६०)

माधव कोंडविलकरांनी आपल्या पूर्वायुष्याविषयी लिहिलं आहे, 'महारांनी काढून दिलेल्या गुरांच्या कातड्यांना मला चुना लावावा लागे. त्या कातड्याच्या घाणीनं नाक व डोकं दुखे. चुन्यामुळं हातांची आग आग होई. त्यातच अंगावर माश्या बसून चावत. कधी कधी एकाच वेळी दोन-दोन, तीन-तीन चामड्यांना एकदम चुना लावावा लागे. पुन्हा त्यांच्या व्यवस्थित घड्या करून, दोरांनी बांधून त्या टाक्यात टाकाव्या लागत. त्यावर आंब्याच्या किंवा काजूच्या फांद्या टाकून त्यावर दगड रचून ठेवावे लागत. पुन्हा तीन-चार दिवसांनी त्यावर हात फिरवावा

लागे. हे काम वडील बहुतेक माझ्यावरच सोपवत आणि पुन्हा किसवतानाही मला बरोबर घेत. हे काम म्हणजे भयंकर असे. चामड्यांचे केस प्रथम रापीने खरवडून काढावे लागत. नंतर ती चामडी टोपलीतून किंवा बांबूवरून नदीवर न्यावी लागे. सर्वांगाला चुन्याच्या घाणीचे पांढरे फराटे लागलेले असत आणि चामड्याला भयंकर दुर्गंधी येई. त्यामुळे टोपल्या वाहताना आजूबाजूची बाया पोरं- नाक वाकडं करून म्हणत, 'चांभारांनो ह्या काय आणल्यान. घाण अगदी घेववत नाय. दोस्त मंडळीही नाक दाबून दूर पळत.' (पृ. ८९) इतकं घाणेरडं काम कोंडविलकरांना करावं लागलं आहे. हे केवळ एकट्या कोंडविलकरांनी केलं आहे, असं नाही.

महार मेलेलं जनावर ओढून गावाबाहेर नेतो. जनावराचे चामडे सोलतो. ते चामडे ढोराला विकतो. ढोर हे चामडे कमावतात आणि चांभाराला विकतात. चांभार चामड्यापासून चपला बनवतो. मेलेल्या जनावराच्या कातड्यावर जगणाऱ्या ह्या तीन जाती आहेत. कोंडविलकरांच्या घरीही कातडे कमावण्याचे काम होत असल्याचा उल्लेख आहे. घाणीने डबडबलेले, प्रचंड दुर्गंधीने किळसवाणे वाटणारे काम लेखकाने केलेले आहे. कोंडविलकर म्हणतात, 'आयुष्य सारे नासत गेले. शिकण्या सवरण्याच्या वयात रापी हाती घ्यावी लागली.' (पृ. ९०)

माधव कोंडविलकरांनी एक दलित शिक्षक म्हणून खेडेगावात काम करताना आलेल्या अनुभवांचं कथन केलेलं आहे. त्यांचं सगळं निवेदन त्यांचा शिक्षकी पेशा, त्यांची बदली आणि त्यांच्या वाचन-लेखनाच्या आवडीभोवती गुंफलेले आहे. एकीकडे चांभार म्हणून त्यांचा चपलांशी आणि कातड्याशी संबंध आलेला आहे, दुसरीकडे शिक्षक म्हणून खडू आणि फळ्याशी संबंध आलेला आहे. तिसरीकडे ते लेखक म्हणून लेखक आणि साहित्य ह्याच्याशी संबंध आलेला आहे. अशा 'त्रिवेणी संगमा'ची ही आत्मकथा आहे. इतकेच नव्हे, तर परिवार आणि स्वजातीतील ताण- तणावही ह्या आत्मकथेत प्रकट झाले आहेत. एकीकडे सवर्णांनी चांभाराला दिलेल्या दुय्यम वागणुकीविरुद्धची चीड व्यक्त होताना दिसते, तर दुसरीकडे बाबासाहेब आंबेडकरांना नाकारणाऱ्या स्वजनांविषयी संताप व्यक्त होताना दिसतो. कोंडविलकर स्वभावाने जितके प्रेमळ, तितकेच तापट आणि स्पष्टवक्ते आहेत. त्यांची आंबेडकरांवरील श्रद्धा, अनेक लेखकांशी असलेला त्यांचा ऋणानुबंध, त्यांचं अफाट ग्रंथप्रेम, त्यांच्या मनातली अन्यायाविषयीची अस्वस्थता ह्यामुळे 'मु. पो. देवाचे गोठणे' ही आत्मकथा लक्षणीय झाली आहे. कोंडविलकरांचं गद्य लेखन थोडं नीरस वाटतं; पण त्यांची कविता अत्यंत उत्कट भावना व्यक्त करताना दिसते. त्यांनी आपल्या आत्मकथेत अनेक ठिकाणी कवितेच्या ओळी लिहिल्या आहेत. एकीकडे काव्य आहे, तर दुसरीकडे कोकणातली बोलीभाषा आहे. ह्यामुळे कोंडविलकरांच्या लेखनातले

वैविध्य जाणवते.

माधव कोंडविलकरांना राहायला चांगले घर मिळत नाही, ही वेदना ह्या पुस्तकभर व्यक्त झाली आहे. दलितांना भाड्याने घर मिळत नाही, ही व्यथा आहे. जातीमुळे कोंडविलकरांना जन्मगावी जसा त्रास होतो, तसा नोकरीच्या गावीही त्रास होतो. त्यामुळे ते बदली करून घेण्याचा विचार करतात. महाराष्ट्रात कुठेही बदली झाली, तरी जात चुकत नाही. जातीचे दु:ख जगावेच लागते. हिंदू समाज म्हणजे जातिव्यवस्थाच. हिंदूंचं दुसरं नाव 'जात' असं आहे. त्यामुळे देशात कुठेही गेले तर 'जात' पदोपदी आडवी येते हे वास्तव आहे. ह्या जातीला सामोरे जाणं एवढेच शिल्लक राहाते. बदली हा त्यावरचा उपाय असू शकत नाही. कोंडविलकरांना जातीवरून अपमान सहन करावा लागतो. त्यामुळे ते हिंदू समाजाविषयी अत्यंत कटू भावना व्यक्त करताना दिसतात. ज्यांना अस्पृश्य म्हणून हीन जगावं लागतं, त्या प्रत्येकांना कोंडविलकरांसारखेच वाटत असते. पण प्रत्येक जण आपली भावना व्यक्त करतोच असे नाही. कोंडविलकर प्रतिभासंपन्न लेखक आहेत. त्यांनी आपल्या अनुभवांना वाङ्मयाचं वैभव दिलं आहे म्हणूनच मधू मंगेश कर्णिकांना 'कोंडविलकरांनी लिहावं' असं वाटतं. कर्णिकांचं वाटणंही एकट्या-दुकट्याचं नाही. ही इथल्या पुरोगामी परंपरेची मानसिकता आहे आणि कोंडविलकरांचं लिहिणंही केवळ एकट्या -दुकट्याचं नाही. 'मु. पो. देवाचे गोठणे' ही एका जातीची जशी आत्मकथा आहे, तशी एका जातिप्रधान खेड्याचीही आत्मकथा आहे.

◆◆◆

४

'७२' मैल

अशोक व्हटकर ह्यांनी आपल्या '७२ मैल' ह्या पुस्तकाला कादंबरी म्हणावे की चरित्र ह्याविषयी संभ्रम व्यक्त केला आहे (पृ.६). असा संभ्रम स्वत: लेखकाच्या मनात जसा उत्पन्न झाला आहे, तसा वाचकाच्या मनातही उत्पन्न होतो. लेखकाने पुढे असेही म्हटले आहे की '७२ मैल काल्पनिक तर अजिबात नाही' (पृ.६). मला वाटते, इथेच हा संभ्रम दडलेला आहे. प्रथम तो शोधला पाहिजे. असा संभ्रम लेखकाच्या मनात का निर्माण झाला आहे? त्याचे स्पष्ट उत्तर आहे की, ही कलाकृती अजिबात काल्पनिक नाही. ही कलाकृती अजिबात काल्पनिक नाही असे लेखक का म्हणतो? त्याचे कारण आहे, ही त्याच्या जगल्या-भोगल्या जीवनातील कथा आहे. जगल्या-भोगल्या अनुभवांना 'कादंबरी' म्हणायचे की 'चरित्र' असा हा संभ्रम आहे.

सत्य घटनेवर कादंबरी लिहिता येते. अशा अनेक कादंबऱ्या लिहिलेल्या आढळतील. '७२ मैल' ह्या पुस्तकाला कादंबरी म्हणावे असे रसायन त्यामध्ये आहे. '७२ मैल' ही अद्‌भुत आणि थक्क करणारी कादंबरी आहे, असे म्हणता येऊ शकते. पण ते लेखकाला मान्य नसावे असे दिसते. कारण '७२ मैल' ही केवळ सत्य घटनांवर आधारित नाही, तर स्वत:च्या जगल्या-भोगल्या आयुष्यावर आधारित आहे. जगल्या भोगल्या आयुष्याला कादंबरी कसे म्हणायचे हा पेच आहे. ह्या पुस्तकाला 'चरित्र' म्हणूनही हा प्रश्न सुटत नाही. कारण हे लेखन आत्मचरित्राला जवळ जाणारे आहे. '७२ मैल' हे पुस्तक आत्मचरित्र म्हणूनच समजून घेणे इष्ट होईल. त्याचे कारण हे लेखकाचे जगले-भोगलेले आयुष्य आहे. तरीही लेखक ह्या पुस्तकाला आपले आत्मचरित्र का म्हणत नाही, हे तपासणे गरजेचे आहे.

अशोक व्हटकर ह्यांना त्यांचे वडील नामदेव व्हटकर ह्यांनी सातारा इथल्या रयत शिक्षण संस्थेच्या बोर्डिंगात सक्तीने आणून ठेवले आहे. नामदेव व्हटकर हे

आमदार आहेत. लेखक आहेत. त्यांच्या नावाला प्रतिष्ठा आहे. अशा प्रतिष्ठित बापाचा मुलगा अशोक व्हटकर हा उनाडक्या करणारा, अभ्यास न करणारा आहे. त्यामुळे नामदेव व्हटकर आपल्या मुलावर चिडले आहेत. त्यांनी आपला मुलगा सुधारावा, शिकावा म्हणून त्याला कोल्हापूर इथल्या आपल्या राहत्या घरातून काढून सातारा इथल्या बोर्डिंगमध्ये भरती केले आहे. अशोक व्हटकराचे त्यावेळचे वय हे बारा वर्षांचे आहे. वडिलांनी त्याला त्याच्या मनाविरुद्ध घरातून काढून बोर्डिंगमध्ये टाकले आहे. त्यामुळे अशोक व्हटकर अस्वस्थ झाला आहे. घराच्या आणि आईच्या आठवणीने तो बेचैन झाला आहे. त्याने संधी साधून बोर्डिंगमधून पलायन केले आहे, बारा वर्षांचा अशोक व्हटकर सातारा येथून पळतो आणि तो साडेतीन दिवस पायी प्रवास करून कोल्हापूरला पोहोचतो. हा सातारा ते कोल्हापूर '७२ मैलां'चा प्रवास आहे. अशोक व्हटकर ह्यांनी वयाच्या बाराव्या वर्षी जो प्रवास केला आहे, त्या प्रवासाची कथा, '७२ मैल' मध्ये व्यक्त झाली आहे. लेखकाने अडीच दिवसांत '७२ मैल' ह्या पुस्तकाचे लेखन केले आहे. त्यासाठी त्याने हा प्रवास पुन्हा एकदा वयाच्या अडतिसाव्या वर्षी स्कूटरवरून केला आहे आणि जुन्या आठवणी जागवल्या आहेत. सगळा रस्ता आणि ठिकाणे पाहून घेतली आहेत.

खरे तर, '७२ मैल' हे अशोक व्हटकराचे सातारा ते कोल्हापूर असे प्रवासवर्णन आहे. प्रवासवर्णन हे देखील आत्मचरित्राच्या शैलीनेच लिहिलेले असते. किंबहुना हा एक आत्मचरित्राचा अविभाज्य भागच असतो. आत्मचरित्राचा पट हा लेखकाच्या संपूर्ण जीवनाला व्यापून राहणारा आहे, तर प्रवासवर्णन हा वाङ्मय प्रकार लेखकाच्या विशिष्ट प्रवासाचे आत्मचरित्रात्मक वर्णन करणारा असतो. प्रवासवर्णन हे आत्मचरित्रापेक्षाही अधिक वास्तव, सत्य घटनांवर आधारित आणि तपशिलाने अनुभवांचे विवेचन करत व्यक्त होणारा वाङ्मय प्रकार आहे. प्रवासवर्णन हे निव्वळ प्रवासवर्णन नसते, तर त्याला आत्मचरित्राचा बाज आणि कवच लाभलेले असते. त्यामुळे त्यातला प्रवास, प्रदेश, विविध स्थळे, समाजजीवन, ऐतिहासिक आणि दुर्मिळ वास्तू आणि त्या प्रवासातला रोमहर्षक अनुभव व्यक्त झालेला असतो. आत्मचरित्रात लेखकाचा जीवनप्रवास व्यक्त होतो.

प्रवासवर्णनात प्रवासाला अनन्यसाधारण असे महत्त्व असते, तर आत्मचरित्रात त्या लेखकाचे स्थान महत्त्वाचे असते. दोन्ही वाङ्मयप्रकार सत्य आणि वास्तवावर आधारित असतात. दोन्ही वाङमय प्रकारांत लेखकाच्या स्वकथनाला महत्त्व असते. आत्मचरित्र आणि प्रवासवर्णन ह्यांचे असे अतूट नाते आहे. आत्मचरित्र आणि प्रवासवर्णनाचे रूप घेऊन '७२ मैल' ही कलाकृती घडलेली दिसते. ७२ मैलांच्या प्रवासात प्रवासापेक्षा प्रसंगांनाच अधिक उठाव मिळाला आहे. हे प्रसंग प्रवासापेक्षा

अधिक प्रभावी आणि मनात ठाण मांडून बसणारे आहेत. मुळात हा एक प्रवास नाही. ही फरफट आहे. दारिद्र्य आणि भुकेचे भीषण तांडव ह्या पुस्तकात पानोपानी वाचायला मिळते.

'७२ मैल' ह्यामध्ये पराकोटीचे दारिद्र्य आणि भुकेचे भग्न व बीभत्स रूप व्यक्त झाले आहे. भूक आणि भाकरीने होरपळून निघालेल्या असह्य आणि अगतिक जीवांचा थरकाप ह्या पुस्तकात धीटपणे व्यक्त झाला आहे. भुकेची वेडीविद्री रूपे नग्न होऊन नाचताना दिसतील. ७२ मैल म्हणजे भाकरीचे तत्त्वज्ञान आहे. हे तत्त्वज्ञान राधाअक्काच्या तोंडून लाह्या फुटाव्यात तसे फुटले आहे. ७२ मैल ही निष्पाप अश्रूंची दांडीयात्रा आहे. हा विराट आणि विदारक टाहो आहे.

अशोक व्हटकर हा बारा वर्षांचा शाळकरी मुलगा आपल्या घराच्या ओढीने कोल्हापूरला निघाला आहे. तो जन्माने ढोर आहे. प्रवासात त्याला राधाअक्का भेटते. ती महार आहे. राधाअक्का आपल्या पाच मुलांना घेऊन निघाली आहे. अशोक व्हटकर आणि राधाअक्का ह्या मायलेकराचा हा प्रवास आहे. लेखक साताऱ्यातून पलायन करण्यासाठी धडपडतो आहे. तो साताऱ्यातून रात्री पलायन करतो आणि कोल्हापूरच्या रस्त्याने निघतो. हा प्रवास थरारक आहे. ह्या प्रवासात लेखकाला जेव्हा राधाअक्का भेटते, तेव्हा हा प्रवास थक्क करतो. हादरवून टाकतो. राधाअक्का भेटल्यापासून ते राधाअक्का विभक्त होईपर्यंतचा प्रवास ह्या आत्मनिवेदनाचे बलस्थान आहे. राधाअक्का येते, ती वेदनेचे प्रलंयकारी वादळ घेऊनच. ती लेखकाला प्रवासाच्या एका वळणावर निरोप देते, पण लेखक तिला कधीच विसरत नाही. तिच्या दुःखाचे आणि नात्याचे ओझे घेऊन जगतो. ह्या दुःखातून स्वतःची सुटका करून घेण्यासाठी तो '७२ मैल'चे लेखन करतो. ह्या पार्श्वभूमीवर एका महान दुःखाची करुण शोकांतिका म्हणून '७२ मैल' ह्या कलाकृतीकडे पाहावे लागेल.

'७२ मैल'मधील व्यक्तिरेखा ह्या दलित आहेत. तरीही लेखक आपल्या कलाकृतीला 'दलित' संबोधू इच्छित नाही. लेखक म्हणतो, 'राधा जरी एक ब्राह्मणी असती तरी बहात्तर मैलांच्या प्रवासात आम्ही भीषण हाल भोगले, त्याची तीव्रता कमी झालीच नसती. कारण दुःख, दैना, भूक, तळतळाट सर्वत्र समान असतात. त्यांना जाति भेद नाही. हा मुद्दा फार लक्षणीय आहे.' (मनोगत) मुळात '७२ मैल' मधील व्यथा लेखकाची कमी आणि राधाअक्काची अधिक आहे. राधाअक्काला ह्यातून वगळले तर ह्या पुस्तकाला तसा काही अर्थ उरत नाही. लेखकाचा राधाअक्काबरोबर झालेला खडतर सहप्रवास वाचताना वाचक अंतर्मुख होतो. सुन्न होतो. मानवी जगण्याचं हिडीस दर्शन अत्यंत प्रखर आणि प्रत्ययकारीरीत्या व्यक्त

झाले आहे. राधाअक्का महार आहे. म्हणूनच तिची इतकी उपेक्षा झाली आहे हे नीट समजून घेतले पाहिजे. इतके अगतिक आणि लाचार जीवन सवर्ण स्त्रीच्या वाट्याला येऊ शकत नाही. राधाअक्काच्या दुःखाला जातीचा घनदाट पदर आहे. तिचा नवरा दुसऱ्या महायुद्धात शौर्य गाजवलेला आहे. ह्या शौर्याबद्दल ब्रिटिश सरकारने त्याला पारितोषिक दिले आहे. जमीन दिली आहे. ब्रिटिश सरकार राधाअक्काच्या नवऱ्याचा सत्कार करताना दिसते, तर भारत सरकार राधाअक्काच्या नवऱ्याला गजाआड पाठवताना दिसते. राधाअक्काचा नवरा दरोडेखोरांच्या टोळीत सहभागी होतो आणि सावकारांची हत्या करतो. त्याला त्याची शिक्षा मिळते. त्याच्याबरोबर त्याचा संसारही उद्ध्वस्त होतो. ह्या उद्ध्वस्त संसाराचं ओझं राधाअक्का वाहत आहे. राधाअक्का आपली मुलं घेऊन दारोदार भटकत आहे. एकीकडे वाट चुकलेल्या आमदाराच्या मुलाचं पलायन आहे, तर दुसरीकडे आयुष्यातून उठलेल्या राधाअक्काची भयानक पायपीट आहे.

अशोक व्हटकर ह्यांना आपल्या वडिलांविषयी आत्यंतिक तिटकारा आहे. ह्या तिरस्कारातूनच लेखकाच्या बंडखोर ऊर्मी उफाळून येताना दिसतात. तो आपल्या जगण्याचा रस्ता आपणच ठरवितो. त्याला बापाच्या बोटापुढची दिशा मान्य नाही. लेखकाने जरी दलितत्त्व नाकारले असले, तरी त्याचे वडील केवळ राखीव जागेमुळेच आमदार होऊ शकले, ह्याचे त्याला भान नाही. जेव्हा जेव्हा जातिवादी प्रवृत्तीकडून लेखकाचा छळ होतो, उपमर्द होतो, तेव्हा तेव्हा तो उग्र रूप धारण करताना दिसतो. साताऱ्याहून कोल्हापूरला जाताना गाडीवानाने लेखकाला 'ढोर' म्हणून चाबकाने फोडून काढल्याचा प्रसंग असो की, लेखकाचे संस्कृतचे उच्चार अशुद्ध आहेत म्हणून त्याच्यावर टीका करणारे उच्चवर्णीय असोत, अशा वेळी लेखक कमालीचा अस्वस्थ होताना दिसतो. लेखकाची जातजाणीव प्रखर होताना दिसते. मात्र राधाअक्काचे दुःख हे एका महार स्त्रीचे दुःख म्हणून समजून घेण्याची लेखकाची मानसिकता दिसत नाही. महारीण आणि ब्राह्मणीण ह्यांच्या जगण्यात लेखक तफावत करत नाही. ब्राह्मण स्त्रीच्या वाट्याला राधाअक्काचे जगणे येऊच शकत नाही, हे इतके जातीय आहे. राधाअक्का ब्राम्हणीण असती, तर लेखकाला मुलासमान मानली असती का? हाही प्रश्न उपस्थित होतो.

सातारा ते कोल्हापूर ह्या अडीच दिवसांच्या प्रवासात राधाअक्काची तीन मुलं मरतात. हे मृत्यू तडफडून झाले आहेत. ह्या मृत्यूचे वर्णन वाचताना एका कठीण प्रसंगातून गेल्याचा अनुभव येतो. अडीच दिवसांच्या प्रवासात आपल्या तीन मुलांचे झालेले करुण मृत्यू पाहून राधाअक्का रडते. आक्रोश करते. तिचा आकांत काळीज फाडणारा आहे. तिची सोशिकता आणि घुसमट वाचताना वाचक हैराण

होतो. हेलावतो. तरीही ती जगण्याची हिंमत हरत नाही. ती पुढेच निघते. राधाअक्काची दोन मुलं औषधोपचार न मिळाल्यामुळे मरतात, तर एक मुलगा सर्पदंशाने मरतो.

बाबुराव बागुलांच्या 'सूड'मधील जानकी आणि '७२ मैल' मधील राधाअक्का ह्या दोघी प्रतिकूल परिस्थितीविरुद्ध संघर्ष करणाऱ्या नायिका आहेत. जानकीला स्त्रीदेहाची मर्यादा पडते. राधाअक्काला देहाची मर्यादाच नाही. ती स्वत:ला भूत समजून जगताना दिसते. कारण तिच्या आयुष्यात येणारी माणसं सैतान बनूनच येताना दिसतात. राधाअक्काचा दीर असो की, मूठभर शेव खायला देऊन तिचं शील लुटणारा हॉटेलवाला असो, ही सगळी गिधाडे आहेत. राधाअक्का प्रतिकूल परिस्थितीचं भक्ष्य ठरली आहे. अशाही परिस्थितीत ती मुलांना जगवित आहे. राधाअक्काने लेखकालाही आपला मुलगा मानले आहे. लेखकानेही तिला 'आई' मानले आहे. आयुष्याची वाट तुडवताना भेटलेली माणसं किती चिवट आणि आत्मीय माणूसपण घेऊन जगतात, ह्याचं अनोखं उदाहरण '७२ मैल'मध्ये सापडतं.

राधाअक्काचा मुलगा- सुंदर मरतो, तेव्हा ती म्हणते, "गपा गं बायानू, फूडच्या जलमाला माजा सुंदर राजाच्या पोटाला जाईल बगा. केलं आसंल म्हागच्या जलमी पाप, तवा म्हारावरी जलमलं ह्ये. आन् आता काय पापातनंच मोकळा झालाय. गपा.' (पृ. ६४) महाराचा जन्म म्हणजे पाप अशी ही संकल्पना आहे. महार मरतो म्हणजे पापातून मुक्त होतो अशी ही मानसिकता आहे. अशी मानसिकता ब्राह्मणिणीची असू शकत नाही. राधाअक्का परंपरेचं ओझं घेऊन जगत आहे, तर लेखक राधाअक्काच्या ऋणाचं ओझं घेऊन जगतो आहे.

लेखक कोल्हापूरला जाण्यासाठी बसमध्ये चढतो. कंडक्टर त्याला 'चोर' म्हणून बाहेर हाकलतो. लेखक कोल्हापूरला निघण्याच्या तयारीत असताना साप गारुडी त्याला भीती दाखवून त्याच्याकडून पैसे काढून घेतो, तर वाटेत दारुडे त्याला मारहाण करून लुबाडतात. लेखक जेव्हा बैलगाडीत जाऊन बसतो, तेव्हा त्याला जातीवरून चाबकाचे फटकारे खावे लागतात. पुन्हा एकदा तो बसमध्ये बसण्याचा प्रयत्न करतो, तेव्हा त्याला बसबाहेर हाकलले जाते. बसच्या दारात त्याचे बोट चिरडले जाते. ह्या पार्श्वभूमीवर राधाअक्का त्याच्या पाठीशी उभी राहताना दिसते. ती म्हणते, "यिऊ दे कोन भाड्या, तुज्या अंगाला हात तर लावूद्याती. कशी कचाकचा फाडून खाती बग. रादी म्हंत्यात मला. तू खुशाल म्हन. मी म्हाराचा हाय. माजं नाव आसुक्या न्हायीच. माज्या बाचे नाव 'हारळ्या म्हार' हाय. कोल्लापूर माजं गाव न्हायीच. सातारं काळं का गोरं त्येबी मला ठाव न्हायी' (पृ. ५५) जिथं जन्मदात्या पित्याने अशोक व्हटकरला ही पीडा घरात नको म्हणून साताऱ्याच्या बोर्डिंगमध्ये टाकलं, तिथं रस्त्यावरची राधाअक्का त्याला आपलं

मातृत्व देते. आपली जात देते. वडिलांचं नाव देते. (लेखक मात्र तिची जात हिरावून घेताना दिसतो.) लेखकाच्या मनावर गोंदलेले हे संस्काराचे ओझे '७२ मैल' मध्ये प्रकट झालेले दिसते. लेखक राधाअक्काचे एक अंतिम क्रियाकर्म म्हणूनच '७२ मैल'चे लेखन करताना दिसतो.

राधाअक्काचा मुलगा सुंदर मरतो. त्याला रस्त्यातच मातीआड लोटलं जातं. दुसऱ्या दिवशी राणू साप चावून मरतो. राणूचे अंतिम क्रियाकर्म न करता त्याचे प्रेत तसेच उघड्यावर टाकून राधाअक्का पुढे निघते. पुढे गेल्यावर खवळलेल्या बैलाने तुडवल्यामुळे चंदर घायाळ होतो. याला औषधोपचार मिळत नाही. अशा मरणासन्न मुलाला घेऊन राधाअक्का कोल्हापूरचा रस्ता तुडवत आहे. रस्त्यात ती रात्र झाली म्हणून नेर्ले येथे थांबते. सर्वांनाच भूक लागलेली असते. रोडच्या कडेला असलेल्या हॉटेलमधील माणूस राधाअक्काच्या मुलांना मूठभर शेव खायला देतो आणि त्या बदल्यात राधाअक्काचे शरीर लुटतो. राधाअक्काच्या शरीराचे मोल मूठभर शेवेमध्ये तोलले जाते. लेखक अशा वेळी कासावीस होतो. त्याला राधाअक्काच्या मृत मुलाची राणूची आठवण येते. 'राणू असता तर आईला त्याने कोसळू दिले नसते. त्या पोराने झुंज दिली असती.' (पृ. ११२) राणू जिवंत असता तर राधाअक्कावर असा प्रसंग आला नसता असा विचार लेखक करताना दिसतो. ह्या क्षणापर्यंत लेखक राधाअक्काबरोबर चालत असला, तरी तो स्वत:ला त्यांच्यापासून अलिप्त आणि परका समजताना दिसतो. तो त्या महाराच्या घोळक्यापासून स्वत:ची सुटका करून घेण्याचा प्रयत्न करतो. त्याला ह्या भीक मागणाऱ्या महारांची लाज वाटताना दिसते. ह्या दरिद्री लोकांच्या गराड्यात आपण उगीच सापडलो असा त्याला मन:स्ताप होताना दिसतो. रस्त्यात आपल्याला ही माणसं दगडाधोंड्यांनी ठेचून मारतील, अशी त्याला भीती वाटते. एकीकडे राधाअक्का त्याला मुलाप्रमाणे जपताना दिसते, तर दुसरीकडे लेखक असा तऱ्हेवाईक विचार करताना दिसतो. ह्यामागे लेखकाचे बालमन असलेले दिसते. बारा वर्षांच्या शाळकरी मुलाकडून ह्यापेक्षा वेगळी अपेक्षा करता येत नाही. एका ट्रक-ड्रायव्हरला पायी चालणाऱ्या राधाअक्का आणि तिच्या मुलांची दया येते. तो त्यांना ट्रकमध्ये बसवून घेतो. ट्रक-ड्रायव्हर आपल्या शेजारी बसलेल्या बायजीच्या शरीराशी चाळे करू लागतो. बायजी त्याला प्रतिसाद देत नाही. तेव्हा ट्रक-ड्रायव्हर चिडतो आणि सर्वांना ट्रकखाली उतरवतो. तो म्हणतो, "उतरो, रांडके बच्चे फोकट में गाडीमें बैठना मांगता.' (पृ. १०१) मूठभर शेवासाठी राधाअक्काचे शरीर लुटणारा हॉटेलवाला काय किंवा फुकट ट्रकमध्ये बसवून बायजीच्या शरीराशी लगट करणारा ट्रक ड्रायव्हर काय ह्या पाशवी प्रवृत्तीच आहेत. राधाअक्का चंदर मेल्यानंतर त्याला

रानात गाडते. भूक, मृत्यू आणि वखवखलेली वासना अशा मिश्रणातून ७२ मैलांचा रोड तयार झालेला दिसतो.

राधाअक्का आपल्या मुलांबरोबर रस्ता तुडवीत आहे. अशा वेळी एक कार येते. त्यांच्याजवळ थांबते. कारचा ड्रायव्हर त्यांना कारमध्ये बसण्याचा आदेश देतो. राधाअक्का त्याला नकार देते. तो कारवाला राधाअक्काला पकडून कारमध्ये कोंबतो आणि तिच्यावर जबरदस्ती करू लागतो. ह्या वेळी मात्र लेखक प्रक्षुब्ध होतो. त्याच्या मनात राणू जागा होतो. तो राधाअक्काची सुटका करण्यासाठी धावून जातो. राधाअक्का आणि लेखक कारवाल्याबरोबर संघर्ष करतात. राधाअक्काची मुलं हताशपणे आक्रोश करू लागतात. कारवाल्याला पळ काढावा लागतो. हा संघर्ष थक्क करणारा आहे. इथं लेखकाचे राधाअक्काविषयी जागे झालेले मातृप्रेम विलक्षण आहे.

राधाअक्का आपल्या मुलांना घेऊन उंब्रजजवळ येते आणि इथं तिची आणि लेखकाची वाट वेगळी होते. ह्या वळणावर राधाअक्का अशोक व्हटकरला निरोप देते आणि पुढल्या प्रवासाविषयी सूचना देते, 'ढाव्या अंगाने जा बाबा. ढाव्या अंगानं जावावं रस्त्याच्या. ह्या रस्त्यावरली डायवरवाली हालकट लयी. त्वा बगटल्यास सम्दं. तेंच्या डोळ्यावर मांद आस्तया. मेंढरू चिरडल्यावानी चिरडून जातील तुला. ह्यो रस्ता आपला न्हायीच आसं म्हण जा मनाला. आन जा.' (पृ. ११९) राधाअक्का लेखकाला पुढला मार्ग दाखवते आणि त्या मार्गावरून कसे चालायचे हेही सांगते. तिला रोड आणि डायव्हरची भयानक भीती वाटताना दिसते. तिच्या आयुष्याचा चुराडा झाला आहे. तिच्या चिरडलेल्या जीवनाची वेदना '७२ मैल' मध्ये प्रकट झालेली दिसते. लेखकाचा राधाअक्काबरोबरचा सहप्रवास इथं संपतो. पुढे लेखक एकटाच आपल्या घरी जातो.

लेखक घरी गेल्यावर काय घडते हे लिहीत नाही. आपल्या घराविषयी, आईविषयी आणि आपल्या भावंडाविषयीही काहीच लिहीत नाही. केवळ राधाअक्कासाठीच त्याने '७२ मैल' लिहिलेले दिसते.

साडेतीन दिवसांच्या आयुष्यातील उलथापालथीला आत्मचरित्र म्हणायचे का? असा प्रश्न इथे उपस्थित होतो. आत्मचरित्र म्हटले की, त्याला संपूर्ण आयुष्याचा पाया लागतो. लेखक आपले आत्मचरित्र आयुष्याच्या उत्तरार्धात लिहितो. जेव्हा दलित लेखकांनी आपली आत्मचरित्रे ऐन तारुण्यात लिहिली, तेव्हाही वयाचा प्रश्न ऐरणीवर आला होता. माणूस किती वर्षे जगतो, ह्यापेक्षा तो कसा जगतो हे फार महत्त्वाचे आहे. आत्मचरित्र लेखकाचे वय मोजत नाही, तर त्या लेखकाने आपले आयुष्य कसे जगले हे कथन करत असते. म्हणून आत्मचरित्रकाराचे वय

महत्त्वाचे ठरत नाही. उच्चवर्णीयांना संपूर्ण आयुष्यात जे दुःख भोगायला मिळाले नसते, ते दुःख किंबहुना त्यापेक्षा भयाण दुःख दलितांच्या पाचवीलाच पूजलेले असते. आत्मकथा ही जीवनसंघर्षाची, मानवी मूल्यांची, आयुष्यावरील उदात्त प्रेमाची, जगण्याच्या जिद्दीची, माणूस म्हणून परिस्थितीवर मात करण्याची कथा असते. '७२ मैल' ह्या सर्व कसोट्यांना उतरते. त्यामुळे ह्या पुस्तकाला 'आत्मकथा'च म्हणून नीट समजून घेता येऊ शकेल, असे मला वाटते.

◆◆◆

५

अंत:स्फोट

दलित आत्मकथनांची एक लाटच आलेली दिसते. प्रत्येक आत्मकथनाची वाचकांनी दखल घेतलेली दिसते. दलितांचे वेगळे आणि वास्तववादी अनुभव हे ह्याचं कारण होतं. समाजातल्या शेवटच्या स्तरातला माणूस बलाढ्य अशा व्यवस्थेविरुद्ध संघर्ष करतो आहे, हे वाचकांना भावत होतं. त्यामुळे आत्मकथनाच्या पहिल्या लाटेत अनेक आत्मकथा प्रकाशित झाल्या. काळाच्या ओघात नंतर त्या मागे पडल्या. एकेका आत्मकथनामध्ये काही लेखक संपले, तर काही लेखक एकाच आत्मकथेने प्रसिद्ध लेखकही झाले.

सुरुवातीच्या काळात बऱ्याच आत्मकथा क्रमश: प्रकाशित झालेल्या आहेत. त्यामुळे अशा आत्मकथेचा मजकूर हा क्रमश: लिहिला गेलेला दिसतो. 'आठवणींचे पक्षी' असो की, 'तराळ अंतराळ' असो, ह्यामध्ये प्रत्येक प्रकरणांना नावे देऊन त्याखाली अनुभव-कथन केल्याचे दिसते. काहीसे अशाच स्वरूपाचे लेखन कुमुद पावडे ह्यांच्या 'अंत:स्फोट' ह्या आत्मकथेत पाहायला मिळते. 'अंत:स्फोट' ह्या आत्मकथेत एकूण नऊ लेख आहेत. काही लेखांचे स्वरूप वृत्तांत-कथनासासारखे आहे, तर काहींचे ललित-लेखनासारखे. प्रत्येक लेखातून कुमुद पावडे ह्यांनी आपलं स्वकथन केलेले आहे. कुमुद पावडे ह्या संस्कृतच्या प्राध्यापिका असल्याने त्यांच्या भाषेवर संस्कृत भाषेचा प्रभाव जाणवतो. त्यांची भाषा अलंकारप्रचुर आणि ओघवती आहे. त्यांनी अनेक प्रश्न उपस्थित करून वाचकांच्या काळजाला हात घालण्याचा प्रयत्न केला आहे. प्रश्न आणि विचारप्रवर्तक विधानं ह्यामुळे ह्या लेखनाला वाङ्मयीन साज चढवल्याची जाणीव होते. अत्यंत साध्या प्रसंगांतून वाचकाला अंतिम सत्याकडे नेण्याचा आणि त्याचबरोबर आपल्या धारदार व्यक्तिमत्त्वाचा परिचय करून देण्याचा लेखिकेने प्रयत्न केलेला आहे.

'आणि सावित्री व्रताची अशी सांगता होते' व 'मला अहेव मरण नकोच' ह्या

लेखांमधून लेखिकेचा बंडखोर स्वभाव उफाळून येताना दिसतो. पुरुषप्रधान व्यवस्थेविरुद्ध आणि त्याचबरोबर हिंदू धर्माने स्त्रियांवर लादलेल्या गुलामीविरुद्ध लेखिका तार स्वरात बोलताना दिसते. पुरुषांचे फाजील स्तोम लेखिकेला मान्य नाही, असे ह्या दोन लेखांमधून दिसते. कुमुद पावडे म्हणतात, 'सावित्रीशिवाय दुसरी कोणतीही स्त्री त्याच्या आयुष्यात आली नसेल, तर सावित्रीनं सत्यवान जन्मोजन्मी मिळावा असा आग्रह धरला तर ठीक आहे. पण ज्या नवऱ्यानं 'बायको म्हणजे पायातलं खेटर' एवढीच बायकोची किंमत केली असेल, आपण स्वत: दुसऱ्या बायकोबरोबर रममाण होत असताना पहिल्या बायकोकडून जर दुष्टपणे सेवेची अपेक्षा करत असेल तर असल्या नवऱ्यासाठी बाईनं सावित्रीव्रताचा हेका धरावा हे बुद्धीला पटण्यासारखं नाही. संपूर्ण धर्मशास्त्रं फक्त स्त्रीवर जाचक बंधनं घालण्यासाठीच निर्माण झालीत का? आणि असल्या जाचक धर्माच्या लोकरूढी सोन्याच्या वर्खानं मढविलेल्या असल्या, तरी कधी स्पृहणीय होऊ नयेत.' (पृ.४) स्त्रीला दुय्यम आणि गुलाम मानणाऱ्या व्यवस्थेविरुद्धचं हे बंड आहे. कुमुद पावडे जिथं-जिथं असा दुय्यमपणा आणि छळ जाणवतो, तिथं-तिथं बेदरकारपणे त्याविरुद्ध तुटून पडताना दिसतात. त्यांना कशाचा मुलाहिजा वाटत नाही. त्या स्वाभिमान आणि सुसंस्कृतपणाच्या भोक्त्या आहेत. म्हणूनच त्या म्हणतात, 'सद्विवेक बुद्धी जागृत ठेवणारी मी एक माणूस आहे. व्यर्थ त्यागाच्या कल्पनांनी अभिभूत झालेली मी देवता नाही किंवा 'असे पती देवची ललना' हे मानणारी मी पारंपरिक गुलामही नाही.' (पृ.५८) कुमुद पावडे एक स्वतंत्र व्यक्तिमत्त्व आहे. हे व्यक्तिमत्त्व परिस्थिती आणि ज्ञानाच्या होमकुंडातून तावून-सुलाखून निघालेले आहे. 'अंत:स्फोट' हे शीर्षकदेखील कुमुद पावडेच्या व्यक्तिमत्त्वाचेच द्योतक वाटते. हा स्फोट आतून झालेला आहे. हा अंत:करणाचा स्फोट आहे. त्यामुळे ह्या स्फोटात कुमुद पावडे ह्यांच्या व्यक्तिमत्त्वाचे अनेक कंगोरे ठिणग्यांसारखे विखुरलेले दिसतात.

दलित आत्मकथांना पुढल्या काळात विरोध झाला. दलित आत्मकथा म्हणण्याऐवजी 'स्वकथन' असे म्हटले गेले पाहिजे, असा आग्रह धरण्यात आला. 'आत्मकथा' ह्या शब्दात 'आत्मा' येतो, त्यामुळे दलितांनी हा 'आत्मा' नाकारला पाहिजे. दलितांचा आत्मा, परमात्मा, पाप, पुण्य, पुनर्जन्म अशा भाकड गोष्टींवर विश्वास नाही. म्हणून दलित लेखकाच्या आत्मकथांना 'स्वकथन' म्हणण्याचा प्रयत्न झाला. विशेषकरून विदर्भामधल्या काही समीक्षक लेखकांचा हा हटवाद होता. पण पुढल्या काळात 'दलित आत्मकथा' हाच शब्द रूढ झाल्याचे दिसते. 'दलित आत्मकथा' ह्या शब्दात 'आत्म्याचे अस्तित्व' कोठेच लपलेले दिसत नाही. दलित आत्मकथांची जी विपुल चर्चा झाली आणि दलित लेखकांनी आपल्या आत्मकथेतून

जे विदारक विश्व मांडलं ह्यातून 'दलित आत्मकथा' ह्या शब्दाला एक नवा संदर्भ आणि आशय प्राप्त झाला आहे. दलितांच्या आत्मकथेमध्ये कोणी चुकूनही 'आत्मा' शोधण्याचा प्रयत्न करणार नाही. ह्या आत्मकथा सामाजिक न्यायाच्या हाका आहेत. कुमुद पावडेंची आत्मकथाही ह्याला अपवाद नाही. कुमुद पावडेंच्या आत्मकथेत हिंदुधर्म प्रथा-परंपरांशी निगडित अनेक शब्द येतात; पण त्या शब्दांमागील विचार आणि संतप्त सौंदर्य इतके जबरदस्त आहे, की ह्या सगळ्या परंपरांवर कवी यशवंत मनोहरांच्या भाषेत बोलायचं झालं तर, विध्वंसाचा नांगरच धरलेला दिसतो.

कुमुद पावडे ब्राह्मणी धर्म आणि समाज ह्यांचा उपहास करताना दिसतात. क्रिकेटच्या मैदानात फलंदाजाने एकामागून एक षटकार मारावेत तशा आवेशात लेखिकेने चौफेर बॅटिंग केलेली दिसते. जातीयवादी छद्मीवृत्ती आणि दंभ ह्याचा विखार कसा फणा काढलेला असतो ह्याचे भेदक दर्शन कुमुद पावडेंच्या लेखनात दिसून येते. त्यांनी हा दांभिकपणा पुढील शब्दांमधून कसा व्यक्त होतो हे दर्शवले आहे. ''अहो, किती आश्चर्य आहे नाही? आपण संस्कृत शिकवता म्हणे, सरकारी महाविद्यालयात? आम्हाला फार आनंद होतोय. बरं का?' शब्द साधेच असतात. वाच्यार्थ अगदी सरळ, पण ध्वन्यर्थ मला निरनिराळ्या रूपांत सतावतो. 'आमचं कुठल्या जन्माचे पाप आहे की, तुमच्या हातून आम्हाला संस्कृत शिकावं लागतं.' 'सर्वच आमचे पवित्र ग्रंथ भ्रष्ट झालेले आहेत.' काही हताशपण असतं चेहऱ्यावरील भावाच्याद्वारे सुचवण्यात. ''बाबा कलियुग आहे, सरकारी जावई ना हे, ते म्हणतील ते खरं!'' (पृ.१६) कुमुद पावडे संस्कृत विषय घेऊन एम.ए. होतात. तत्कालीन परिस्थितीत हा चमत्कारच होता. अस्पृश्यांना संस्कृत शिकण्याचा अधिकार नव्हता. पण स्वातंत्र्यप्राप्तीनंतर हिंदू धर्म व्यवस्था कालबाह्य होत गेली. कुमुद पावडे 'संस्कृत' घेऊन एम.ए. उत्तीर्ण झाल्या. त्या अस्पृश्य असल्याने त्यांना नोकरी मिळत नव्हती. पुढे त्यांचा आंतरजातीय विवाह झाला आणि त्यांना नोकरी मिळाली. ह्याविषयी कुमुद पावडेंनी लिहिलं आहे, 'सध्या ज्या नामवंत कॉलेजमध्ये शिकले त्या कॉलेजमध्ये मी प्राध्यापक आहे; परंतु शल्य अजूनही मनात आहे की, कुमुद सोमकुंवरच्या नावाने मिळालेली नोकरी हे तिचे श्रेय नाही, तर श्रेय आहे कुमुद पावडेचं. पतीच्या नावानं पत्नीचं नाव आणि तिची जातही बदलते असं ऐकते आणि म्हणून म्हणते संस्कृत प्राध्यापकीचं श्रेय सौ. कुमुद पावडेच्या तथाकथित सवर्णतेला आहे. अजूनही वंचित आहे, तिच्या पूर्वाश्रमीची 'जात.' (पृ.२५) कुमुद पावडे जातिव्यवस्थेविरुद्ध निकराने झगडल्या असल्या तरी त्यांच्याही मनात जातीयतेचा खोलवर दडलेला लवलेश जाणवतोच. त्या म्हणतात, 'अजून आवाज भरपूर 'महारी' आहे. पण बोलीत मात्र शुद्ध ब्राह्मणी शब्द अधूनमधून डोकावताना

दिसतात.' (पृ. ४८) महारपणाचं ओझं त्या बाजूला सारू शकल्या नाहीत. उलट हे शल्यच त्यांना लिहितं केलेलं दिसतं. 'बाई' म्हणून आणि 'अस्पृश्य' म्हणून आलेल्या दुय्यमपणाविरुद्ध लेखिका स्फोटासारखी धडाडताना दिसते.

कुमुद पावडे ह्यांनी आंतरजातीय विवाह केलेला आहे. त्यामुळे साहजिकच, अशा मर्मबंधांविषयी त्या हळव्या आणि भावुक होताना दिसतात. धर्मांतरानंतर दलित समाज कात टाकून नव्या तेजाने उभा राहात आहे. समाजजीवनात प्रचंड घुसळण होत आहे. त्यामुळे आंतरजातीय विवाह जुळत आहेत. दोन जातींतल्या दोन व्यक्ती प्रेमामुळे जवळ येत असल्या, तरी त्यांच्या जाती अजूनही चिरेबंदीच आहेत. 'अंत:स्फोट'मध्ये तीन आंतरजातीय विवाहाची उदाहरणे आहेत. सुनीता म्हणते, 'मी व्यक्तीशी लग्न करायला निघाले होते, जातीशी नाही. मी त्याच्यावर प्रेम केलं.' (पृ.४१) ही जात सवर्णांमध्ये जशी अडसर ठरली आहे, तशी दलितांमध्येही. दलितांमधल्या पोटजातीतील उच्चनीचताही गंभीर स्वरूपाची आहे. जातिव्यवस्थेविरुद्ध विद्रोह करणाऱ्या दलितांनी आपल्यातल्याही जाती मिटवल्या पाहिजेत. लेखिका एका आंतरजातीय विवाहाच्या प्रसंगी म्हणते, "ब्राह्मण, मराठेच त्रास देत नाहीत तर एका जातीतील लोक आपल्याच जातीतल्या लोकांना कसं अमानुषपणे छळतात, त्याचं उदाहरण म्हणजे कौसल्याचं लग्न." (पृ. ४९) लेखिका आपपरभाव बाळगत नाही. जातीयवादी वृत्ती- ती कुठलीही असो, ती निषेधार्हच असते. म्हणूनच लेखिका म्हणते, 'प्रश्न जातीचा नाही, वर्गाचा नाही, तर वृत्तीचा आहे. अन्याय करणारी वृत्ती वर्गाची असो, वर्णाची, शासनाची असो की माणसाची; तिचा प्रतिकार करणे अपरिहार्य ठरते.' (पृ.१०) कुमुद पावडेंची आत्मकथा रूढार्थाने आत्मकथेच्या साच्यात बसणारी नाही. प्रासंगिक लेखाच्या स्वरूपात हे लेखन केले आहे. पण ह्या लेखनाला आत्मतेज लाभले आहे. कुमुद पावडेंचे लेखन हे ललित अंगाने उलगडत जाणारे विचारप्रवर्तक स्वकथन आहे. 'आऊटसाईडर... मी' ह्या लेखात त्यांच्या ललित लेखनाची वैशिष्ट्ये प्रकट झालेली आहेत. 'बंधनाच्या पलीकडे' ह्या लेखाच्या शेवटच्या ओळीही पाहण्यासारख्या आहेत. 'त्या पोरीच्या कौतुकानं माझ्या शरीराचा अणुरेणु विस्मित बनलाय. हिच्या कोणत्या गुणानं मी एवढी प्रभावित झाले? हिचं प्रियकराविषयी असलेलं मनोमय प्रेम की श्रद्धा की, सीमांत नसलेला विश्वास? एक आगळी जिद्द, दुर्दांत की स्वाभिमान, निश्चयी खंबीरपण की नव्या युगात बंधनाच्या पलीकडे सहजपणे जाणाऱ्या नव्या स्त्रीचा हा समर्थ आविष्कार?' (पृ. ४२)

कुमुद पावडे ह्यांची 'अंत:स्फोट' ही आत्मकथा छोटी असली तरी लेखिकेच्या भावस्वभावामुळे ती प्रदीर्घ काळ स्मरणात राहणारी आहे. ◆◆◆

६

गबाळ

'गबाळ' हे दादासाहेब मल्हारी मोरे ह्यांचं आत्मकथन आहे. महाविद्यालयात शिकणाऱ्या विद्यार्थ्याने लिहिलेलं हे आत्मकथन आहे. खऱ्या अर्थाने ज्याच्या आयुष्याची सुरुवातच झाली नाही, अशा माणसाची ही कथा आहे. भीक मागून आणि भविष्य सांगून जगणाऱ्या कुडमोड्या जोशी ह्या जमातीची ही व्यथा आहे. भटक्या जमातींतली ही एक जमात. सतत भटकून, गावोगाव फिरून, भीक मागून जगणारी ही जमात आहे. अशा जमातीमधल्या एका कुटुंबात दादासाहेब ह्या मुलाचा जन्म झाला आहे आणि हा मुलगा आपल्या शिक्षणाविषयी आणि आपल्या जमातीविषयी कुडमोड्या जोश्याने जसे भविष्य सांगावे त्या लयीत आपले भूत, भविष्य आणि वर्तमान सांगतो आहे. पंचविशीतल्या तरुणाने आपल्या जीवनाकडे ज्या सांगोपांग नजरेने पाहिले आहे, ते थक्क करणारे आहे. दादासाहेब आपले आत्मकथन लिहिताना जीवनातले बारीक सारीक तपशीलही विसरले नाहीत. त्यांची आत्मकथा ही त्यांच्या प्रतिभेची आणि स्मरणशक्तीची गाथाच आहे. दैनंदिन जीवनात उठल्यापासून ते झोपेपर्यंत कराव्या लागणाऱ्या उपद्व्यापाची, उठाठेवीची आणि कुतरओढीची सगळी जंत्री 'गबाळ'मध्ये वाचायला मिळते.

'गबाळ' म्हणजे ह्या जमातीचा संसारच. ज्या 'गबाळा'ला लौकिक अर्थाने काडीचीही किंमत नाही. लेखकाने आपल्या जीवनाला 'गबाळ' असे नाव दिले आहे. हे अतिशय समर्पक असे शीर्षक आहे. ज्या जीवनाला काडीचीही किंमत नाही, जगण्यासाठी दारोदार जाऊन भीक मागावी लागते आणि ह्या भिकेवर जगावे लागते, अशा भुकेकंगाल आयुष्याची ही आत्मकथा आहे.

दादासाहेब मोरे एकीकडे कुडमोड्या जोशी जमातीचं लादलेलं जगणं जगताहेत, तर दुसरीकडे ह्या धुळीतून सोनं होण्यासाठी अव्याहत धडपड करताहेत. लेखकाच्या कवडीमोल जगण्यातून अट्टहासाने आयुष्याला गवसणी घालणारी जिद्द उलगडत

जाते. दादासाहेब मोरे स्वत:विषयी आणि स्वत:च्या शिक्षणाविषयी जसे सांगतात, तसे संबंध कुडमोडे जोशी जमातीला जगाव्या लागणाऱ्या दु:खाची कथाही सांगतात. ते म्हणतात, "माझ्या 'गबाळ' या आत्मकथनात मी जे आतापर्यन्त अनुभवलं, त्याचं वास्तव चित्रण चित्रित केले आहे." (लेखकाचे मनोगत) 'गबाळ'मधील हे वास्तव गबाळाप्रमाणेच आहे. भटक्या जमाती कशा प्रकारचे उद्ध्वस्त जीवन जगतात ह्याचे अंतर्मुख करणारे, भेडसावणारे आणि सुन्न करणारे वास्तव या आत्मकथेत व्यक्त झाले आहे. हे वास्तव भयावह आणि अंगावर शहारे आणणारे आहे. दारिद्र्य, भूक आणि प्रचंड दु:ख घेऊन जगणाऱ्या अस्ताव्यस्त आयुष्याची घालमेल वाचकांना अस्वस्थ करणारी आहे.

दादासाहेब मोरे आपल्या अनघड आयुष्याचे गाईड झाले आहेत आणि ते वाचकांना प्राचीन स्थळांचे रहस्य आणि माहिती समजावून सांगावे अशा आविर्भावात आपली आत्मकथा सांगत आहेत. प्रत्येक बाब तपशिलाने सांगत आहेत. आपल्या दारिद्र्याचे तपशील समजावून सांगत आहेत. आपल्या भुकेची आग कथन करत आहेत. आपल्या दु:खाची दग्ध कहाणी समजावून सांगत आहेत. आपल्याला जगाव्या लागलेल्या अपमानाची, संघर्षाची आणि विचित्र वास्तवाची धग समजावून सांगत आहेत. त्यामुळे त्यांच्या कथनामध्ये स्वसमाज आणि त्याच्या दु:खाचा पसारा प्रामाणिकपणे व्यक्त झाला आहे. लेखकाने सवर्ण समाजाला आपल्या आयुष्याची परवड समजावून सांगितली आहे. त्याच्या आत्मकथेतील पुढील ओळी वाचल्या की ह्याचे प्रत्यंतर येईल. 'दोन काट्यावर पोती टाकून तयार केलेलं पाल म्हणजेच त्यांचं घर. पालासमोर तीन दगड आणून ठेवायचे, रानातून लाकडं- गवऱ्या गोळा करून आणावयाच्या आणि त्या तीन दगडांमध्ये घालून पेटवायाचे, तीच त्यांची चूल.' (पृ. २) लेखक आपल्या सभोवतालचा वाचकाला अशाप्रकारे परिचय करून देताना दिसतो. जवळजवळ सगळ्याच आत्मकथांची ही कथनशैली आहे. दलित लेखक आपले अनुभव कथन करताना हे अनुभव प्रस्थापित समाजाला नवीन आणि न कळणारे आहेत हे गृहीत धरत असतो. आपली आत्मकथा प्रस्थापित समाज वाचणार आहे, हीही त्याची पक्की समजूत असते. आपले दु:ख, व्यथा, वेदना आणि समस्या प्रस्थापित समाजाला कळली पाहिजे ही त्याची धडपड असते. ह्यामुळे तो तीन दगडांची चूल म्हणजे काय? पाल म्हणजे काय? हे समजावून सांगताना दिसतो. खरेच आहे, दलितांचे जगणे हे आजवर साहित्याचा विषय झाले नव्हते. अशा अनभिज्ञ जगण्याची वाङ्मयीन अभिव्यक्ती ही अशीच असली पाहिजे. दलितांच्या दु:खाचे पदर आणि जगण्यातली आर्तता ही भयव्याकूळ भावना आहे. लेखकाने आपले जगणे कथन केले आहे. त्यात कसली आणि कोणाविषयी

चीड नाही. चीड व्यक्त झाली असेलच तर ती स्वत:विषयी आणि आपल्या परिस्थितीविषयी व्यक्त झाली आहे. सुडाचा लवलेश नसलेली, आपल्या परिस्थितीवर मात करणारी ही प्रांजळ कबुली आहे.

कुडमोडी जोशाला स्वत:चे भविष्य नाही, पण तो जगाचे भविष्य सांगत फिरतो. भविष्य सांगणे हा त्याच्या उदरनिर्वाहाचा धंदा आहे. कुडमोडे जोशी स्वत: फाटका आहे, भुकेला आहे, पण तो जगाला कल्याणाची स्वप्नं वाटताना दिसतो. तो म्हणतो, 'तुझ्या घरी सुख निर्माण करतो, तुझ्या संपत्तीत बरकत आणतो, तुझ्या मुलांनी तुझं ऐकावं असं करतो, घरातील भांडणं मिटवतो; पण त्यासाठी जीवदान म्हणून एक कोंबडी पाहिजे' (पृ.६) कुडमोडे जोशी जगाला फसवत आहे की स्वत:ला फसवत आहे? त्याचे उत्तर तो कोणालाच फसवत नाही. ही जगरहाट आहे. त्याने भविष्य सांगावे आणि लोकांनी त्याच्याकडून भविष्य ऐकावे. हे भविष्य खरे की खोटे ह्याची चिकित्सा करणे व्यर्थच. तो जगाला थाप मारतो आणि जगही त्याच्या थापेवर विश्वास ठेवतं. ही जगाची भाबडी समजूत आहे. ह्या भाबड्या समजुतीसाठी एका कुडमोडे जोशी ह्या जमातीची निर्मिती केली आहे. पहाटेचा पहिला कोंबडा आरवल्यापासून ते सूर्य उगवेपर्यंत हा पिंगळा जोशी गावात फिरून भीक मागतो. लोकांनाही वाटतं, ह्या कुडमोडी जोश्याला पिंगळा पक्ष्याची भाषा येते. पिंगळा जे ओरडतो ते कुडमोडे जोशी आपल्याला सांगतो. आपल्या भल्या-बुऱ्याचे गुपित त्याच्याजवळ आहे ही पिढ्यान्‌पिढ्यांची समजूत गावातल्या लोकांची आहे.

दादासाहेब जेव्हा सात वर्षांचे होतात, तेव्हा त्यांना भीक मागायला पाठवले जाते. त्यांना भीक कशी मागायची हे शिकवले जाते. दादासाहेबांना त्यांचे वडील सांगतात, 'जय चालतंया...लक्ष्मी पावतीया...द्वंद्व वाढतंया...येस मिळतंया... मावशी एक भाकरीचा तुकडा द्या.' असं म्हणायाचं 'आणिक भाकरीचा तुकडा दिल्याशिवाय ततनं हालाच न्हाय... तसंच मागत उभा ऱ्हायाचं...आन कुत्र्यावर ध्यान ठेवत जा... कुत्र..बित्र चावाला आलं तर...फोक आडवी धारायची, त्येला माराचं न्हाय... कुत्र्याच्या म्होरं पळाचं न्हाय...हळू हळू जायाचं...नीट ध्यानात ठिव' (पृ.१५) वडील आपल्या मुलाला भीक कशी मागायची हे समजावून सांगतोय, कारण भीक मागणं हेच त्यांचं जगणं आहे. त्यामुळे तो आपल्या जगण्याचं एकप्रकारे, तत्त्वज्ञानच सांगतो आहे.

'गबाळ' हे दादासाहेब मोरे ह्यांच्या पदवीपर्यन्तच्या शिक्षणाची माहिती सांगणारे आत्मकथन आहे. लेखकाने पुस्तकाची पहिली शंभरे पृष्ठे ही आपल्या इयत्ता चौथी पास होण्यापर्यंतच्या जीवनावर खर्च केली आहेत. चौथी पास होण्यापर्यंतचं हे शंभर पृष्ठांचं कथन अस्वस्थ करणारं आहे. चौथी पास झालेल्या मुलाची

आत्मकथा काय असू शकते, ते ह्या शंभर पानांत कळेल.

कुडमुडे जोशी ही जमात भटकणारी आहे. ती एका ठिकाणी स्थिर राहत नाही. त्यामुळे त्यांच्या मुलांच्या शिक्षणाची परवड होते. सतत भटकावे लागल्याने ह्या जमातीच्या मुलांना एका शाळेत राहून शिकता येत नाही. त्यामुळे शिक्षण ही त्यांच्यासाठी अडचणच ठरली आहे. आपलं गबाळ घेऊन गावोगाव भटकणाऱ्या जमाती शिक्षणापासून कशा वंचित आहेत, ज्ञानविज्ञानापासून कशा दूर आहेत, स्वातंत्र्य आणि स्वराज्यापासून कशा अनभिज्ञ आहेत ह्याचा पुरावा देणारे हे आत्मकथन आहे. लेखक म्हणतो, 'माझे नाव दादासाहेब, दुसऱ्याचे नाव आबासाहेब तर तिसऱ्याचे नाव तात्यासाहेब. सर्वजण साहेबच होते. परंतु हे साहेब भाकरीच्या तुकड्यासाठी दररोज कितीतरी घरांसमोर थाटल्या, भगुली घेऊन उभे राहात होते.' (पृ.८९) नावात साहेब, पण प्रत्यक्षात भिकारी अशी ही अवस्था आहे.

लेखक आपल्या जीवनाविषयी लिहितो. 'दिशाहीन वाऱ्याप्रमाणे आमचे जीवन वाहू लागले. पालं काढणे, ओझी लादणे, एका गावाहून दुसऱ्या गावाला जाणे सुरू झाले. उघडीनागडी, बोडकी पोरं रडायची. हातात थाटल्या, भगुली घेऊन दारोदार मागत फिरत होतो. लहान विद्रूप दिसणाऱ्या पोरांना कुत्री चावत होती. मी शालेय जीवनातून लाचार जीवनात प्रवेश केला होता. (पृ.१०४) पालं काढणे, ओझी लादणे, कुत्री ओढीत घोडी हाकलीत दुसऱ्या गावाला जाणे सुरू झाले. (पृ.११२) थोडे दिवस घोड्याच्या पाठीवर तर थोडे दिवस शाळेत. सुट्टी आली की मी गबाळाकडे जाण्यास धडपडत होतो. (पृ.१०५) लोक वयतागल्याती. कोण सुदीक भीक वाढत न्हाय. उगचंच कसंतरी जगतूया.' (पृ.११५) गबाळ-मधलं लेखन, बोलीभाषा आणि प्रमाणभाषा ह्यांच्या सरमिसळीतून प्रकट झालं आहे. लेखकाने आपल्या रोजच्या जगण्यातील बारीकसारीक तपशील आपल्या लेखनात पेरले आहेत. त्यामुळे हे लेखन जगण्यातले सूक्ष्म धागे पकडून एक आयुष्य आत्मकथेच्या रूपात विणताना दिसते.

पांडुरंग आजोबाचं मरणं असो, विमलचं बाळंत होणं असो, दादासाहेबाला कुत्र्याने चावणे असो, रात्री स्मशानात राहाणं असो, १९७२ च्या दुष्काळाची झळ असो की इंदिरा गांधीच्या काळातील कुटुंब नियोजनाची धडक मोहीम असो, लेखकाने ह्याचे तंतोतंत चित्रण केलं आहे. दारिद्र्यात जगतांना होणारी माणसाची दैना आणि उपासमार ह्याचं जिवंत चित्रण 'गबाळ'मध्ये झालेलं आहे. पंचवीस वर्षांच्या लेखकाने हे सगळं कमालीच्या ताकदीनं व्यक्त केलं आहे.

दुष्काळामुळे मानका आजीला दादासाहेबाला जेवणाचा डबा पाठवणे जमत नाही. ती हतबल होते. तेव्हा लेखक आपल्या आई-वडिलांचा शोध घेण्यासाठी

जतहून निघतो. लेखकाने आपली शाळा सोडून आपल्या आई-वडिलांचा शोध घेण्यासाठी उपाशीतापाशी जो पंधरा दिवस प्रवास केला आहे, तो हादरवून सोडणारा आहे. जत ते इचलकरंजी आणि तेथून मिरज असा हा प्रवास आहे. इतक्या लहान वयात लेखक उपाशी भटकतो. हा त्याच्या आयुष्यातला वनवास आहे. लेखकाला त्याची आई भेटण्याचा प्रसंग हा काळजाला भिडणारा आहे. माय-लेकाची ही भेट विश्व साहित्यातही दुर्मिळच ठरेल. 'गबाळ' मधलं कुडमोडे जोशी या जमातीचं जगणं एकीकडे दारिद्र्य, उपासमार ह्याने भरडलं आहे, तर दुसरीकडे अंधश्रद्धा आणि व्यसनांनी लदबदलं आहे. अज्ञान, निरक्षरता, अंधश्रद्धा आणि पराकोटीचे दारिद्र्य ह्याने ही जमात नागवलेली दिसते. अशा गर्तेत जन्मूनही लेखक शिक्षणाच्या ध्यासाने पेटला आहे. त्याचे आई-वडील आणि त्याच्या दोन आजी ह्यांच्यामुळे तो शिक्षण घेऊ शकला. त्याला मिळालेले शिक्षक, सोबती त्याची उमेद वाढवणारे आहेत. त्यामुळेच लेखकाच्या जिद्दीला जगण्याचे मूर्त स्वरूप लाभले आहे.

कुडमोडे जोशी ह्या जमातीच्या दुःखाची आणि त्यांच्या दारिद्र्याची कथा सांगणारी ही आत्मकथा एका शोकांतिकेच्या लयीत व्यक्त होत राहते आणि प्रत्येकाला 'जय चालतया...लक्ष्मी पावतीया...द्वंद्व वाढतया...येस मिळतया,' अशी स्वप्नं वाटत राहते. त्यामुळेच 'गबाळ' वाचून दुःखाने पिचलेल्या, जीवनाला कंटाळलेल्या, नैराश्याने ग्रासलेल्या तमाम जिवांना एक धीरोदात्त जगण्याचा पर्याय मिळतो.

◆◆◆

७

आभरान

'आभरान' ही पार्थ पोळके ह्यांची आत्मकथा आहे. दलितांमध्ये देवाला मुलं वाहण्याची प्रथा आहे. देवाला मुलगी वाहिली की ती 'देवदासी किंवा मुरळी' म्हणून जगते. देवाला मुलगा वाहिला की तो 'पोतराज किंवा वाघ्या' म्हणून जगतो. ह्या अनिष्ट प्रथेवर 'आभरान' ह्या आत्मकथेनं प्रहार केलेला आहे. 'आभरान' म्हणजे पोतराजाचा वेश. पोतराज जेव्हा देवाच्या नावाने भीक मागायला निघतो, तेव्हा तो आभरान नेसतो. पोतराज झालेली व्यक्ती केस राखते. ही प्रथा केवळ दलित समाजामध्येच आहे. आंबेडकरी चळवळीमुळे अशा अनिष्ट प्रथा नाकारण्यात आल्या. अनेकांनी आपले केस कापले. घरातील देवदेवता उकिरड्यावर फेकून दिल्या. 'आभरान' ह्या आत्मकथेमध्ये पोतराजाची परंपरा खंडित होताना दिसते.

दलित आत्मकथांमुळे आत्मकथा व्यक्तीची की समाजाची हा प्रश्न ऐरणीवर आला. आत्मकथा, आत्मचरित्र आणि चरित्र हे वाङ्मय प्रकार व्यक्तिप्रधान असे आहेत. पण दलित आत्मकथांना प्रातिनिधिक स्वरूप लाभलेले दिसते. लेखक ज्या जाती-जमातीचा असेल, त्या जाती-जमातीविषयी तो विस्ताराने बोलतो. त्याला स्वत:च्या निमित्ताने आपल्या समाजाची व्यथा-वेदना जगाच्या वेशीवर टांगायची असते. लेखक ज्या जातीत जन्मला आहे, त्या जातीचे प्रश्न त्याला महत्त्वाचे वाटतात. आत्मकथेतल्या अनुभवांच्या तळाशी वेदना आणि समस्यांचा सांगाडा असतो. पार्थ पोळकेही आपल्या आत्मकथेमधून 'पोतराज' ह्या अनिष्ट प्रथेविरुद्ध समाजामध्ये चीड निर्माण करण्याचा प्रयत्न करतात. दलित आत्मकथांचे लेखन हे सहेतुक झालेलं आहे. आपल्यावर झालेल्या अन्यायाच्या ह्या करुण कहाण्या आहेत.

पोळकेंनी आपल्या मनोगतामध्ये म्हटले आहे, 'माझा बाप पोतराज होता. पोतराज अंगावर रंगीबेरंगी खणाच्या चिंध्या आणि कपडे नेसतात. त्याला 'आभरान' म्हणतात. आभरान म्हणजे इथल्या व्यवस्थेनं पोतराजाला दिलेली राजवस्त्रंच.

सगळ्या आयुष्याच्या चिंध्या करायला लावणारी. हे आभरान नेसून स्वतःच्या अंगावर चाबकाचे फटके मारून घेत माझा बाप आबा दारोदारी आमच्यासाठी भीक मागत राहिला. या आभरानातच आयुष्यभर खुरडत-खुरडत जगला आणि मरून गेला. इथल्या व्यवस्थेने शांतपणे घेतलेल्या कित्येक बळींपैकी एक बळी, माझा आबा. जे आभरान आबांना आयुष्यभर अंगावरून उतरवता आले नाही, ते आज मी उतरवून त्याची होळी करत असतानाही मन आतल्या आत आबाच्या आणि बाईच्या आठवणींनी प्रचंड अस्वस्थ आहे.' (आभरान उतरवताना) पोळकेंच्या मनोगतामधली मानसिकता ही प्रातिनिधिक आहे. सर्वच दलित लेखक हा सूर आळवताना दिसतात. आपले आई-वडील हे व्यवस्थेचे बळी आहेत ही जाणीव सर्वच आत्मकथांमध्ये व्यक्त झालेली आहे. त्याचबरोबर पूर्वजांनी जे निमूटपणे सहन केलं, ते नाकारण्याची प्रवृत्ती ह्या आत्मकथांमधून व्यक्त झालेली आहे. पुढे पोळके म्हणतात, 'हे आमच्या वाट्याला का आलं? ह्याचा जाब मात्र विचारावासा वाटतो.' प्रत्येक दलित लेखक असा जाब विचारताना दिसतो. जणू प्रस्थापित व्यवस्थेला जाब विचारण्यासाठीच ह्या आत्मकथा लिहिलेल्या दिसतील. दलित लेखकाच्या दुःखापेक्षा त्यांच्या पूर्वजांचे दुःख प्रचंड आहे. दलित लेखकाच्या आईवडिलांनी ह्या आत्मकथा लिहिल्या असत्या तर..? असा विचार सुज्ञ वाचकाच्या मनात डोकावल्याशिवाय राहात नाही. प्रत्येक दलित आत्मकथा ही शिक्षणाच्या प्रचंड ध्यासाने झपाटलेली आहे. लेखकाने शिक्षण घेताना प्रतिकूल परिस्थितीविरुद्ध दिलेली झुंज दिसते. बाबासाहेब आंबेडकरांनी 'शिका, संघटित व्हा आणि संघर्ष करा' असं म्हटलं होतं. त्याचं प्रत्यंतर ह्या आत्मकथांमध्ये पाहायला मिळतं.

'आभरान' ही आत्मकथा सर्वसामान्य दलितांच्या जीवनाचं चित्रण करणारी आहे. अन्य दलित आत्मकथांमधला अंगावर येणारा अनुभवांचा वेगळेपणा ह्या आत्मकथेत नाही. ज्याच्या घरात पोतराजाची परंपरा आहे, त्या घरातला एक तरुण पोतराज होण्याऐवजी शिक्षण घेतो. हातात कोरडा घेण्याऐवजी लेखणी घेतो आणि त्याचं जीवन बदलून जातं. 'पोतराज' ही परंपरा माणसाला कशी भिकारी बनवते आणि शिक्षण माणसाला कसे समर्थ करते, ह्याचं उदाहरण म्हणून 'आभरान'चा उल्लेख करता येईल.

पार्थ पोळके हा एक सामान्य दलित विद्यार्थी आहे. तो नापास होतो, कॉप्या करतो, तरीही जिद्दीने शिकत राहातो. शिकताना कुस्त्यांच्या स्पर्धांमध्ये भाग घेतो. शरीर दणकट असल्याने इतरांबरोबर दांडगाई करतो. शिक्षण घेता-घेता नोकरी करतो. शिक्षण घेता-घेता प्रेम करतो. त्याचा आंतरजातीय विवाह होतो. अशी साधी, सोपी, सरळ आत्मकथा आहे. बिकट परिस्थितीशी झुंज देत पोळके आपलं

शिक्षण आणि प्रेम पूर्ण करताना दिसतात. ह्या आत्मकथेत अनेक सामान्य अनुभवांची जंत्री आहे. त्यामुळे आत्मकथेत व्यक्त होणाऱ्या अनुभवांविषयीच प्रश्न निर्माण होतो.

आत्मकथा लिहिणाऱ्यांचे आयुष्य हे चारचौघांपेक्षा वेगळे असते. आत्मकथेमध्ये व्यक्त झालेले अनुभवही सामान्य अनुभवांपेक्षा असामान्य अनुभव असतात. अशा असामान्य अनुभवांमुळे वाचक झपाटून जातो. त्याला काहीतरी वेगळे वाचल्याची जाणीव होते. 'आभरान'मधील पोतराज हा चारचौघांपेक्षा वेगळा आहे आणि ह्या पोतराजाचे अनुभवही वेगळे आहेत. तरीही ते झपाटून टाकत नाहीत. सामान्य व्यक्ती, सामान्य आयुष्य आणि सामान्य अनुभव ह्यांच्या आधारे लेखकाने असामान्य जीवन जगण्याचा प्रयत्न केलेला आहे. त्याने परंपरेविरुद्ध विद्रोह केला आहे. येथे परंपरेचा पराभव झाला आहे आणि व्यक्तीचा विजय झाला आहे. हे ह्या आत्मकथेचे महत्त्वाचे योगदान आहे. लेखक कार्यकर्ता होताना दिसतो. इतरांवरील अन्यायाला वाचा फोडताना दिसतो. पण पुढल्या काळात पोतराज ह्या अनिष्ट प्रथेविरुद्ध त्याने चळवळ केलेली दिसत नाही.

'आभरान' ही आत्मकथा बोलीभाषेत लिहिली आहे. शेवटचा भाग हा प्रमाणभाषेकडे झुकताना दिसतो. दलितांचं समाजविश्व ही बोलीभाषा समर्थपणे व्यक्त करू शकते हे जसं खरं आहे, तसं दलितांचं पांढरपेशे जीवन ती समर्थपणे पेलू शकत नाही, हेही तितकंच खरं आहे. अनेक दलित लेखकांच्या आत्मकथेची सुरुवात बोलीभाषेने होते. शेवट मात्र प्रमाणभाषेने होताना दिसतो. दलित लेखक आपल्या बालपणात जितका रमतो, त्याविषयी विस्ताराने लिहितो, तितका तो समकालीन जीवनाविषयी लिहिताना दिसत नाही. 'आभरान'मध्येही असं घडताना दिसतं.

पार्थ पोळकेंच्या आयुष्यापेक्षा आबा आणि बाईचं जीवन अधिक कष्टप्रद आहे. त्यामुळे पोळके आबा आणि बाईच्या मृत्युप्रसंगी मोडून पडताना दिसतात. आई-वडिलांच्या मृत्यूने ते व्यथित होतात. पैलवानी मनातला हा हळुवार कोपरा जान्हवीच्या प्रेमातही उठून दिसतो. पोळकेंचे भाऊ आई-वडिलांइतकेच मोठे आहेत. त्यांनीही पार्थला मनापासून मदत केली आहे. 'आभरान' वाचल्यानंतर पार्थ पोळकेची दांडगाई लक्षात राहते, आबा आणि बाईने खाल्लेल्या खस्ता लक्षात राहतात, निवडणूक जिंकलेल्या भावाची न निघालेली मिरवणूक लक्षात राहते, 'थोडं थांब' म्हणणाऱ्या जान्हवीच्या आईचा आक्रोश लक्षात राहतो, लेखकावर पदरमोड आणि आयुष्यमोड करून प्रेम करणारी लेखकाची पत्नी लक्षात राहते. सगळ्यात महत्त्वाचे म्हणजे माणसाने देवाला लाथ मारली तरी देव त्याचे काहीही बिघडवू शकत नाही हे सत्य कळते. 'आभरान' ही देवाला झुगारून देणारी आत्मकथा आहे.

◆◆◆

८

रानभैरी

'रानभैरी' ही गुलाब वाघमोडे ह्या 'वैदू' जमातीतल्या तरुणाची आत्मकथा आहे. हा तरुण महाविद्यालयीन शिक्षण घेणारा आहे. इतक्या कमी वयात त्याला जे भोगावं लागलं आहे, ते वाचकांचं हृदय विदीर्ण करणारं आहे. म्हणूनच गुलाब वाघमोडेंनी आपल्या मनोगतामध्ये म्हटले आहे, 'एवढ्या लहान वयात माझ्या जीवनाची येवढी शोकांतिका होऊ शकते, हे कुणाचं पाप म्हणून आम्ही सांगावं?' (पृ. निवेदन) गुलाब वाघमोडे ह्यांचं दुःख भयानक आहे. ही व्यवस्था किती रानटी आहे आणि माणसाबरोबर कसं पशुतुल्य वर्तन करते, ह्याचं प्रांजळ कथन 'रानभैरी' मध्ये व्यक्त झालं आहे.

'रानभैरी' ही गुलाब वाघमोडे ह्यांची जशी आत्मकथा आहे, तशी ती किंबहुना त्यापेक्षाही अधिक ही आत्मकथा लेखकाच्या वडिलांची आहे. लेखकाचे वडील तात्या, लेखकाने त्यांना 'अब्बा' असे संबोधले आहे. लेखकाची आई सीताबाई, आत्मकथेत त्यांचा उल्लेख 'आय' असा आहे. लेखकाचे दोन भाऊ शंकर आणि लेखकाची बहीण कमल असा हा परिवार आहे. 'रानभैरी' ही ह्या वैदू परिवाराची आर्त कहाणी आहे. ही आत्मकथा वैदूंच्या दुःखामुळे जशी लक्षात राहाते, तशी ती ह्यातल्या बोलीभाषेमुळेही लक्षात राहाते.

वैदू ही जमात गावोगाव फिरून लोकांवर उपचार करते. ही जमात म्हणजे गावगाड्यातला फिरता दवाखानाच आहे. अब्बा हे रानावनात जातात. झाडपाला गोळा करतात आणि गावोगावी फिरून रोग्यांवर उपचार करतात. हा त्यांचा पिढीजात व्यवसाय आहे. रोग्यांवर उपचार करून त्या बदल्यात अन्नधान्य घेणे आणि त्यावर गुजराण करणे असा त्यांचा जीवनक्रम आहे. अब्बा रस्त्याने जाताना ओरडत फिरतो.

'तुमड्या काढणार वैद

अवषीध देणार वैद
वाईला अवषीध, वाताला अवषीध
गजकरणाला अवषीध, नायट्याला अवषीध' (पृ.९)

अब्बा हा चलाख आहे. तो पुढच्या रोग्याला बरोबर आपलासा करतो. रोगीही त्याच्यावर विश्वास टाकतो. अब्बा त्याला तुमड्या लावतो, डागण्या देतो, औषध देतो. तो रोग्याला म्हणतो, 'आरं काय काळजी करू नगस. आत्ताच्या आत्ता तुला मोकळं करतो. डॉक्टराचं काय हाय, मागत्याल तेवढं पैसे घित्याल. सुई टोचत्याल. आन जा म्हणत्याल. हा वैद्याय हाय. इमानी हाय. आसलीचा कांदा हाय. आरे आगूदर काय डॉक्टर हुती व्होय? आमीच व्हतू की' (पृ.१०) अब्बा अशा प्रकारे रोग्याच्या वेदनेवर फुंकर घालताना दिसतो. अब्बाने जगण्यासाठी जी मरमर केली आहे ती काळजाला भिडणारी आहे. अब्बाची पत्नी सीताबाई मरेपर्यन्त अब्बा हलाखीत जगत असला तरी भरकटत नाही. पत्नीच्या निधनानंतर अब्बाची हळूहळू पडझड होताना दिसते. अब्बा दुसरे लग्न करतो. दुसरी बायकोही मरते. अब्बा दुःख झेलीत जगत राहतो. अब्बाच्या दोन्ही बायका पोटात दुखल्यामुळे मरतात. ह्याचे कारण उष्टे आणि शिळे अन्न खाणे हेच असू शकते.

अब्बाची मुलगी कमली घरोघरी जाऊन, नाचून, गाणे म्हणून भीक मागताना दिसते.

हे पोरी तुझं नाव काय?
शेवंती
फुलाचं झंपर ली म्हणती
सायब नवरा कर म्हणती
आगनगाडी कुलूप
दही दही चटकं
आंबो...ह...ट्या.' (पृ.२०)

कमळी शेवटच्या शब्दाला छातीवर मारून घेई आणि भिकेसाठी झोळी पुढे करी. तिचं गाणं ऐकून आणि लहान वय पाहून लोक भीक वाढत. लेखकाची आईदेखील अशीच गाऊन भीक मागताना दिसते.

'वाढ गो माय...
बाब्याची आय वाढ ग...
धोंड्याची आय वाढ ग..
सोन्याची आय वाढ ग..
बाळ्याची आय वाढ ग...

वाढ माय वाढ शिळं पाकं असलं तर..

लेकरु होईल' (पृ.१४)

भीक मागून आलेल्या उष्ट्या आणि शिळ्या अन्नावर ही जमात जगते. भीक मागणाऱ्या माणसाच्या गळ्यातलं गाणं आणि त्यात ठिबकणारी वेदना ही जावे त्याच्या वंशा तेव्हा कळे. कोणी भीक वाढत नाही. लोक भिकाऱ्यांना दारापुढून हाकलतात. शिव्या देतात. तरीही भीक मागितल्याशिवाय जगता येत नाही, अशी ही लाचारी आहे. लेखक भीक मागायला जात असतो.

लेखकाची आय फिरताना ओरडत जाते. ती म्हणते,

'फुलं घे, सूया घे, पोत घे बाई

लान लेकराला वाळं घे, मनगाट घे

आंगठी घे बाई... (पृ.५६)

लेखकाची आई रस्त्याने फिरून सुया, पोत, फुलं, वाळं, मनगाट आणि आंगठी विकताना दिसते. वैदू स्त्री म्हणजे गावगाड्यातील फिरते जनरल स्टोअर्स आहे. ह्या वैदू स्त्रिया भीक मागण्यासाठी जेव्हा गावात जातात, तेव्हा त्यांची विटंबना होताना दिसते. गावात भीक मागत फिरणाऱ्या स्त्रीवर गावगुंडांचा डोळा असतो. अशी स्त्री भीक मागून परतताना तिला वाटेत अडवून तिच्यावर पाशवी अत्याचार केला जातो. असा प्रसंग 'रानभैरी'त आहे. लेखकाच्या आईचीही कुचेष्टा होताना दिसते.

भीक मागणाऱ्या चिनकाबाईला रस्त्यात अडवून गावातले लोक तिच्यावर बलात्कार करतात. हा प्रसंग वाचताना वाचक व्यथित होतो. तिचा आक्रोश सुन्न करणारा आहे. चिनकाबाईची सासू म्हणते, 'आवं हिला हेसान लावा हेसान, बैलागत. येच्याशिवाय ही आढळीण वटणीवर न्हाय यायाची. हिला आसं मोकळं सोडल्यावर ही माज आल्यागत करील. हिला पेटावलं मसणवाट्यात. हिनं आमच्या नाकाला डांबर फासला. हिला बांधा गाढवाच्या खुंट्याला.' (पृ.५४) चिनकाबाईची सासू असा तळतळाट व्यक्त करताना दिसते. तर चिनकाबाई म्हणते, "मी काय करणार? मागून झाल्यावर मी परतायाला लागली. दिस बुडून गेलता. लई उशीर झाला म्हणून मी धापा टाकत पळत येवू लागली. मी पळत असताना दोघ्या गड्या माणासांनी मला बघितलं. रानात आल्यावर त्यांनी मला आडावलं. मी घाबरून तेंला म्हणू लागले, सोडा हो सोडा. माझी लेकरं बाळ उपाशी हैती. नवरा-सासू-सासरा माझी वाट बघत असत्याल. पण त्यांनी मला न्हायं सोडलं. मी आरडावरडा करु लागली. तसी त्येनी माझी झोळी वढून त्येंच्या ताब्यात घेतली. अन् मला म्हणू लागली हे बघ, तू आमच्यापासी निजलीस तरच तुझी झोळी मिळल. न्हाय तर

जाळून टाकू भाकरीसकाट. त्येनी मला फडाफडा मारलं. लाताबुक्क्या घातल्या. त्येंच्यापुढं माझा काय इलाज चालला न्हाय. तेनी माझं तोंड दाबून उसात नेलं. ते माझ्यावर तुटून पडले.'' (पृ.५४,५५). एकीकडे वैदू स्त्रीचे शील आहे, तर दुसरीकडे तिची झोळी आणि भीक मागून मिळालेले भाकरीचे तुकडे. भीक आणि बलात्कार असे दोन पारडे आहेत.

'रानभैरीत' वैदू जमातीला कसले हीन प्रकारचे जीवन जगावे लागते, ह्याचे विदारक चित्रण झाले आहे. गुलाबचा भाऊही भीक मागताना दिसतो. त्याच वेळी तो डबे दुरुस्ती करण्याचेही काम करतो. तो गावातून जाताना ओरडत फिरतो.

'डबे करणार. चाळण्या करणार.
पेट्या बनवणार, झाकाण बसवणार.
गोल डब्बे. चवकून डबे.' (पृ.१८)

दारिद्र्याचे चटके किती भीषण असतात, ह्याचे चित्रण 'रानभैरी'च्या पानापानात झालं आहे. कवडीमोल आयुष्य जगणाऱ्या वैदू जमातीचं जीवन अस्वस्थ करणारं आहे. अंधश्रद्धा, व्यसन, कर्ज आणि दारिद्र्य यात हे जीवन भरडून निघालं आहे. अशाही परिस्थितीत लेखक शिकतो. त्याची शिकण्याची जिद्द, त्याला शिकवण्याची त्याच्या आई-वडिलांची जिद्द थक्क करणारी आहे. 'रानभैरी' ही वैदू जमातीच्या चिवट जगण्याची शोकांतिका आहे. अठराविश्वे दारिद्र्य अंगावर वागवत ही माणसं जनावरासारखं आयुष्य जगताना दिसतात. त्यांच्यापर्यंत लोकशाही आणि सुधारणा पोहोचली नाही. अन्न, वस्त्र, निवारा आणि पाण्यालाही ही जमात मोताद आहे. हा आपल्या समाजव्यवस्थेचा बीभत्स आणि विकृत असा चेहरा आहे. महाविद्यालयीन शिक्षण घेणाऱ्या एका वैदू विद्यार्थ्यांच्या जीवनात डोकावताना हजारो वर्षांची विषम आणि विकृत व्यवस्थाच नजरेला पडेल. ह्या व्यवस्थेने असंख्य मानवी समूहांना जनावरासारखे वागवले आणि तसा विचारही करायला शिकवला. ह्यासाठी यल्लाप्पा आणि अब्बा यांच्यात झालेला संवाद जाणून घेणं आवश्यक होईल.

यल्लाप्पा अब्बाला बोलला, 'च्यायला नशिबात एक बी गाव चांगलं लागंना. वाढा वाढा म्हणून तरपडून मेलू. पण कोणी वाढलं न्हाय. हितं भिकाऱ्या चाकाऱ्याला कुणी वळाखणारी माणसं नाहीत.'

अब्बांनी उत्तर दिलं. 'एक घर सुना तर दस घर पुना. या गावी न्हाय मिळालं, पण अजून उपासी मरणार न्हाय. द्याव आपल्या पाठीशी हाय. एक यळ दुनया उपासी मरल पण आपून शिळं तुकडं का होईना, खावून जगू. हितं दुस्काळ पडला तरी आपल्यासाठी द्यवानं म्हॉरलं गाव राखून ठिवलया.' (पृ.५९)

अब्बाच्या सुखी जगण्याचे तत्त्वज्ञान आहे. एक घर नाही तर दुसरं घर, एक

गाव नाही तर दुसरा गाव. भीकच मागून जगायाचं असल्याने इतकी चिंता करण्याचं कारण नाही, असा हा विचार आहे. लेखकाच्या आईचीही अशीच धारणा आहे. ती म्हणते, 'आरे अजून भिक मागून खाणारी भिकारी हाया. तेंच्या उष्ट्या माष्ट्या जेवनावरती आपून जगतूया. ती मोठी माणसं हायती. द्यवानं तेंला मोठ्या कुळामधी जलमाला घातलया. त्यामुळं आपून असंच राहायचं. सदान कदा आपली पायरी सांभाळायाची.' (पृ.७०) ही केवळ लेखकाच्या आईची मानसिकता नाही. ही समग्र बहिष्कृत वर्गाची मानसिकता आहे.

'रानभैरी' आत्मचरित्रातली मराठी बोलीभाषा प्रत्ययकारी, सहजपणे व्यक्त झालेली आणि वैदू जमातीच्या जगण्याचे संदर्भ असलेली आहे. लेखकाची भाषेविषयीची जाण उत्तम प्रकारची आहे. ही भाषा अकृत्रिम आणि प्रत्ययकारी आहे. कदाचित पांढरपेशा समाजाला असा प्रत्यय येऊ शकणार नाही. मला मात्र माझा भूतकाळ अस्वस्थ करताना जाणवला. आम्हाला गाढवावर लई मजा वाटायाची. (पृ.४) चल, माझ्या मागं तुझं गठूडं पुरलंय. मी मेल्यावर कुणाच्या मागं लागशील? कुणाच्या सावलीमागं पडशील? (पृ.१२) गप बाबा, तुझ्या हट्टाला आमचं काळिज जाळावं लागतंय. (पृ.१२) इतक्या रातच्याला तुमचं मडं पुरलंय व्हय आलाया वस्त्यांवर? (पृ.१३) आपून ज्या झोळीमधून बाहेर पडलू, त्या झोळीला लाता मारायच्या का? तीच तर आपली गंगा हाय नव्हं! (पृ.२१) आपून रानभैरी, वाघाला जसं कच्च्या मासात चव तसं आपल्याला शिळ्या भाकरीत चव पाहिजी. (पृ.२१) झोळीवर तेजी लई भकती. (पृ.२१) ह्यांनी तपलं नाव तपल्या आयच्या पोटातूनच उकरून आणलं बघा. (पृ.३२) दिल्याल सबद मोडू नका. थुकलेला थुका परत तोंडात घिऊ नका. (पृ.१११) इचार करून नुसतं छाताड फुटायाचं. (पृ.११४) दोन पैसे दिल्यावर भूत सुदीक घाव घिणार होतं. (पृ.११४) मला लई रुतल्यासारखं झालं. (पृ.११५) न्हाय तर तेला कधी तरी गाढवाच्या खुंटीला बांधलं असतं. (पृ.११७) तिची तळतळाट लागून आपून उंदरागत पटापट मरू. (पृ.११६) तिच्या बोलानं नाजूक हासलू. (पृ.१२१) दुःखाचं टपाल मला तिथंच घावासलं. (पृ.१२४) साळा कशानं सिकचिल? मूत पिऊन सिकचिल व्हय? (पृ.१२६) तुमचं मांस आमच्या हिथं गुतवा (पृ.१२७) मी चिवचिव करायचू. (पृ.१२७) माझी लाईन नुसती पोटावरती होती. (पृ.१४९) ही झोळी माझा आत्मा बनला. झोळीचे मोल समजले. (पृ.१५०) अशी अनेक वाक्ये आहेत. ती तपशिलांसह समजून घेण्यासाठी प्रस्थापित व्यवस्था आणि वैदूचं जगणं समजावून घ्यावं लागेल. लेखकाची आपल्या भाषेवर पकड आहे. त्यामुळे 'रानभैरी' त्यातल्या वेदनेमुळे जशी लक्षात राहाते, तशी ती त्यातल्या भाषेमुळेही लक्षात राहते. ह्या आत्मकथेतल्या जातपंचायतीच्या

बैठकांमधून भाषावैभव तळपताना दिसतं. ह्या जातपंचायती म्हणजे वादविवादाचे आखाडेच आहेत.

मढीची यात्रा असो किंवा जेजुरीची यात्रा, लेखकाने ह्याचं वर्णन अत्यंत जिवंतपणे केलं आहे. मांजराची शिकार असो की सायाळाची शिकार, लेखकाने ह्या प्रसंगांचं हुबेहुब चित्र रेखाटले आहे. वहिनीचे प्रेम असो की दुसऱ्या आईची माया, लेखकाने आत्मीयतेने ह्याचं वर्णन केले आहे. लेखकाच्या आईचा मृत्यू असो की कमलीचं सासरी जाणं असो, लेखकाने आपल्या भावना अत्यंत बोलक्या शब्दांतून व्यक्त केल्या आहेत. अब्बा ही व्यक्तिरेखा अत्यंत प्रभावीपणे रेखाटली आहे. त्यामुळे 'रानभैरी' ही उत्तम 'भाषिक कलाकृती' झाली आहे.

◆◆◆

९

काट्यावरची पोटं

उत्तम बंडू तुपे यांच्या 'काट्यावरची पोटं' ह्या पुस्तकाला आनंद यादव ह्यांची प्रस्तावना आहे. आनंद यादव ह्यांनी प्रस्तावना लिहिताना उत्तम बंडू तुपे ह्यांच्या खांद्यावर बंदूक ठेवून दलित लेखकांवर गोळ्या झाडण्याचा प्रयत्न केला आहे. यादवांनी प्रस्तावना लिहिताना केवळ ह्या पुस्तकाविषयी लिहिलं नाही, त्या अनुषंगाने आधुनिक ग्रामीण साहित्याचं तत्त्वज्ञानही सांगण्याचा प्रयत्न केला आहे. यादवांनी उत्तम बंडू तुपे ह्यांच्या आत्मकथेला 'ग्रामीण' साहित्यात भरती केलं आहे. यादव आपल्या प्रस्तावनेत म्हणतात, 'आधुनिक ग्रामीण साहित्याने संपूर्ण सवर्ण समाजाच्या संपूर्ण परंपरांशी, धर्माशी, विचारधारांशी, ग्रंथांशी विद्रोह केलेला नाही किंवा फक्त अस्पृश्यतेच्याच अनुभवांना टोकदार करून साहित्यात हेतुपूर्वक व्यक्त करावयाचे अशी प्रतिज्ञाही केली नाही.' (थोडेसे प्रास्ताविक) यादवांनी आपल्या प्रस्तावनेत आधुनिक ग्रामीण साहित्य हे संपूर्ण सवर्ण समाजाच्या संपूर्ण परंपरा, धर्म, विचार आणि ग्रंथांशी विद्रोह करत नाही असे म्हटले आहे. दलित साहित्य संपूर्ण सवर्ण समाजाच्या संपूर्ण परंपरा, धर्म विचार आणि ग्रंथांशी विद्रोह करते असे सुचवले आहे. आनंद यादव अस्पृश्य नाहीत. त्यांनी अस्पृश्यतेचे दाहक चटके सोसले नाहीत. त्यांना संपूर्ण सवर्ण समाजाच्या संपूर्ण परंपरेचे, धर्माचे, विचारांचे आणि ग्रंथांचे उदार आश्रय मिळालेले आहेत. त्यामुळे त्यांचे कोणतेच अहित झाले नाही किंवा शोषण झाले नाही. उलट, शोषण करणाऱ्या वर्गातले आहेत. त्यामुळे ते संपूर्ण सवर्ण समाजाचा कैवार घेणार, हे अपेक्षितच आहे. अशा अपेक्षेमुळे दलितांनी आपल्या अस्पृश्यतेच्या अनुभवांना टोकदार करून लिहिणे त्यांना आवडत नाही. कारण अस्पृश्यतेच्या टोकदार अनुभवांमुळे यादवांची संपूर्ण सवर्ण असलेली जातीयवादी मानसिकता दुखावते. दलितांनी आपली व्यथा-वेदना आक्रमक होऊन सांगू नये, ती नम्रपणे सांगावी. दलितांनी आपल्याला अस्पृश्य ठरवणाऱ्या संपूर्ण

सवर्ण समाजाच्या संपूर्ण परंपरा, धर्म, विचार आणि ग्रंथांविरुद्ध विद्रोह करू नये. ह्या परंपरांचा आदर करावा, असे यादव दलित लेखकांना सुचवतात आणि असा नम्रभाव उत्तम बंडू तुपे ह्यांच्या लेखनात आहे म्हणून त्यांच्या साहित्याला प्रशस्तिपत्र देतात. आनंद यादव सवर्ण आहेत. त्यांनी संपूर्ण सवर्णांची बाजू घेण्यात गैर काही नाही; पण दलितांनी संपूर्ण सवर्ण समाजाच्या संपूर्ण परंपरा, धर्म, विचार आणि ग्रंथांविरुद्ध विद्रोह करून नये हे त्यांचे म्हणणे 'अति' वाटते. जणू त्यांना आजही सवर्ण म्हणून दलितांना असं सांगण्याचा अधिकार आहे, असे त्यांनी गृहीत धरलेले दिसते. 'यादवांनी सांगावे आणि दलितांनी ऐकावे' असे दिवस आता राहिले नाहीत, हे यादवांच्या लक्षात कोणीतरी आणून देणे गरजेचे आहे. ज्या व्यवस्थेने गुलामी लादली आहे, त्या व्यवस्थेविरुद्ध बंड करणे हे स्वतंत्र मनोवृत्तीचे लक्षण असते. यादव गुलामी लादणाऱ्या व्यवस्थेचे रखवालदार आहेत.

उत्तम बंडू तुपे ह्यांची 'काट्यावरची पोटं' ही आत्मकथा वाचताना त्यामध्ये दलित आत्मकथांमधील जळजळीतपणा आणि विद्रोह जाणवत नाही. मातंग समाजातल्या लेखकाची ही आत्मकथा आहे. चौथी शिकलेला उत्तम बंडू तुपे आपले गाव सोडून लहानपणीच पुण्याला पळून येतो. त्यानंतर त्यांचं संपूर्ण आयुष्य बिगारी आणि मजुरी करण्यात जातं. शेवटी-शेवटी तो दूध डेअरीत दुधाच्या बाटल्यांचे ट्रे वाहाण्याचे अंगमेहनतीचे काम करताना दिसतो. अत्यंत हलाखीचे आणि निकृष्ट दर्जाचे जीवन उत्तम बंडू तुपे ह्यांनी जगले आहे. परंतु दलित लेखकांच्या जीवनातली फरफट आणि अवहेलना त्यांच्या वाट्याला आली नाही; हे चांगलंच म्हणावे लागेल. उत्तम बंडू तुपे हे पुण्यात पळून येतात आणि जगण्यासाठी त्यांना काबाडकष्ट करावे लागतात. तुपेचं सगळंच जगणं हे पुण्यात गेलं आहे. त्यामुळे ग्रामीण भागातल्या जातिव्यवस्थेचे दाहक चटके त्यांना भोगायला मिळाले नाहीत. तुपेंना जी सवर्ण माणसं भेटली, ती त्यांना मदत करणारी आणि मनापासून प्रेम करणारीच आहेत. त्यांना मिळालेले शिक्षकही त्यांच्यावर मनापासून प्रेम करताना दिसतात. इतकी अनुकूलता असताना तुपेंनी पलायन करणं हे उचित वाटत नाही. मुळात, एखादी गोष्ट टिकून करणे असा तुपेंचा स्वभाव नाही. ते अस्थिर आणि चंचल वृत्तीचे आहेत. त्यांच्या स्वभावाचा त्यांना खूप मोठा फटका बसलेला दिसतो.

उत्तम बंडू तुपे ह्यांची 'काट्यावरची पोटं' ही आत्मकथा स्वत:भोवती आणि स्वत:च्या नातेवाइकांभोवतीच गुरफटताना दिसते. कामाधामाच्या निमित्ताने त्यांचा इतरांशी संबंध येतो. रोजच्या भाकरीसाठी त्यांना सतत काम करावे लागते. चौथी शिकलेल्या बेकार तरुणाला काम तरी कसले मिळणार? तुपे काम मिळविण्यासाठी भटकतात. त्यांना कोणी मजुरी दिली, तर काम देणारे त्यांना ईश्वरासमान वाटतात.

रोजगारासाठी ते मालकाचे पाय धरतात. मालक त्यांना ईश्वर वाटतो. लेखक रोजगार मिळवतो. कष्ट करतो, काही पैसे जमवतो. त्याचे बहीण-भाऊ आणि आई-वडील त्याच्याकडून पैसे मागतात. लेखक त्यांना सारखी मदत करताना दिसतो. बिगारी काम करणाऱ्या माणसाची फरफट 'काट्यावरची पोटं'मध्ये व्यक्त झाली आहे. तुपे अत्यंत कमी शब्दांत आपले अनुभव व्यक्त करतात. त्यांची आत्मकथा ही त्यांच्या बोलीभाषेत आहे. ह्या बोलीभाषेतही लय आणि काव्य व्यक्त झालं आहे. त्यामुळे नीरस अनुभव वाचतानाही रंजक वाटतात. 'काट्यावरची पोटं'मधील बोलीभाषा जशी लक्षणीय आहे, तसे लेखकाचे व्यक्तिमत्त्वही रंगेल आणि रगेल आहे. त्यामुळे तुपेंची आत्मकथा वाचनीय झाली आहे.

उत्तम बंडू तुपे ही व्यक्ती वस्ताद आहे. तुपे मवाली आहेत, तसे प्रामाणिक आहेत. त्यांनी आपल्या जीवनात चोरीमारी केलेली आहे. उपास-तापास केलेले आहेत. प्रेमही केले आहे आणि वैरही केलं आहे. उत्तम बंडू तुपेंचा स्वभाव रांगडा आणि राकट आहे. त्यांच्या जीवनात अनेक स्त्रिया आल्या आहेत. स्त्री हा त्यांचा 'वीक पॉईंट' आहे. तुपे स्त्रियांच्या सहवासात बहकताना दिसतात. स्त्रियांच्या सहवासाची त्यांना मनापासून आवड आहे. त्यांची स्त्री-पुरूष संबंधाची जाणीव ही अनुभवी आहे. तुपे दुसरी-तिसरीच्या वर्गात शिकत असताना वर्गातल्या एका मुलीविषयी त्यांची काय भावना होती, ते पाहाणे आवश्यक आहे. ते म्हणतात, मास्तर कवायत घ्यायचा तवा फुडं आनुसयाला हुबं करायचा. कवायतीचं हात करताना आनुसयाचा ऊर डोळ्यांत भरायचा. मलाबी आनुसया बगार चैन पडायचं न्हाय. सारखं तिची संगत करावी वाटायाची.' (पृ.२४) तुपेंना स्त्री सहवासाचं बाळकडू त्यांच्या बालपणातच मिळालेलं आहे. भीमाला याड लावणारी तारी चुकून लेखकाच्या अंगावर पडते. शाळेतली मीनाक्षी ही आणखी दुसरी मुलगी.

लेखक मीनाक्षीविषयी लिहितो, 'सातवीतली पोरं सारखी आमच्या वर्गाफुडनं चकरा घालायची. मीनाक्षी संग लगट कराय बघायची. मीनाक्षी मातर माझ्या शेजारी बसलेली असायची. ती कोणालाच दाद देत नव्हती.' (पृष्ठ ४२.) शेजारी बसलेली मीनाक्षी आणि तिच्यासाठी चकरा मारणारी पोरं पाहून उत्तम बंडू तुपेच्या मनात भावना जाग्या होत होत्या. पुढे लेखक म्हणतो, 'मी देखणा न्हाई, पर अनेक पोरी माझी लगट करण्यासाठी धडपडत हुत्या. कैक पोरी एकट्या भेटायच्या. आतला पुरुषार्थ खवळून उठायचा.' (पृ.५५) उषा नावाची मुलगीही लेखकाला अशीच मस्त करताना दिसते. त्यासाठी लेखकाला आक्काचा मार खावा लागतो. तुपे म्हणतात, 'उषा हसत हुती, त्येनं मी आणखीन भडकत जात हुतो. तरी काय करवत नव्हतं.' (पृ.५९) तुपे पंचवाडकरांच्या बंगल्यात माळी काम करू लागले.

ह्या बंगल्यात काम करणारे नामदेव माळी आणि किसन चाळके राणी ह्या विवाहित स्त्रीच्या प्रेमात पडलेले होते. ते बंगल्यातल्या अनेक वस्तू आणि अन्न राणीला चोरून देत होते. तुपे ही माहिती मालकाला देतात. मालक नामदेव माळी आणि चाळकेला शिक्षा करतात. कदाचित तुपेच्या मनातील मत्सरानेच हे कृत्य केले असावे. पुढे तुपे शेजारच्या बंगल्यातील कांतीवर प्रेम करू लागतात. तुपे लिहितात, 'कांती कुठं भेटंल तिथं बोलायची. आपल्या बंगल्यात न्हावून खुणवायची. तिला बघिटलं की, रक्त उसळल्यागत व्ह्याचं.' (पृ.७०) कांती तुपेच्या खोलीत येऊ लागते. खोलीत बसून त्याच्याशी बोलू लागते. तुपेलाही हे मनापासून आवडत असते. एकदा कांती आणि तुपे खोलीत बसून बोलत असताना चाळके बाहेरून खोलीचं दार लावतो. कुलूप लावतो आणि लोकांना बोलावून आणतो. चाळके दार लावत असताना आणि कुलूप लावत असताना तुपे आणि कांती शांतपणे का बसले? त्यांनी आरडाओरड करून दार लावायला विरोध का केला नाही? चाळके माणसं जमवतो, तेव्हा कांती चाळकेवरच उलट आरोप करते. कदाचित कांती आणि तुपेंनी संगनमताने चाळकेवर आरोप केला असणार! कांती म्हणते 'चाळकेनच मला खोलीत पाठवले होते.' तुपे जिथं काम करतात तिथं नीट काम करताना दिसत नाहीत. हे त्यांच्या स्वभावातले उनाड रसायन आहे. तुपे एकीकडे कांतीच्या प्रेमात पडले होते, तर दुसरीकडे उषावरही त्यांचं प्रेम होतं. तुपेंचा हा डबल गेम आहे. ते लिहितात, 'उषा नवतीनं सजलेली... नव्या उमेदीनं आपल्याकडं येती. उषा कुबेराचं धन असल्यागत. कैक लुटारू तिच्या वाटा रोखून बसलेलं असताना ती आपल्यावर प्रीतीचं फूल ऊधळाय तयार हाय..' (पृ.७४) तुपे पुढे 'मीना देशपांडे' नावाच्या मुलीला ब्लॅकमेलिंग करण्याची गंमत करतात. बदल्यात अडचणीच्या प्रसंगी मदत करण्याचे आश्वासन घेतात. मीना आपलं बिंग फुटू नये म्हणून तुपेंना मदत करताना दिसते. ह्याच काळात तुपे एका युरोपियनाच्या बंगल्यात माळी काम करू लागतात. इथंही तुपे नीट काम करत नाहीत. तुपेचा मालक ड्रायव्हरला घेऊन मुंबईला जात असे आणि तुपे ड्रायव्हरची बायको वापरत असत. तुपे ह्या अनुभवाविषयी लिहितात, 'सिता बेगमसारखी वाटायची. जवळ आली की, तिच्या अंगाचा सुवास सारखा हुंगत न्हावंसं वाटायचं. तिच्या अंगाचा सुवास आपल्याबी अंगाला लागावा वाटायाचं. लटकंच बोलायची. तिनं लुगडं आवरून धरलं की, तिच्या पोटऱ्या केळीच्या कोक्यासारख्या दिसायच्या. बाई नुस्ती खुडून खावी वाटायचं.' (पृ.८९) तुपेंचं व्यक्तिमत्त्व असं इरसाल आणि व्यभिचारी आहे. तुपेंच्या आईनं तुपेवर खूप चांगले संस्कार केले आहेत, पण लेखकाने ते आचरणात आणलेले दिसत नाही. तुपेंना त्यांची आई म्हणते, 'माणसानं माणसासारखं वागावं. म्हंजी डोळ्यात पाणी धरावं.

आई, भणीची वळख धरावी. आरं, ही काया आज हाय नि उद्या न्हाय. तिचं सोनं व्हावं, म्हणून मनाला धीर घालावा लागतो.' (पृ.५५) तुपेंवर आईचा खूप प्रभाव असला आणि तुपे आईवर जीवापाड प्रेम करत असले, तरी ते आईची शिकवण विसरलेले दिसतात. पण त्यांना वडिलांचा धाक वाटतो. वडिलांच्या धाकामुळे ते न आवडणाऱ्या जिजाबरोबर लग्न करताना दिसतात. तुपेचं लग्न झाल्यानंतर तुपेंना मीना रस्त्यात भेटते. ती तुपेला नोकरी देण्याचा प्रयत्न करते. तुपेंच्या बहिणीचं आणि तुपेंच्या बायकोचं पटत नाही. त्यांच्यात सारखी भांडणं होऊ लागतात. तुपे बायकोला माहेरी नेऊन सोडतात. पुण्यात एकटेच राहू लागतात. तुपे फरशी पॉलिश करण्याचे काम करू लागतात. त्यांच्या शेजारी खैरुनभाबी राहत असते. तिला तीन मुले आहेत. तिचा नवरा मिलिट्रीत आहे. तुपे आणि खैरुनभाबीचे सूत जुळतं. रोज रात्री ते शय्यासोबत करु लागतात. तुपे खैरुनभाबीविषयी लिहितात, 'खैरुनभाबी भांडी घासता घासता हळूच डोळा मारायची. तिनं अ ऽ सा करुन डोळा मारला की, साऱ्या अंगात रगात सळसळायाचं.' (पृ.९९) तुपेंची तरूण बायको माहेरी होती आणि तुपे मात्र दुसऱ्याच्या बायकोबरोबर अनैतिक संबंध वाढवत होते.

तुपे आपल्या सासरी जातात. त्यांचा सासरा त्यांना तिथंच राहण्याचा आग्रह करतो. तूपेंचा सासरा धनगराचा शिवा आणि मांगाच्या बायडीला छप्परात एकत्र बसू देतो. शिवाचं आणि बायडीचं हे सासरवाडीतलं अनैतिक वर्तन पाहून तुपे खवळतात. त्यांना आपल्या बायकोविषयी संशय येऊ लागतो. बायडी असं वागत असेल तर आपली बायकोही अशी वागली असेल अशा संशयाने तुपे पछाडतात. तुपेचा सासराही आपल्या पुतण्याच्या कोंडिबाच्या बायकोबरोबर अनैतिक संबंध ठेवलेला असतो. कोंडिबाची बायको ह्याचा वचपा काढण्यासाठी तुपेंची बायको जीजा आणि तात्याचे सूत जमवून दिलेली असते. जगनबाय हे तुपेंना सांगते. ती म्हणते, "त्यात जिजाची काय चूक? तिच्यावर जबरी झाली. ती हुऊन जर तात्यासंग गेली असती, तर ती गोष्ट येगळी हुती. तेवढं सोडलं तर तुझी बायकू चांगली हाय." (पृ.११७) तुपे संशयाने पछाडतात. आपल्या बायकोचा छळ करू लागतात. तिला मारहाण करतात. संशयाने पछाडून ते जिजाला मारू लागतात. "तुमच्या पाया पडते. मला मारू नका. माझ्या पोटात बाळ हाय. हुडपणात माझा एवढाच गुन्हा झालाय" (पृ.११५) जिजाही हुडपणाने केलेल्या अपराधाची कबूली देते. तेव्हा तळपायाची आग मस्तकाला जाते. तुपे तात्याचा बदला घ्यायचं ठरवतात. तात्याला बहीण असेल तर बहिणीचा भोग घ्यायचा असे ते ठरवतात. पण तात्याला बहीण नसते. तेव्हा ते तात्याची आई तरुण आहे का ह्याची चौकशी करतात. म्हणजे तुपेंना सूड घेण्यासाठीही तरुण बाई लागते हे खरे. तात्या मांगाचा आहे. तो

बायकोकडून लेखकाच्या नात्यातलाच आहे.

उत्तम बंडू तुपे तात्यावर सूड उगवण्यासाठी त्याच्या आईवर डोळा ठेवतात. त्याचा जाब ते तात्याला विचारू शकले असते. पण त्यांना तात्याच्या आईवर बलात्कार करायचा असतो. तात्याची आई न्हाणीत स्नान करत असते. घरात तुपेची बायको जिजा झोपलेली असते. दुसरे कोणी घरात नसते. तुपेला संधी मिळते. तुपे पूर्ण पेटलेले असतात. तात्याची आई अंघोळ करून जेव्हा घरात जाते, तेव्हा तिनं अंगाभोवती साडी लपेटून आत गेलेली असते. तुपे तिच्या मागे जातात. तिला मागून धरतात. पुढला प्रसंग तुपेंच्या शब्दातच वाचलेला बरा. तो असा, 'बायचा तासभर घाम काढला. दिली चोथा टाकल्यागत झटकून.' (पृ.११८) हे लक्षात घेतलं पाहिजे, तुपे तासभर घाम काढत असताना शेजारच्या खोलीत जिजा झोपली होती. ही दिवसाची वेळ होती. कदाचित जिजाने आपल्या नवऱ्याला हवे ते करता यावे म्हणून झोपेचे सोंग तरी घेतले नसावे? तुपेला धन्य-धन्य वाटतं. हा प्रकार इथेच संपत नाही, रात्री तात्याची आई तुपेजवळ येते. तुपेला उठवते आणि म्हणते, 'पावणं उठा की, घ्या हौस पुरी करून.' (पृ.११८) अर्थात, तात्याची आईही तुपेला वापरून घेताना दिसते. लेखकाला मात्र ह्याचा पश्चात्ताप वाटत नाही. असं हे तुपेचं बाई प्रकरण आहे. तुपे स्वभावाने कलंदर आहेत. आला क्षण ते जगून घेतात. त्यांना विचार करायला उसंत नाही.

उत्तम बंडू तुपेंना मीनामुळे दूध डेअरीत काम मिळते. तुपे तिथंही चोरी करतात. चोरी करताना सापडतात. तुपे असे का वागतात? ह्याचं उत्तर त्यांनी जगलेल्या विचित्र परिस्थितीमध्ये सापडते. परिस्थितीपुढे ते लाचार होतात. प्रवाहपतित होतात. परिस्थितीवर मात करताना ते दिसत नाहीत.

'काट्यावरची पोटं'ची सुरुवात खूपच चांगली झाली आहे. लेखक तुपेंचं शिक्षणावर प्रचंड प्रेम आहे. त्यांना चांगले शिक्षक लाभले आहेत. तुपे शिक्षण घेत असताना आई-वडिलांना कामात मदत करताना दिसतात. तुपेंचं कुटुंब वाख तयार करणारं असतं. दोरखंड, केरसुण्या तयार करून विकण्याचा त्यांचा व्यवसाय आहे. त्याचबरोबर शेळ्यापालनही ते करताना दिसतात. तुपेंचं शेळ्यांवरही प्रचंड प्रेम आहे. तुपे स्वभावाने प्रेमळ आहेत. त्यामुळे त्यांना अनेकांचं प्रेम लाभतं. म्हणूनच त्यांचं जीवन अनेक वेळा विस्कटता-विस्कटता टिकून राहातं. तुपे मनापासून जगतात. मनापासून लिहितात. खऱ्या अर्थानं त्यांनी आपली आत्मकथा अत्यंत निर्भयपणे आणि निर्लज्ज होऊन लिहिलेली आहे. त्यामुळेच ती चर्चितही झाली आहे.

◆◆◆

१०

कोल्हाट्याचं पोर

रात्रीचे साडेनऊ वाजले असतील. माझ्या घरी प्रा. प्रकाश म्हस्के आले होते. ते जिल्हा काँग्रेसचे नेते होते. त्यांनी आपल्या सोबत एका तरुणाला आणलं होतं. आमच्या ओळखी झाल्या आणि प्रा. म्हस्केंनी आपल्या येण्याचं प्रयोजन सांगितलं. त्या वेळी मी आकाशवाणीत नोकरी करत होतो. मला वाटलं होतं, ह्यांना आकाशवाणीचा कार्यक्रम हवा असेल. तो तरुण होता किशोर काळे. त्यांच्या हातात आठ-दहा पृष्ठांचा मजकूर होता. त्यांना आपलं आत्मचरित्र लिहावयाचं होतं. प्रा. प्रकाश म्हस्केंनी त्यांना माझ्याकडे आणलं होतं. मी तो मजकूर ठेवून घेतला आणि त्यांना दुसऱ्या दिवशी भेटीसाठी बोलावले होते.

रात्रीतून मी किशोर काळे ह्यांनी लिहिलेला मजकूर वाचला. त्यातल्या वेदनेची दाहकता जाणवली. एक वेगळी जमात ह्या निमित्ताने साहित्याच्या क्षेत्रात व्यक्त होईल ह्याचा मनस्वी आनंद झाला होता आणि ही गरज होती. 'बलुतं' आल्यानंतर वाजत-गाजत 'उपरा' आलं. 'उपरा' नंतर 'अक्करमाशी.' त्यानंतर 'उचल्या.' 'उचल्या' नंतर काय असा प्रश्न होता. त्या प्रश्नाचं उत्तर 'कोल्हाट्याचं पोर' हे होतं. किशोर काळेंनी आपले आत्मचरित्र लिहून ही ऐतिहासिक जबाबदारी पार पाडली असेच म्हणावे लागेल. 'आमच्या समाजाला जाग यावी', ह्या हेतूने किशोर काळेंनी आपले लेखन केले आहे. (मनोगत) कोणा एका व्यक्तीचं आयुष्य हे कोणा एका समाजाला जाग आणणारं असतं का? असं त्या व्यक्तीला का वाटतं? असं त्या समाजाला का वाटत नाही? ह्याचा शोध 'कोल्हाट्याचं पोर' ह्या आत्मकथेत घेता येईल. कोल्हाटी ह्या जमातीमध्ये नाचणारणींच्या कित्येक मुलांना ना बापाचा सहारा मिळतो, ना आईचा. पितं बाळ आपल्या आई-बापाजवळ सोडून, त्यांच्या संसाराला ठिगळ लावण्यासाठी कोल्हाटीण गावोगावी नाचायला जाते. मुलाला ती बरोबर बाळगत नाही. कारण मूल असणाऱ्या नाचणारणीला कमी

लेखलं जातं. अशा एका नाचणारणीच्या पोटी किशोर काळेंचा जन्म झाला आहे. त्यामुळे अशा जन्माची आणि अशा नाचणारणीची व्यथा ह्या पुस्तकात वाचायला मिळते आणि हे वाचून वाचक अस्वस्थ होतो.

'कोल्हाट्याचं पोर' वाचत असताना मला सतत एक जाणवत आलं आहे. ते मुद्दाम इथं नमूद केलं पाहिजे. 'अक्करमाशी' आणि 'कोल्हाट्याचं पोर' ह्या एकाच नाण्याच्या दोन बाजू आहेत. 'अक्करमाशी'मधील मसाई आणि 'कोल्हाट्याचं पोर'मधील शांता ह्या एकसारख्याच आहेत. अक्करमाशीमधील संतामाय आणि कोल्हाट्याचं पोरमधील जिजी ह्या एकसारख्याच आहेत. जिजी मला अनेक वेळा संतामायीसारखी वाटली, शांता मला आईसारखी वाटली आहे. इतकंच नव्हे, तर 'अक्करमाशी'मधील यशवंतराव पाटील हे काका आणि 'कोल्हाट्याचं पोर'मधील कृष्णराव वडकर हे नाना ह्यात कमालीचे साम्य आहे. त्यामुळे नानाबद्दल माझ्या मनात अनेक वेळा प्रेम निर्माण होतं. 'अक्करमाशी'मधील हणमंता लिंबाळे आणि 'कोल्हाट्याचं पोर'मधील करमाळ्याचे आमदार नागदेवराव पाटील ह्यांच्यातही साम्य आहे. त्यामुळे किशोर काळेचं रांडेचं पोर म्हणून असलेलं दु:ख मला अनेक वेळा माझं वाटलं आहे.

कोल्हाटी स्त्रीला चिरा उतरवून घ्यावे लागते, नाचावे लागते. वेळप्रसंगी शरीराचा सौदा करावा लागतो, कोणाचीतरी रखेल व्हावे लागते, अशी ही प्रथा आहे. जी प्रथा प्रस्थापित व्यवस्थेने आणि कोल्हाटी समाजानेही गेली अनेक वर्षं बिनबोभाट चालू ठेवली आहे. ह्याविरुद्ध प्रथमच किशोर काळेंनी तक्रार केली आहे. म्हणूनच 'कोल्हाट्याचं पोर' जेव्हा प्रकाशित झाले तेव्हा कोल्हाटी समाजाने आपली जातपंचायत बोलवून किशोर काळेला जाती-बहिष्कृत केले होते. कोल्हाटी समाजातल्या सगळ्याच स्त्रिया नाचतात, सगळ्यांचाच चिरा उतरवला जातो आणि सगळ्याच रखेल आहेत असा संदेश कोल्हाट्याचं पोरमधून दिलेला नाही. संगीत पार्टीमध्ये कोल्हाटी स्त्रियांबरोबर अनेक जातींच्या मुलीही नाचतात. कोल्हाटी स्त्रीला नाचावे लागते. अशा नाचणारणीच्या वाट्याला कशा प्रकारचं आयुष्य येतं आणि तिच्या मुलाला कोणत्या संकटांना तोंड द्यावं लागतं, ह्याचं परखड प्रतिपादन किशोर काळे ह्यांनी केलं आहे. मेकअप केलेल्या कोल्हाटी स्त्रीच्या चेहऱ्यामागे किती भीषण दु:ख दडलं आहे, ह्याची हकिकत किशोर काळेंच्या आत्मकथेत वाचायला मिळते.

कोल्हाटी स्त्री जी संगीत पार्टीत नाचते, ती उपवर झाली की तिचा चिरा उतरवला जातो. चिरा म्हणजे त्या उपवर मुलीच्या शरीरसुखाचा सौदा करून तिच्याबरोबर मधुचंद्राची रात्र घालवणे होय. अर्थातच, जिचा चिरा उतरवला जातो ती नुकतीच वयात आलेली प्रौढा असते आणि तिच्या चिऱ्याचा मालक हा तिच्यापेक्षा

वयाने मोठा असतो.

कोल्हाटी स्त्रीचा नाच बघायला येणारी मंडळी ही सधन आणि सवर्ण आहेत. ते बदफैली आणि व्यसनी आहेत. 'काय मागायाचं ते मागा आणि तुमच्या स्त्रीला मला द्या. मी हिला सुखात ठेवेन,' अशी मागणी घालताना ही मंडळी दिसतात. हजार, दोन हजार दिले की ही स्त्री मिळते. अशा स्त्रीला आपली रखेल म्हणून वापरणे आणि मूल झाले की सोडून देणे असाच अनुभव अशा स्त्रियांच्या वाट्याला येतो. अशा स्त्रिया नाचणं सोडून आपल्या मालकाकडे गेलेल्या असतात. मालकाने हाकलल्यानंतर त्या अडचणीत सापडतात. कारण त्यांना पुन्हा नाचता येत नाही आणि दुसरे म्हणजे त्यांचे तारुण्य ओसरलेले असते. शांता ही कोल्हाटी स्त्री संगीत पार्टीत नाचत असते. गात असते. तिचे सौंदर्य पाहून करमाळ्याचे आमदार नागदेवराव पाटील तिला आपली रखेल ठेवतात. तिच्यापासून त्यांना एक मूल होते. हे मूल म्हणजे किशोर काळे होय. त्यांना वडील म्हणून नागदेवराव पाटील ह्यांचे नाव मिळत नाही, तर वडिलांच्या ठिकाणी त्यांच्या नावापुढे आईचे नाव लागते. त्यामुळे 'किशोर शांताबाई काळे' हे नाव घेऊन त्यांचा जीवनप्रवास सुरू झालेला दिसतो.

आमदार नागदेवराव पाटील शांताला सोडून देतात. शांता पुन्हा संगीत पार्टीत येते आणि गाणं गाऊ लागते. ह्या शांताच्या प्रेमात सोनपेठचे कृष्णराव वडकर पडतात. तेही तिचा सौदा करून तिला रखेल बनवतात. आपल्या गावी तिला एका चार पत्र्याच्या खोलीत नेऊन ठेवतात. शांताला कृष्णराव वडकर ह्यांच्यापासून दीपक नावाचा मुलगा होतो. कृष्णराव वडकर ह्या मुलापुढे आपलं नाव लावत नाहीत. दीपकच्या नावापुढे शांताबाईच्या वडिलाचे कोडिंबा काळे हे नाव जोडले जाते. एका भावाला आईचे नाव, तर दुसऱ्या भावाला आजोबाचे नाव मिळते. अशा विचित्र आयुष्याची कथा म्हणजे 'कोल्हाट्याचं पोर' हे आत्मचरित्र होय.

शांताबाई नाचगाणं सोडून कृष्णराव वडकर ह्यांच्याकडे राहताना दिसतात. त्या आयुष्यातही भयानक ताण आहेत. कृष्णराव वडकर दारू पिणारे, मटका खेळणारे आणि नाचगाण्याचे शौकीन आहेत. शांताबाईला घरी आणून ठेवले तरी त्यांची खोड जात नाही.

आई म्हणत होती, "आधी माझं सगळं करा आणि मग दुसरीकडे जाऊन चाटा. मी काय तुमच्या मागे लागून आले काय? तुमच्यासारख्या माणसाला रोज ताजा माल खाण्याची सवय असेल, पण मी त्या बायांपैकी नाही. माझं सगळं सारखं करा आणि कुठंही जा. मला गरज नाही. दहा-बारा वर्षं झाली, मला शेती

दिली नाही. या चार पत्र्यांच्या खोलीत ठेवलंत. फाटक्या साडीवर जगते. माझं सगळं सोनं गोड बोलून घेतलंत. आता मी कुठं जाऊ? माझ्या पोरांना कसं सांभाळू? मला पोटापुरती भाकरी द्या. मग तुम्हांला किती बाया ठेवायच्या तेवढ्या ठेवा. मी तुमच्या मागे लागून आले नाही. मला बरबाद करू नका.''

नाना म्हणाले, ''मला काय करायचं? दुसरा बघ. तू आता जाऊ शकतेस. मी काय तुला अडवलं नाही.''

आई नानांच्या अंगावर धावून गेली व म्हणाली, ''तुम्ही मेलात तरी मी मसणवट्यात येईन. तुमची हाडं उगाळून खाईन. तुमच्या बापाला सोडणार नाही. निघून जाण्यासाठी सारं सोडून आले नाही. समाजाची पर्वा केली नाही. आई-बापाचा विचार केला नाही. पोटच्या गोळ्याला दूर ठेवलं. जाण्यासाठी एवढं केलं नाही. सारी जवानी तुमच्याजवळ घालवली. आता मला जा म्हणता?'' आई अंगावर धावून गेल्याबरोबर परत आईला नानांनी मारलं. मला असा राग आला होता त्याक्षणी की, बस्स! नानांचा खून करावा असं वाटलं. पण आईमुळे गप्प बसलो. (पृ. ७३)

शांताबाई नाचणं सोडून सुखाचा संसार करण्यासाठी कृष्णराव वडकराचा हात धरून जाते, पण तिथं तिला सुखाऐवजी दु:खाचा डोंगरच मिळतो.

शांताबाई म्हणजे 'कोल्हाट्याचं पोर'मधील मूक दु:ख आहे. किशोर आपलं दु:ख व्यक्त करताना दिसतो. जेव्हा जगणं असह्य होतं, तेव्हा पळून जाताना दिसतो. जेव्हा दु:खाचा सामना करता येत नाही तेव्हा आत्महत्येचा प्रयत्न करताना दिसतो. शांताबाई मात्र सगळं मुकाट्याने सोसताना दिसतात. सोसणं हेच त्यांचं जीवन असावं.

किशोरची ओळख ही आमदाराचं पोर म्हणून नाही, तर 'कोल्हाट्याचं पोर' म्हणून आहे. तो कोल्हाटी स्त्रीच्या गर्भात वाढला. कोल्हाटी समाजात जगला. कोल्हाटी समाजाची दु:खं भोगला आणि कोल्हाट्याची बाजू घेऊन बोलला हे आपण लक्षात घेतलं पाहिजे. तो नेहमीच आईच्या दु:खाचा पक्षकार राहिला आहे. तो ज्या समाजात वाढला त्या समाजाची कैफियत त्याने मांडली आहे. 'कोल्हाट्याचं पोर'मध्ये कोल्हाटी स्त्रीचं लैंगिक शोषण, तिची फरफट जशी व्यक्त झाली आहे, तसे तिच्या मुलांचा आकांत आणि त्यांचं उद्ध्वस्त जगणंही प्रकट झालं आहे. इतकंच नव्हे, तर कोल्हाटी समाजाचं दारिद्र्य आणि त्यांचं भयानक जगणंही इथं व्यक्त झालं आहे. कोल्हाटी स्त्रीच्या देहावर जसा इथला शौकीन पुरुषाचा कामांध डोळा आहे, तसा तिच्या कुटुंबातल्या लोकांचाही भुकेला डोळा आहे. ही नाचणारीण नाचून आपलं कुटुंब पोसत असते. त्यामुळे ह्या स्त्रीचा नाच कुटुंबातल्या लोकांनाही

हवा आहे आणि दौलतजादा करणाऱ्या लोकांनाही हवा आहे. इथं फरफट होते आहे, त्या स्त्रीची आणि तिच्या अपत्याची. आई मुलाच्या दारुण दु:खाची विराट कहाणी म्हणून 'कोल्हाट्याचं पोर'कडे पाहावे लागेल. इथं मुलाला 'आई' म्हणण्याचा अधिकार नाही, आईला 'मूल' म्हणण्याचा अधिकार नाही. हे जगावेगळं माय-मुलाचं नातं आहे.

किशोर काळेवर आईपेक्षा जिजीचं अकृत्रिम प्रेम आहे. खरेतर ह्या आत्मकथेत जिजी आणि नाना दोन पात्रेच मनावर जबरदस्तपणे आपला ठसा उमटवताना दिसतात. जिजी म्हणजे माणुसकीची करुण हाक आहे. नाना अर्थात कृष्णराव वडकर ह्यांना केवळ बदफैली आणि व्यसनी ठरवता येणार नाही. ते प्रवृत्तीने नीच असतीलही; पण त्यांचं शांतावर प्रेम आहे. त्यांनी आपली व्यसनं आणि विकृती जोपासूनही शांतावर प्रेम केलं आहे. शांताबाई जेव्हा आजारी पडतात, तेव्हा कृष्णराव वडकर तिच्या मुलांना आणण्यासाठी जातात. हा प्रसंग नीट समजून घेतला पाहिजे. किशोर जेव्हा विषप्राशन करतो तेव्हा कृष्णराव वडकर आक्रोश करतात. हा आक्रोश समजून घेतला पाहिजे. कृष्णराव वडकर ही व्यक्ती अनीतिमान असूनही ती आत्मीय आहे. वडकरांच्या आयुष्याची शोकांतिका ही त्यांच्या कुकर्मामुळे झाली आहे. ते पतित झाले आहेत. त्यांच्याविषयी क्रोध येण्यापेक्षा अनुकंपाच व्यक्त केली पाहिजे. जिजी आणि कृष्णराव ही पात्रे जन्माने कोल्हाटी नाहीत, पण ती पूर्ण कोल्हाटीमय झाली आहेत. त्यांना स्वत:चं आयुष्यच राहिलं नाही. फुटलेल्या बांधासारखं त्यांचं आयुष्य आहे.

'कोल्हाट्याचं पोर'मध्ये अनेक बदफैली लोकांचे उल्लेख आहेत. नाच-गाणं पाहाणं हा बदफैलीपणा आहे असं नाही. पण नाचगाणं करणाऱ्या स्त्रीला वापरणं आणि तिला वाऱ्यावर सोडणं अर्थातच हा बदफैलीपणा आहे. कोल्हाटी स्त्रीचं गाणं, नाचणं आणि सौंदर्य पाहून अनेकांनी आपलं आयुष्य उधळून लावलं आहे. अनेक जण ह्यात बरबाद झाले आहेत. ते केवळ एकटे बरबाद झाले आहेत असं नाही, तर स्वत:बरोबर एका कोल्हाटी स्त्रीला आणि तिच्या अपत्यांनाही बरबाद केलं आहे. करमाळ्याचे आमदार नागदेवराव पाटील ह्यांनी कोल्हाटी स्त्रीला अंगावर घेतलं; पण प्रकरण अंगावर येईल असं वाटल्यावरून ते नामानिराळे झाले. ह्यापेक्षा वेगळा अनुभव म्हणजे खासदार लोणीकरांचा. त्यांनी कोल्हाटी स्त्रीला पत्नीसारखं वागवलं आहे. स्त्री-पुरुष नात्याची, समाजातल्या नीती-अनीतीची, रांडेच्या पोरांची, भाड खाऊन जगणाऱ्या कुटुंबाची ही विदारक कहाणी कोल्हाट्याच्या पोरमध्ये शब्दबद्ध झाली आहे. लेखक आपले अनुभव कथन करताना अनेक ठिकाणी भाबडा आणि भावुक झाला आहे आणि अनेक ठिकाणी आक्रस्ताळा आणि

कठोरही झाला आहे. हे दुःख जगावेगळं आहे. हे केवळ दुःख नाही. दुःखाबरोबर अवमान आणि उपमर्द आहे. ह्या सगळ्यामुळे लेखक आपल्या आयुष्याला जीवनाच्या अंतापर्यंतचा वनवास असं संबोधताना दिसतो. एक उपेक्षित आणि अवमानित जीवन जगणाऱ्या मुलाच्या जिद्दीची आणि शर्थीची ही कहाणी आहे. म्हणूनच ती वाचनीय ठरली आहे.

◆◆◆

११

ख्रिस्ती महार

एके दिवशी बाळासाहेब गायकवाड माझ्या घरी आले. मी त्या वेळी सोलापुरात वास्तव्याला होतो आणि गायकवाड अहमदनगरला राहात होते. त्यांना तंबाखू खाण्याचा प्रचंड शौक होता आणि तंबाखूचा मला अत्यंत तिटकारा होता. त्यांनी आपल्याबरोबर आपल्या आत्मकथेचं हस्तलिखित आणलं होतं. ते माझ्याकडे राहिले. त्यांनी त्यांची आत्मकथा वाचून दाखवली. धर्मांतरित जगण्याची दारुण शोकांतिका त्यांच्या आयुष्यात दडलेली दिसली. मी त्यांना सूचना केल्या. त्यांना पुन:पुन्हा लिहायला सांगितलं. एकदोनदा अशाच भेटी झाल्या आणि त्यातूनच 'ख्रिस्ती महार' ह्या पुस्तकाचा जन्म झाला. 'ख्रिस्ती महार' ही आत्मकथा म्हणजे ख्रिश्चन दलितांच्या जगण्यातील घुसमटीचा उद्रेक होय. ही आत्मकथा प्रकाशित झाल्यानंतर ख्रिश्चन समाजात संतापाची लाट पसरली होती. बाळासाहेब गायकवाडांनी ख्रिश्चन धर्माचा त्याग करून बाळासाहेब ठाकरेंच्या उपस्थितीत एका जाहीर कार्यक्रमात हिंदू धर्माचा स्वीकार केला होता. त्यानंतर गायकवाडांना संघ परिवारांने आपल्या ताब्यात घेतलं. ते काही दिवस संघ परिवाराबरोबर राहिले. तेथेही ते रमले नाहीत. पुढे त्यांचं शोचनीय निधन झालं. गायकवाडांनी आपल्या मनोगतामध्ये म्हटलं आहे, 'मी बाळासाहेब गायकवाड. ख्रिस्ती महार. धर्मांतरित बनलेला तरुण. या परिसरात नि संपूर्ण देशातच मिशनऱ्यांनी गोरगरीब दलित शोषितांचा, त्यांच्या आर्थिक लाचारीचा फायदा घेऊन, स्वर्गप्राप्तीचे आमिष दाखवून धर्मांतर केलेले... मिशनऱ्यांच्या या धर्मांतराने समाजाचे, लग्नाचे, मरणाचे नि सांस्कृतिक जीवनाचे नवीन प्रश्न निर्माण झाले आहेत. समाज तर सोडाच, पण नातेवाईक माणूसदेखील जवळ करीत नाही अशी परिस्थिती. धर्मांतराने प्रश्न सुटले नाहीत. उलट या धर्मांतरित बांधवांच्या नावावर चर्च वाढतात. प्रार्थनेने कोणतेच प्रश्न सुटत नाहीत.' (मनोगत)

'ख्रिस्ती महार' ही धर्मांतरीत दलित तरुणाची आत्मकथा आहे. ह्या आत्मकथेत

वस्तुस्थितीपेक्षा विपर्यासच अधिक आहे. लेखक अनेक प्रसंगांची माहिती देत जातो आणि असे करताना शेरेबाजी करत राहातो. ह्या आत्मकथेत कथा नाही; केवळ शुष्क निवेदन आहे. आत्मकथेत कथा अनुस्यूत असते. कथेशिवाय आत्मकथा आकाराला येऊ शकत नाही. आत्मकथेतील कथा ही वास्तव आणि सत्य असते. अनेक कथांमधून एक कथा गुंफलेली असते. त्यामुळे आत्मकथा ही एका कथामालेसारखीच झालेली असते. ह्या कथेचा नायक जिवंत असतो आणि तोच आपली कथा सांगत असतो. आपल्या जगलेल्या आयुष्याला तो कथेत बांधत असतो. ह्यासाठी तो आपल्या आयुष्यातील महत्त्वाच्या प्रसंगांची आणि पात्रांची निवड करत असतो. आत्मकथा लेखकाचे आयुष्य वाङ्मयातील उच्च कोटीची कथा बनत असते. 'ख्रिस्ती महार' ही आत्मकथा ह्या अर्थाने सामान्य दर्जाची आत्मकथा आहे. मात्र धर्मांतरित माणसाच्या जीवनाची माहिती ह्या आत्मकथेतून मिळते म्हणून या आत्मकथेची नोंद घेणे मला आवश्यक वाटते. कारण आत्मकथेतील आयुष्य हे चारचौघांच्या आयुष्यापेक्षा वेगळे असते. हे वेगळेपणच आत्मकथेला लोकप्रियता मिळवून देत असते. दलित आत्मकथांमधील वेगळे आयुष्य त्यामुळे चर्चाविषय ठरलेले दिसते.

'ख्रिस्ती महार' ही आत्मकथा अहमदनगर जिल्ह्यात घडताना दिसते. विशेषकरून प्रवरानगर, राहुरी आणि नगर असा ह्या आत्मकथेचा भौगोलिक पट्टा आहे. ह्या भागातली सहकार चळवळ, काँग्रेस आणि कम्युनिस्टांचं राजकारण, आंबेडकरी चळवळ आणि ख्रिश्चन मिशनरी ह्यांची गुंफण ह्या आत्मकथेत स्पष्टपणे दिसते. साखर कारखाना आणि चर्च ह्या चरकात भरडून निघालेल्या समाजजीवनाची हकिकत 'ख्रिस्ती महार'मध्ये वाचायला मिळते.

बाळासाहेब गायकवाड सामाजिक चळवळीत सक्रिय झालेले आहेत. ते लोकांचे प्रश्न घेऊन चळवळ करताना दिसतात. सभा-समारंभांतून भाषण करताना दिसतात. कम्युनिस्टांच्या चळवळीमुळे त्यांना शोषणाची जाणीव झाली आहे. आंबेडकरी विचारांमुळे गुलामीची त्यांना चीड येते. लोकांच्या प्रश्नांवर ते संघर्ष करताना दिसतात. कार्यकर्ता म्हणून त्यांची ओळख आहे. तरीही ते व्यभिचारी आणि बदफैली आहेत. स्वत:चे अध:पतन विसरून ते इतरांचे अध:पतन टीकेचे विषय करताना दिसतात. त्यांचा भवताल अनैतिकतेने बरबटलेला आहे. ह्या आत्मकथेत स्त्री-पुरुष संबंधांचे बेचव वर्णन अनेक ठिकाणी आले आहे. बाळासाहेब गायकवाडांनी जाणीवपूर्वक समाजात घडणाऱ्या अनैतिक प्रसंगांकडे डोळे रोखलेले दिसतात. त्यांना फादरचा व्यभिचार दिसतो. अशा व्यभिचारी फादरविषयी त्यांच्या मनात घृणा निर्माण होताना दिसते.

बाळासाहेब गायकवाड मनाने महार आहेत. पण शरीराने ख्रिश्चन झाले आहेत. त्यांना ख्रिश्चन धर्माची तत्त्वे आणि मूल्ये आवडली म्हणून ते ख्रिश्चन झाले नाहीत. केवळ आर्थिक आमिषापोटी ते ख्रिश्चन झाले आहेत. त्यांनी ख्रिश्चन धर्माचा स्वीकार केला म्हणून ते फादरकडे पैशाची सतत मागणी करताना दिसतात. फादरकडून मदत घेऊन ते शांत बसत नाहीत. त्यांची भूक सारखी वाढताना दिसते. मुळात लेखक दारिद्र्याने पिचला आहे. त्यामुळे त्याचे आयुष्य भरकटत गेल्यासारखे दिसते. काँग्रेसचे पुढारी, कम्युनिस्टांचे पुढारी आणि फादर ह्या गर्दीमध्ये बाळासाहेब गायकवाडांची अवस्था हरवलेल्या मुलासारखी झालेली दिसते.

बाळासाहेब गायकवाड जगण्यासाठी धर्मांतर करतात, भाषणं करतात, इतकंच नाही तर इतरांची चमचेगिरीही करतात. 'त्याचे तिचे शारीरिक संबंध होते. त्यांची चमचेगिरी मी करायचो. निरोपांची देवाणघेवाण, सांकेतिक खुणांनी करायचो.' (पृ.६०) इतकेच नाही, तर अनेक शरीरसंबंधांची कबुली लेखक देताना दिसतो. घाणेरड्या चिखलासारखी ही आत्मकथा आहे. ह्या आत्मकथेत ख्रिश्चन मिशनरी पैसे वाटून दलितांची कशी धर्मांतरे घडवून आणत आहेत, ह्याचा तपशील दिलेला आहे. 'महारात मेळ राहिला नाही. जिकडे फायदा तिकडे धावतात. घडीत येशूबप्पा तर घडीत आंबेडकर' (पृ. ८१). धर्मांतर करणाऱ्या समाजाचं हे वर्णन आहे. लेखक ख्रिश्चन धर्म स्वीकारतो. पण तो तिथे रमत नाही.

'जिथे आम्ही आलोत तिथे काय परिस्थिती?

आमचे प्रश्न सुटले का?

जिथून मी आलो, माझा समाज आलाय, तिथले शोषण थांबले का? नव्या ठिकाणीही शोषण.' (पृ. १४९) बाळासाहेब गायकवाड धर्मांतराकडे आपले प्रश्न सोडवण्याचा मार्ग म्हणून पाहतात. त्यातही धर्मांतराने रोजीरोटीचा प्रश्न सुटला पाहिजे अशी त्यांची अपेक्षा आहे. आभाळातून भाकरी पडेल अशी त्यांची भाबडी अपेक्षा आहे. कुठलाही धर्म हा माणसाचे ऐहिक प्रश्न सोडवू शकत नाही. माणसालाच आपले प्रश्न सोडवायचे असतात. उलट, धर्म माणसाला दुबळे बनवत असतो. माणूस जेव्हा दुबळा होतो तेव्हा तो धर्मापुढे लोटांगण घालू लागतो. माणूस सामर्थ्यवान बनला पाहिजे असे घडताना दिसत नाही. फादर एखाद्या स्त्रीची अब्रू लुटतो तेव्हा ती स्त्री चिडत नाही. अशा स्त्रीची प्रतिक्रिया खूप बोलकी आहे, 'अरे बाबा, ती बी माणसेच आहेत. भोग कुणाला चुकलेत काय? आईबाप सोडून संन्यासी बनतात. त्यांची भावना तरी भागली पाहिजे. घडते त्यांच्या हातून एखादं वाईट. फादरबरोबर झोपले तर मी म्हणजे देवाबरोबर झोपल्यासारखेच आहे.' (पृ. १२) माणसाने आपल्या शोषणाला असा दैवी मुलामा चढवला आहे. म्हणूनच

लेखक म्हणतो, "टोकाची धार्मिक चळवळ नि टोकाची समाजवादी चळवळ दलितांमध्येच का सुरू झाली?" (पृ. २३) अंधश्रद्धेची प्रचंड गुहा म्हणजे शोषित समाज होय. आपल्या दुःखाला आपले दैव मानून हा समाज निमूटपणे जगत असतो. तिथे ठिणगी टाकण्याचे काम बाबासाहेब आंबेडकरांनी केलेले आहे. बाळासाहेब गायकवाड ख्रिस्ती धर्म स्वीकारल्यानंतरही दलित समाजाच्या प्रश्नांवर लढत असतो. धर्मांतराने आपले प्रश्न सुटत नाहीत, ह्याची त्याला जाणीव होते. धर्मांतर म्हणजे आपली फसगत अशी त्याची भावना होते. त्यामुळे त्याच्या मनात धर्माविषयी आणि धर्मांतराविषयी चीड निर्माण होते. ह्यातूनच त्याच्या अस्तित्वाची लढाई सुरू होते. 'मी कोण आहे?' हा प्रश्न गंभीर स्वरूप धारण करतो. बाळासाहेब गायकवाड धर्मांतरित लोकांची बाजू घेतात. आणि इथूनच धर्म नाकारण्याची सुरुवात होते. त्यांच्या मनात धर्माविषयी चीड निर्माण होते. कदाचित त्यांच्याभोवती असलेल्या कम्युनिस्ट चळवळीचाही हा परिणाम असावा.

बाळासाहेब गायकवाड धर्मांतरित ख्रिश्चन दलितांच्या प्रश्नाला हात घालतात. त्यांना संघटित करण्याचा प्रयत्न करतात. ह्यातून सुटका करून घेण्यासाठी ते पुन्हा एकदा धर्मांतर करण्याची घोषणा करतात. ते मामलेदारला म्हणतात, "साहेब, ज्यांचे बाप्तिस्मे होऊन ख्रिस्ती रेकॉर्ड झालेय ना, त्यांचे रेकॉर्ड आम्ही तुमच्यापुढे जाळणार नि आम्ही तुमच्याकडून जातीचे दाखले घेणार." (पृ.८५)

पुन्हा एकदा राखीव जागेकरिता जातीच्या दाखल्याची मागणी होताना दिसते. जातीचे दाखले घेऊन पुन्हा एकदा हिंदू होण्याचा हा प्रयत्न दिसतो. त्यामुळे दलितांच्या धर्मांतराचे सर्व पैलू तपासणे आवश्यक होते. आपली हीन अशी सामाजिक अवस्था नाकारून दुसरी समतामूलक ओळख स्वीकारण्याची प्रक्रिया म्हणजे धर्मांतर होय. मुळात दलितांना सांस्कृतिक जगणेच नव्हते. त्यांच्या मनुष्यत्वाची घोर विटंबना केलेली होती. दलितांच्या मनुष्यत्वाचा सन्मान करण्यासाठी धर्मांतराची आवश्यकता आहे. ज्या धर्मात गोमूत्र पवित्र मानले जाते आणि माणसाला अमंगळ ठरवले जाते, तो धर्म नाकारण्याची गरज आहे. केवळ आर्थिक लोभासाठी धर्मांतर करणे हे इथं अभिप्रेत नाही. मला वाटतं, 'ख्रिस्ती महार'मध्ये दलितांच्या धर्मांतराचा हा अर्थ लक्षात घेतलेला दिसत नाही. एक मात्र खरं, बाळासाहेब गायकवाड ह्यांच्यासारख्या अनेकांनी तात्कालिक कारणांसाठी धर्मांतरे केलेली आहेत. अशामुळे त्यांची मानसिक आणि सामाजिक कोंडी झालेली आहे. धर्मांतरित झालेली मोठी लोकसंख्या अशा प्रकारचे उपरे जीवन जगत आहे. अशा उपऱ्या आयुष्यांची वेदना 'ख्रिस्ती महार' ह्या आत्मकथेत व्यक्त झाली आहे.

◆◆◆

१२

बाप्तिस्मा ते धर्मांतर

'बाप्तिस्मा ते धर्मांतर' ही इसादास भडके ह्यांची आत्मकथा आहे. ही आत्मकथा बाप्तिस्मा, दृढीकरण आणि धर्मांतर अशा तीन भागांत विभागलेली आहे. हिंदू धर्मातून ख्रिश्चन धर्मात प्रवेश करणे आणि ख्रिश्चन झाल्यामुळे दलितांना मिळणाऱ्या सोयी-सवलती न मिळाल्यामुळे होणारी परवड टाळण्यासाठी पुन्हा बौद्ध धर्मात प्रवेश करणे, अशी कथा ह्या आत्मकथेत वाचायला मिळते. लेखक इसादास भडके ह्यांचे आईवडील हिंदू धर्म सोडून ख्रिश्चन झाले आहेत. पुढे भडके ख्रिश्चन धर्माचा त्याग करून बौद्ध धर्माचा स्वीकार करताना दिसतात. हिंदू, ख्रिश्चन आणि बौद्ध अशा तीन धर्मांचा संदर्भ असलेली ही आत्मकथा आहे.

'ख्रिस्ती महार' ह्या बाळासाहेब गायकवाड ह्यांच्या आत्मकथेपेक्षा इसादास भडके ह्यांची आत्मकथा सरस वाटते. भडके ह्यांना ख्रिश्चन धर्माविषयी जिव्हाळा, आदर आणि कृतज्ञता वाटते. ही भावना गायकवाड ह्यांच्या आत्मकथेत व्यक्त होत नाही. भडके जेव्हा ख्रिश्चन धर्म सोडतात तेव्हा त्यांना मानसिक यातना होतात. ख्रिश्चन धर्म आणि मिशनरी ह्यांनी त्यांची जडण घडण केलेली आहे. भडके ह्यांच्या आयुष्यातला पूर्वार्ध हा ख्रिश्चन वातावरण आणि संस्कारांनी व्यापलेला आहे. ते एका ठिकाणी म्हणतात, 'बायबल व्यतिरिक्त कोणत्याच गोष्टींवर माझा विश्वास नव्हता. बाकीचे सारे थोतांड वाटायचे.' (पृ.७५) भडके असे ख्रिस्तमय झालेले होते. योहान साहेबांनी इसादास, अशोक आणि त्यांची आई सतिका ह्यांना चंद्रपूरला आणले आहे. योहान साहेबांची दयाबुद्धी खूप महत्त्वाची आहे. त्यांनी जर भडके कुटुंबाला चंद्रपूरला आणले नसते तर काय झाले असते? योहान साहेबांमुळेच इसादास आणि त्यांचा भाऊ अशोक शिकू शकले हे लक्षात घेतले पाहिजे. ख्रिश्चन मिशनरींनी फार मोठ्या प्रमाणावर दलित आदिवासींची धर्मांतरे घडवून आणली आहेत. ख्रिश्चन मिशनरींनी ह्यासाठी दीनदुबळ्यांना दया दाखवली आहे. त्यांना

मदत केली आहे. त्यांच्यासाठी शाळा आणि दवाखाने काढले आहेत. ह्या मिशनरींनी सेवाभावी वृत्तीने काम केले आहे. अनेक फादर आणि सिस्टर ह्यांनी आपले पूर्ण आयुष्य धर्मार्थ वाहिले आहे. हिंदूंच्या जातिव्यवस्थेत जखडलेल्या दलितांना त्यामुळेच ख्रिस्ती मिशनरी देवदूतासारखे वाटले. 'बाप्तिस्मा ते धर्मांतर' ह्या आत्मकथेत अनेक ख्रिश्चन दलितांमध्ये येताना, त्यांची सेवा करताना दिसतात. त्यामुळेच इसादास भडके ह्यांना ह्या ख्रिश्चन मिशनरीविषयी आदर वाटतो. अशी भावना बाळासाहेब गायकवाड ह्यांची नाही. कदाचित, भडके हे धार्मिक प्रवृत्तीचे असल्याने असे घडले असावे.

'बाप्तिस्मा' आणि 'दृढीकरण' ह्या दोन प्रकरणांमध्ये इसादास भडके ह्यांचं ख्रिश्चन जीवन उजळून निघालं आहे. परिस्थिती आणि धर्माशी जुळवून घेत लेखकाने आयुष्यक्रमण केलं आहे. ह्या दोनही प्रकरणांत इसादास भडके ह्यांची धर्मांतरित ख्रिश्चन म्हणून होणारी कुतरओढ दिसून येते. ते धर्मांतरित ख्रिश्चन असले तरी त्यांच्या कपाळावरचा 'महार' हा शिक्का पुसला गेलेला नाही. म्हणूनच ते म्हणतात, 'नावं बदलली. आडनावं कायम राहिली. नावं कॉकटेल वाटायची.' (पृ. ३) ख्रिश्चन धर्म स्वीकारल्यामुळे दलितांची नावं बदलून त्यांना इंग्रजी नावं मिळाली. धर्मांतरामुळे नावं बदलली असली तरी परिस्थिती बदलली नाही. सामाजिक वास्तव बदलले नाही. वस्ती बदलली नाही. सवर्णांची त्यांच्याकडे बघण्याची दृष्टी बदलली नाही. केवळ धर्मांतरितांची उपासना पद्धती बदलली. ह्या उपऱ्या अवस्थेविषयी भडके ह्यांनी लिहिलं आहे, 'आम्ही हिंदू होतो, ख्रिश्चन झालो. नातेवाईक बौद्ध. बापाच्या आईला अंत्यसंस्कारावरून खल झाला.' (पृ. ८९) भडके ह्यांची वेदना भेदक आणि झोंबरी आहे. इब्राहिम खान ह्यांच्या 'मुस्लिम महार' ह्या आत्मकथेतही ही वेदना प्रकट झाली आहे. धर्मांतराने दलितांचे प्रश्न सुटले नाहीत. उलट ते बिकट झाले आहेत. हिंदू धर्मातल्या जातीयतेला कंटाळून अनेक दलितांनी अनेक धर्मांत प्रवेश केला आहे. हे वास्तव भडके ह्यांनी पुढील शब्दात मांडले आहे. 'धर्मांतरित ख्रिस्ती गावाकडे बौद्ध मुलीच मागत. त्यांचे बहुतेक नातेवाईक बौद्ध आहेत.' (पृ. ९५) अस्पृश्य समाज असा अनेक धर्मांत विभागला आहे. त्यांची विचित्र वेदना इसादास भडके ह्यांच्या 'बाप्तिस्मा ते धर्मांतर' ह्या आत्मकथेत वाचायला मिळते.

इसादास भडके ख्रिश्चन म्हणून जगत असताना त्यांचे अनेक नातेवाईक बौद्ध धर्मात होते. त्यामुळे त्यांना ख्रिश्चन धर्मात उपरे वाटणे साहजिकच होते. रिपब्लिकन पक्षाची चळवळ, दलित साहित्याचा वाढता प्रभाव, आंबेडकरी विचारातून निर्माण झालेला विद्रोह, नामांतराची चळवळ, रिडल्स इन हिंदुइझमचे आंदोलन, पुढे बौद्ध समाजातून मिळत गेलेले अनेक वैचारिक मित्र, एम.फील. साठी निवडलेला

दलित आत्मकथांचा विषय ह्यामुळे इसादास भडके ख्रिश्चन धर्मापासून हळूहळू विलग होताना दिसतात. ह्या सगळ्या घटना जितक्या महत्त्वाच्या आहेत, तितकीच लेखकाची आई हीदेखील कारणीभूत आहे.

'बाप्तिस्मा ते धर्मांतर' ह्या आत्मकथेतल्या पहिल्या अर्ध्या भागात इसादास भडकेंच्या आईच्या अंगात येत असते. सतिकाच्या अंगात तिचे मृत पती पांडुरंग हे संचारताना दिसतात. आईच्या अंगात येणे, तिने वेडेवाकडे अंगविक्षेप करणे, आरडाओरड करणे, घुमणे अशांमुळे भडके चिडतात. विचलित होतात. ह्या आत्मकथेच्या दुसऱ्या अर्ध्या भागात लेखकाच्या आईच्या अंगात नागोबा यायला लागतो. आई डोलू लागते. घुमू लागते. ख्रिश्चन झाल्यानंतरही हिंदू धर्मातील ह्या अनिष्ट प्रथा आईच्या अंगातून हद्दपार होत नाहीत. लेखक चिडून आईच्या थोबाडीत मारतो. ह्यावरून लेखकाच्या मनातील प्रचंड चीड आणि घुसमट कळून येते. प्रभू येशूचा आईच्या मनावर परिणाम होत नाही. हिंदू धर्मातल्या खुळचट भुताखेतांचा प्रभाव होतो, ही भावना लेखकाला ख्रिश्चन धर्मापासून वेगळी काढणारी आहे.

एकीकडे लेखक चर्चमध्ये नियमित जात असतो. प्रभू येशूची गीतं गात असतो, प्रार्थना म्हणत असतो, उपदेश ऐकत असतो, ख्रिस्ती धर्माविषयीचे साहित्य वाचत असतो. त्याच वेळी तो आपल्या अवतीभोवती वाढणारी दलित चळवळ पाहत असतो. आपल्या नात्यागोत्याची असंख्य माणसं बौद्ध धर्मात असल्याचे लेखकाला दिसते. त्याच्या मनात आयडेंटिटीचा प्रश्न निर्माण होतो. लेखकाच्या सामाजिक जगण्यात अंतर्द्वंद्व निर्माण होऊ लागते. मी कोण? ही भावना त्याला सतावू लागते. हिंदू धर्मात असणाऱ्या दलितांना सवलती मिळतात, पण ह्या सवलती ख्रिश्चन धर्मात असणाऱ्या दलितांना मिळत नाहीत. लेखकाला हा दुजाभाव अस्वस्थ करतो. बौद्ध धर्मात प्रवेश केला तर सवलती मिळत असतील, तर ख्रिश्चन धर्मात प्रवेश करणाऱ्यांनाही सवलती मिळाल्या पाहिजेत. लेखकाला भेदभाव अस्वस्थ करतो. ही अस्वस्थता धर्मांतरीत ख्रिश्चन आणि मुस्लिम दलितांमध्ये आढळू लागली आहे. धर्मांतरित ख्रिश्चनांच्या मनातील नाकेबंदी 'बाप्तिस्मा ते धर्मांतर' ह्या आत्मकथेमध्ये वाचायला मिळते. धर्मांतरित ख्रिश्चनांची सांस्कृतिक कोंडी आणि त्यांचे प्रश्न ह्या आत्मकथेमुळे वाचकाला ज्ञात होतात.

'बाप्तिस्मा ते दृढीकरण' ह्या दोन प्रकरणांत इसादास भडके ह्यांचे ख्रिस्ती जीवन अत्यंत प्रवाही आणि तपशिलाने व्यक्त झालं आहे. ही दोन प्रकरणे वाचकाला भावणारी आहेत. लेखक परिस्थिती आणि संस्कारांशी कसा जुळवून घेतो आणि त्यातून स्वत:ची वाट कशी शोधतो, ह्याचं वेधक चित्रण ह्या दोन प्रकरणांमध्ये प्रकट झालं आहे. आई आणि इसादास ही दोन पात्रं चुकलेल्या मेंढरासारखी

वाटतात. ही दोन पात्रं आपल्या परिस्थितीपुढे अपंग, दुबळी आणि परिस्थितिशरण झाली आहेत. परिस्थिती मात्र त्यांच्यावर मधमाशांसारखी तुटून पडली आहे. असे असले, तरी ही पात्रं खचून जात नाहीत. आपल्या आयुष्याचा क्रूस वागवताना दिसतात. माय-लेकरांचा करुण आकांत ह्या आत्मकथेच्या तळाशी साचलेला आहे. ख्रिश्चन होऊनही आपले प्रश्न सुटत नाहीत, उलट ते बिकट झाले आहेत; ह्याचे तीव्र भान लेखकाला येते. इतकंच नव्हे, तर आपली समग्र जडणघडण आणि सांस्कृतिक स्तर हा बौद्ध धर्माशी अनुकूल आहे, ह्याची त्याला खात्री पटते. त्यामुळे लेखक ख्रिश्चन धर्माचा त्याग करून बौद्ध धर्मात प्रवेश करताना दिसतो.

'धर्मांतर' हे ह्या आत्मकथेतील तिसरे प्रकरण आहे. ह्या प्रकरणामध्ये अनेक घटना, प्रसंग आणि व्यक्तींचा उल्लेख होताना दिसतो. हा भाग प्रचारकी आणि शुष्क वाटतो. ह्यामधील माहिती वाचकांच्या मनाचा ठाव घेऊ शकत नाही. केवळ आपल्या धर्मांतराचे समर्थन करण्यासाठी लेखकाने ही पुस्ती जोडली असावी, असे हे लेखन आहे. 'धर्मांतर' हे प्रकरण ह्या पुस्तकाला ठिगळ जोडावे तसे जोडले आहे. तथापि ह्या आत्मकथेतील पहिली दोन प्रकरणं श्रेष्ठ दर्जाची वाटतात. लेखकाने बायबलमधील कथांचा आपल्या कथनासाठी फारच समर्पकपणे वापर केलेला आहे.

इसादास भडके ह्यांना वाचनाची अनिवार ओढ आहे. इथं माधव कोंडविलकरांची आठवण येते. ह्या दोघांमधील वाचनप्रेम खूप एकसारखे आहे. भडके हाती लागेल ते वाचत सुटतात. त्यांना वाचल्याशिवाय करमत नाही. त्यांचे वाचनवेड अफाट आहे. त्यांचं अफाट वाचन आणि धार्मिक वृत्ती ह्यामुळे त्यांच्या स्वभावाला संयम आणि शालीनता लाभली आहे. ह्याचा त्यांच्या लेखनशैलीवरही परिणाम झालेला दिसतो. त्यांचे लेखन वेधक आणि तरल असं झालं आहे. दु:ख तरलतेने व्यक्त करण्याची ही अजब तऱ्हा आहे.

'बाप्तिस्मा ते धर्मांतर' ह्या आत्मकथेमुळे धर्मांतरित ख्रिस्ती समाजातील दलितांच्या मानसिकतेमधील उलथापालथीची कल्पना येते. अनेक धर्मांमध्ये, अनेक प्रदेशांमध्ये, अनेक भाषांमध्ये, अनेक संस्कृतींमध्ये अनेक कारणांनी विभागलेल्या अनेक दलितांच्या जीवनाची शोकांतिका झालेली आहे. त्याचा एक स्वर 'बाप्तिस्मा ते धर्मांतर' ह्यामध्ये समर्थपणे व्यक्त झाला आहे. धर्मांतरानेही जेव्हा जाती नष्ट होत नाहीत, तेव्हा जातिव्यवस्थेविरुद्ध लढणे अटळ होते. ह्यासाठी सर्व दलितांनी आपला धर्म बाजूला ठेवून एकत्र येण्याचा विचार केला पाहिजे, अशी शक्यता निर्माण झाल्याचे सूतोवाच भडके ह्यांची आत्मकथा करताना दिसते.

◆◆◆

१३

आमचा बाप आन आम्ही

दलित आत्मकथांमुळे दलित साहित्याला व्यापक समाजमान्यता जशी मिळाली, तशी मराठी साहित्याची समृद्धीही वाढली. अनेक सामाजिक स्तरांतून लेखक उदयाला आले. त्यांनी आपल्या व्यथावेदनांना शब्दांतून वाट करून दिली. आजवर साहित्यात व्यक्त न झालेलं मानवी जीवन प्रथमच वाचकांना ज्ञात झाले. हे अनुभव वाचकांना हादरवून सोडणारे होते. विषम व्यवस्थेत दलितांना कसे अमानवी जीवन जगावे लागते, ह्याच्या दाहक कथा दलित आत्मकथांमधून वाचायला मिळाल्या. दलितांवर होणाऱ्या अन्याय-अत्याचारांचे अस्वस्थ करणारे वर्णन दलित आत्मकथांमधून व्यक्त झाले. दलितांना जगावे लागणारे पशुतुल्य जीवन, त्यांचा होणारा अनन्वित छळ, त्यांची लाचारी आणि सवर्ण समाजातील अन्यायखोरीचे मग्रूर वर्तन ह्यांचा जाहीर पंचनामा दलित आत्मकथांमधून केलेला दिसतो.

दया पवार ह्यांचं 'बलुतं', शंकरराव खरात ह्यांचं 'तराळ-अंतराळ', प्र. ई. सोनकांबळे ह्यांचं 'आठवणींचे पक्षी', लक्ष्मण माने ह्यांचं 'उपरा', माझेच 'अक्करमाशी', लक्ष्मण गायकवाड ह्यांचं 'उचल्या', किशोर काळे ह्यांचं 'कोल्हाट्याचे पोर' ह्या आत्मकथांची विपुल चर्चा झाली. प्रत्येक आत्मकथेमध्ये लेखकाच्या आयुष्यातील धक्कादायक आणि इतरांपेक्षा वेगळे अनुभव व्यक्त झाल्याचे दिसतात. दलित आत्मकथेमुळे मराठी साहित्यात दलित आत्मकथांची वादळी लाटच आली. प्रत्येक आत्मकथेची विपुल चर्चा झाली. ह्या सगळ्या चर्चेमधून दलित आत्मकथेतील Shocking Element लाच खूप महत्त्व दिले गेले. त्यामुळे दलित आत्मकथांमधील स्फोटक, खळबळजनक, अस्वस्थ करणारे, हादरवून सोडणारे विषय लक्षणीय ठरले. पांढरपेशा वाचकांना दलितांचे अनुभव भयावह आणि अपराधबोधाची जाणीव करून देणारे वाटले. उच्चभ्रू समाजाला, दलितांचा अमानुष भोगवटा वाचून आपल्या मध्यमवर्गीय दुःखाची कीव वाटली. दलित आत्मकथांच्या पानापानातून दलितांचा

हृदय पिळवटून टाकणारा आक्रोश व्यक्त झाला आहे. 'आपल्या व्यथा आणि समस्या' वाचकांना सांगण्याच्या अहमिहमिकेतून ह्या आत्मकथा लिहिल्या गेल्या आहेत. त्यामुळेच दलित आत्मकथांना वाङ्मयीन मूल्यांबरोबरच सामाजिक दस्ताऐवजाचे स्वरूप प्राप्त झाल्याचे दिसते.

दलित आत्मकथांमधील भगभगीत जीवन वाचून सवय झालेल्या वाचकांना, 'आमचा बाप आन आम्ही' परिणामकारक न वाटल्यास नवल. 'आमचा बाप आन आम्ही' मध्ये इतर दलित आत्मकथांमध्ये व्यक्त झालेली भीषण वेदना नाही, गावगाड्यातील जातीयतेचे दाहक चटके नाहीत, दलितांच्या वाट्याला येणारा अत्याचार आणि जुलूम नाही, दलितांना जळवांसारखे चिकटलेले कर्ज, आयुष्याची वाताहत करणारे दारूचे व्यसन, अठराविश्वे छळणारे दारिद्र्य आणि हैराण करणाऱ्या भुकेचे चित्रण नाही. त्यामुळे अनेकांना 'आमचा बाप आन आम्ही' ही आत्मकथा आवडल्याचे दिसत नाही. तसा सूर खासगी चर्चेत ऐकायला मिळतो. तरीही, 'आमचा बाप' ची इतर आत्मकथांपेक्षा विपुल चर्चा होते. अनेक आवृत्त्या प्रकाशित होतात आणि त्याचे अनेक भाषांत अनुवाद होतात. ह्या लोकप्रियतेचे आणि यशाचे रहस्य काय असावे हे शोधले पाहिजे. 'आमचा बाप' ही आत्मकथा अन्य दलित आत्मकथांपेक्षा विलक्षण वेगळी आहे. ह्या वेगळेपणाची चर्चा करावी लागेल, तरच ह्या आत्मकथेचे नीट मूल्यमापन करता येईल.

शंकरराव खरात ह्यांच्या 'तराळ-अंतराळ' ह्या आत्मकथेला Story of the Untouchable असे म्हटले गेले. 'आमचा बाप आन आम्ही' ह्या आत्मकथेला Story of the Success असे म्हणता येईल. ह्या आत्मकथेची मुळे नाशिकच्या ओझर ह्या गावी रूजलेली आहेत. तर फांद्या विश्वभर विखुरलेल्या आहेत. ह्या आत्मकथेला एका विश्ववृक्षाचं रूप लाभले आहे. ह्या आत्मकथेचा पसारा 'राही' पासून ते 'अपूर्वा' पर्यंत पसरलेला दिसतो. बापाचं आत्मचरित्र वगळले, तर बाकीची आत्मकथा मध्यमवर्गीय दलितांच्या जीवनाची यशोगाथाच आहे! ही आत्मकथा शून्यातून विश्व निर्माण करण्याची जिद्द पेरणारी आहे. 'ओझर' ते 'अमेरिका' इतक्या व्यापक भौगोलिक पटावर घडणारी ही एकमेव दलित आत्मकथा आहे. त्यामुळे ह्या आत्मकथेचे मूल्यमापन करताना 'बलुतं' आणि 'उपरा' च्या वहिवाटीपलीकडे जाऊन विचार करावा लागतो.

अनेक दलित आत्मकथांमधील नायकांना आपल्या नातेवाइकांची लाज वाटते. 'बलुतं' मध्ये दया पवारांना आपल्या मावशीची लाज वाटताना जाणवते, तर 'अक्करमाशी' मध्ये मी आपल्या आजीबद्दल तसाच भाव व्यक्त केला आहे. आपल्या जातीविषयी, आपल्या नातेवाईकांविषयी घृणा आणि लाज वाटण्याचे

प्रसंग अनेक दलित आत्मकथांमधून वाचायला मिळतात. 'आमचा बाप आन आम्ही' मध्ये ही लाज पुस्तकाच्या शीर्षकामध्येच हद्दपार झाल्याचे दिसेल. आत्मकथेमधील बाप हा 'मी कलेक्टरचा बाप आहे' असे छातीठोकपणे सांगतो आणि मुलं 'आमचा बाप' असं सांगताना दिसतात. बापाला मध्यवर्ती ठेवून ही आत्मकथा लिहिल्याचे दिसेल. अन्य दलित आत्मकथांमध्ये बाप हा प्रासंगिक रूपात व्यक्त झालेला दिसेल, पण ह्या आत्मकथेत बाप नायकाच्या जागी आहे. त्यामुळेच 'आमचा बाप' वाचकांच्या मनात प्रदीर्घ काळ रेंगाळताना दिसतो, म्हणूनच बाप आणि मुलांच्या नात्याला वैश्विक परिमाण लाभल्याचे दिसते. हा नातेबंध अनेकांना भावतो.

'आमचा बाप आन आम्ही' ही आत्मकथा प्रामुख्याने पितापुत्रांच्या नात्याची अनोखी कहाणी आहे. दादा आणि छोटूमियाँ ह्यांच्यामध्ये एक वेगळी 'केमिस्ट्री' आहे आणि तिच्यामुळेच ही आत्मकथा वाचनीय ठरली आहे. 'बलुतं' ते 'आयदान' ह्या दलित आत्मकथांच्या परंपरेत 'आमचा बाप' चे वेगळेपण लक्षात भरण्यासारखे आहे. इतर आत्मकथांमध्ये दलितांच्या जीवनातील आकांत, अपयश, लाचारी, वैफल्य आणि जुलूम ह्याचे चित्रण झालेले दिसते, परंतु 'आमचा बाप' मध्ये प्रगतीची उत्तुंग शिखरे एकामागोमाग एक काबीज होताना दिसतात. ही आत्मकथा आंबेडकरी चळवळीमुळे दलित समाजात झपाटून झालेल्या बदलाची स्पंदने टिपणारी आहे. आंबेडकरी चळवळीमुळे दलितांनी कात टाकली आणि नव्या जीवनाची सुरुवात केली. ह्या नव्या वाटेचे उत्तम उदाहरण म्हणून 'आमचा बाप आन आम्ही' चा आवर्जून उल्लेख करावा लागेल.

'आमचा बाप' दामोदर रुंजाजी जाधव हे ह्या आत्मकथेतील 'मॅन ऑफ द मॅच' आहेत. ही मॅच मात्र परिस्थितीविरुद्ध चाललेली आहे. आत्मकथेतील टीम आपल्या परिस्थितीवर अभूतपूर्व विजय मिळवताना दिसते. बाप सतत काहीतरी 'रिपेअर' करताना दिसतो. काळा ओबडधोबड चेहरा असलेला हा बाप जसा करारी आहे, तसा खट्याळही आहे. करारी आणि खट्याळ अशा विचित्र रसायनातून बापाचे व्यक्तित्त्व साकारले आहे.

'आठवणींचे पक्षी' आणि 'आमचा बाप' यांमधील संयतपणात कमालीचे साम्य आहे. दोन्ही आत्मकथनांमधील सवर्णपात्रे दलितांबरोबर सौहार्दपूर्ण वागताना दिसतात. 'आमचा बाप' आणि 'आठवणींचे पक्षी' दोन्हीमध्ये झोंबणारा कडवटपणा नाही. प्र. ई. सोनकांबळे ह्यांच्यापेक्षा 'आमचा बाप' अधिक बाणेदार आणि स्वाभिमानी दिसतो. 'आमचा बाप' मधील 'आम्हीं'च्या आवृत्तीगणिक झालेल्या विस्तारामुळे बापाचा प्रभाव कमी झाल्यासारखा वाटतो. बापाच्या निमित्ताने, त्याच्या मुलांनी आपला महिमा वाचकांच्या मनावर बिंबवण्याचा केलेला प्रयत्नही दिसतो. 'आम्ही'

च्या यशामागे बाप आहे. 'आम्ही' च्या एकत्र कुटुंबाचा आधार आणि श्रद्धेचा विषय हा बापच आहे. ह्या बापाची मुले जी देदीप्यमान प्रगती करू शकली, त्यात मुलांचे प्रयत्न आणि परिश्रम यांचा हिस्सा नाकारता येणार नाही, पण मुलांना योग्य दिशेने कार्यप्रवण करण्याचे श्रेय बापालाच द्यावे लागते. बापाचा स्वभाव प्रचंड कष्ट करण्याचा आहे. 'पडेल ते काम, कुठलेही काम' (एनी वर्क) करण्याची बापाची धडपड आहे. अगदी लहानपणीदेखील कोणी काही काम सांगितले तर बाप ते तत्परतेने करताना दिसतो. बाप कामसू आहे.

राहीबाई, बापाची आई माधवची उपासमार होऊ नये म्हणून मुंबईला जाते अन माधव आपल्या चुलतीला आणि तिच्या मुलांना पोसावे लागेल म्हणून मुंबई सोडतो. राहीबाई मुंबईत पाय रोवते. इथून 'आमच्या बापा'ची सुरुवात होते. राहीबाई आणि तिची मुले विदाऊट तिकिट मुंबईला येतात. प्रवासखर्च करायला पैसा नसलेली ही माणसे आपल्या वारसांना विमानप्रवास करताना पाहतात. खडतर प्रवासापासून ते विमानोड्डाणापर्यंत भरारी मारणारी ही आत्मकहाणी आहे.

'बाप' गंगाराम नावाच्या वृत्तपत्रविक्रेत्याकडे वर्तमानपत्रे विकण्याचे काम करताना दिसतो. गंगारामची वर्तमानपत्रांची एजन्सी असते. त्याला मूलबाळ नसते. गंगाराम 'बापाला' मुलासारखा सांभाळतो. गंगाराम मेल्यानंतर त्याची एजन्सी 'बापा'ला मिळते. 'बाप' स्वतंत्रपणे ही एजन्सी चालवू लागतो. नारायण सुर्वे ह्या महान लेखकाला मुलाप्रमाणे वाढवणारा गंगाराम सुर्वे काय आणि दामोदर जाधव ह्या साहित्यातल्या 'बाप' माणसाला मुलाप्रमाणे आधार देणारा वृत्तपत्रविक्रेता गंगाराम काय, ही महान मानवीरूपं आहेत. पुढल्या काळात 'बापा' ला वर्तमानपत्रं विकत असताना रोन क्रॉनीकर ह्या युरोपियन माणसाची ओळख होते. हा युरोपीयन साहेब देशी गंगारामचे विदेशी रूप आहे.

रोन क्रॉनीकर 'बापा' ला आपल्या घरी ठेवून घेतो. 'बाप' रोन क्रॉनीकरच्या रोबेन (मिसी) ह्या मुलीचा सवंगडी होतो. इथून 'बापा'च्या जीवनाचा कायापालट होतो. मिसी त्याला ए. बी. सी. डी शिकवते. मिसीच्या घरी राहिल्यामुळे 'बापा'ला बटलरी इंग्रजी येऊ लागते. 'बाप' मिसीविषयी लिहितो, 'तिचा माझ्या मनास कधीच विसर होणार नाही, तिनेच मला ए.बी.सी.डी. शिकवली. त्यामुळेच मी चवतीस वर्षे केबिनमनची नवकरी केली. माझ्या संसाराची प्रगती झाली.' (पृष्ठ ८०) 'बापा' च्या मनातली ही कृतज्ञता मोलाची आहे. 'बाप' आपली पत्नी सोनूविषयी असाच भाव व्यक्त करताना दिसतो. 'खरोखरच अती कस्टाने माझ्या सौंसारात तिने मदत केली. आसी कोनत्याही बाईकोने केली नसती. माझ्या अंतकरनापासून तिच्या विषयी आदर आहे.' (पृष्ठ ९२) राही, मिसी आणि सोनू ह्या तिघींनी

बापाला घडवले आहे.

'बापा' च्या आयुष्याच्या प्रगतीला तीन ठळक वळणे लाभली आहेत. पहिला टप्पा- राहीने मुंबईत आल्याचा, दुसरा टप्पा- बापाने ए.बी.सी.डी शिकल्याचा आणि तिसरा टप्पा - जे. डी. जाधवांना शाळेत प्रवेश मिळवल्याचा आहे. ही आत्मकथा अनेक वाटावळणांनी विकसित झाल्याचे दिसते. 'बाप' रंगाने काळा आहे. तो आपल्या रंगाची खिल्ली उडवताना दिसतो. 'रंग जायगा तो पैसा वापस' (पृष्ठ २२) कटू वास्तवाला खिलाडूपणे स्वीकारण्याची ही वृत्ती आहे. बाप दवाखान्यातल्या नर्सनाही काळी, नकटी, बुढी, जाडी अशी टोपणनावे ठेवताना दिसतो. जीवनातल्या वैगुण्याचं विडंबून करणारी ही वृत्ती आहे. विडंबन स्वीकारायला दिलदार मन हवे. ते 'बापा' कडे आहे. 'बापा' चा स्वभाव मिस्किल आहे. 'बाप' आपला मुलगा नरेंद्रला विचारतो, ''तू साला अमेरिका जा के गोरा नही हुवा और अबी आफ्रिका जा के काला नाही हुवा' (पृष्ठ ३४) काळ्या 'बापा' बरोबर गोरी सोनू लग्न करते, तर 'बापा' च्या रंगाचा वसा चालवणाऱ्या नरेंद्र जाधवांसोबत गोरी वसुंधरा लग्न करते. 'बाप' वसुंधरेला म्हणतो, 'तू येवढी गोरीगोमटी मग या अशा काळ्या मानसाशी लगीन कसं काय केलं' (पृष्ठ २७) 'बाप' अशा स्वभावाचा आहे. त्याचा चार्मच वेगळा आहे.

'आयदान' आणि 'आमचा बाप' ह्या दोन आत्मकथांमध्ये सतत विनोदाची कारंजी उडताना दिसतात. दलित लेखकांनी आपल्या जीवघेण्या व्यथा वाचताना वाचक गलबलून जाऊ नये म्हणून अधूनमधून काही विनोदी प्रसंगांचे कथन केलेले दिसते. परंतु 'आमचा बाप' आणि 'आयदान' मधील विनोद हा जीवन जगण्याच्या शैलीचा अविभाज्य भाग म्हणून व्यक्त झाला आहे. त्यामुळे तो अकृत्रिम वाटतो.

'तुम साला एक नंबर का बदमाष हय' हे बापाचे आवडते पालुपद आहे. बदमाशासारखा अट्टल शब्द बापाच्या तोंडून आल्यामुळे अलंकारासारखा वाटतो. 'बापा' ची प्रेम करण्याची तऱ्हाच वेगळी आहे. अनोळखी स्त्रियांनी माणुसकी म्हणून 'बाप' आणि त्याच्या सहकाऱ्यांना जेवण दिले, तर 'बाप' त्याची उतराई त्यांना बहिणी मानून साडी-चोळी देऊन करतो. संपूर्ण आत्मकथनातला मला हा महत्त्वाचा प्रसंग वाटतो. बाप रेल्वेच्या डब्यासारखा चटकन पुढल्या माणसाला जोडला जातो. माणसं जोडण्याची अफलातून वृत्ती बापाच्या व्यक्तिमत्त्वात साठलेली दिसते. 'छोटुमियाँ, जरा हम भी तो देखे' अशाप्रकारे 'बाप' आपल्या मुलाची फिरकी घेताना दिसतो. बाप-मुलाच्या नात्यातील ही आत्मीयता आणि मैत्री अपूर्व आहे. 'अक्कल बडी की म्हैस बडी' असा प्रश्न विचारून आपल्या मुलांची गंमत करणारा 'बाप' विरळाच.

आपल्या मुलाने संस्कृतमध्ये प्रावीण्य मिळवून ब्राह्मणांची चांगली जिरवली

ह्याचे 'बापा' ला समाधान वाटते. बाबासाहेब आंबेडकरांना अस्पृश्यतेमुळे संस्कृत शिकता आले नव्हते ह्याची सल 'बापा' ला अस्वस्थ करताना दिसते. 'बापा' चे बाबासाहेबांवर जीवापाड प्रेम आहे. 'बाप' नोकरी सोडून काळा राम मंदिर प्रवेशाच्या सत्याग्रहात सहभागी होतो. स्वातंत्र्यवीर सावरकरांनी बोटीतून उडी टाकल्याचा प्रसंग 'बापा' च्या मनावर कोरलेला आहे. हा प्रसंग तमाम भारतीयांच्या मनावर कोरलेला आहे. साहस आणि संघर्ष हा 'बापा' चा स्थायीभाव आहे. म्हणूनच 'बाप' संघटनेचे काम करतो आणि संघटनेत काम केल्यामुळे त्याची नोकरी जाते.

अस्पृश्यतेचं दुःख जिव्हारी आहे. 'बापा' ला जातीमुळे बालगंधर्वांचे गाणे ऐकायला मिळत नाही की सितारादेवी ह्या नर्तकीचे नृत्य पाहायला मिळत नाही. अस्पृश्यांना तिकिट काढून थिएटरमध्ये जाण्यास मज्जाव असतो. 'बाप' सितारांदेवींचा फॅन आहे. सितारादेवी 'बापा' ची वीक पॉईंट आहे. पुढच्या जन्मी सितारादेवीबरोबर लग्न करणार असल्याचे 'बाप' गमतीने सांगतो. 'बापा'चे आणखी एक विक पॉईंट आहे. ती म्हणजे विडी. विडी ओढण्याचे व्यसनही असेच अफलातून आहे. प्रकृतीला धोका असतानाही 'बाप' विडी ओढण्याचे सोडत नाही. 'चालिस बरस के दोस्त को ऐसे कैसे छोड सकते है!' असे 'बापा' चे आपल्या व्यसनावरही चिवट प्रेम आहे. 'बापा' ने विडी ओढण्याऐवजी सिगारेट ओढावी म्हणून मुलांनी सिगारेट आणून दिली. तेव्हा 'बाप' म्हणतो. 'इंग्लंडच्या रानीनं कभी माझी शिवाजी विडी ट्राय केली का? जर का तिनं माझी शिवाजी विडी वडली तर हे तुमचं शिग्रेट फेकून देईल.' (पृष्ठ २१) 'बापा' ची मते चूक असोत की बरोबर, पण ती ठाम होती. 'बाप' हजरजबाबी, चपखल आणि रोखठोक बोलणारा होता.

'बाप' केवळ करारी आणि खट्याळ वृत्तीचा होता असे विधान करणे बापाच्या एकूण व्यक्तिमत्त्वावर अन्याय करणारे ठरेल. बाप लौकिक अर्थाने अडाणी असूनही प्रगल्भ बुद्धीचा होता. आपल्या मुलांनी यशाचे शिखर गाठले पाहिजे, अशी बापाची तळमळ आहे. 'असा चोर हो की दुनियाने सलाम केला पाहिजे, असा जुगारी हो की लोकांनी नाव काढलं पाहिजे. काय वाट्टेल ते कर पण टॉपला जाण्याचा प्रयत्न कर.' (पृष्ठ ११) 'बाप' आपल्या मुलाला टॉपला जायला सांगतो. त्यासाठी वाट्टेल ते कर म्हणतो. ह्याचा अर्थ वैध-अवैध मार्गाचा अवलंब कर असा होत नाही. तू चोर हो किंवा जुगारी हो पण दुनियाने सलाम केला पाहिजे ही अपेक्षाही शब्दशः घेता येत नाही. ही विधाने 'बापा' च्या एकंदर स्वभावाच्या मुशीतून आलेली आहेत. आपल्या मुलांनी जीवनातले सर्वोच्च स्थान काबीज केलं पाहिजे ही बापाची अपेक्षा आहे. जो बाप वर्तमानपत्र अंथरून आणि पांघरून झोपतो, त्याची ही स्वप्ने आहेत. त्यामुळे ही स्वप्ने दुर्मिळ आणि दुर्दम्य वाटतात.

'बापा' चा मुलगा जे.डी. जाधव हे कलेक्टर होतात. त्यामुळे 'बापा' च्या साहेबाला 'बापा' विषयी आदर वाटतो. 'बापा' चा साहेब आदरापोटी 'बापा' ला सेवेत एक वर्षाची मुदतवाढ देऊ इच्छितो. तर 'बाप' साहेबाला म्हणतो, 'ज्यांच्या मुलांचं शिक्सान पूर्ण झाल्यालं नसेल आन 'बापा' च्या रिटायर होण्यामुळं ते पुढं होऊ शकणार नसेल तर अशा एखाद्या कामगाराला एखादं वर्ष वाढवून द्या. माझ्यापेक्षा दुसऱ्या गरजवंतांची गरज पुरी करा.' (पृष्ठ १८) असा हा 'बाप' आहे. 'बाप' साहेब असलेल्या आपल्या मुलाबरोबरही आपल्याच तोऱ्यात वागताना दिसतो. 'बाप' चिडला की जे. डी. जाधवांना 'गधड्या' म्हणत असे. पण जेव्हा आपला साहेब मुलगा अवेळी आलेल्या पाहुण्यांना भेटण्याचे नाकारतो तेव्हा 'बाप' रागावतो आणि आपल्या मुलाला साहेब म्हणतो! आपला मुलगा आपली परिस्थिती विसरला असल्याबद्दल 'बापा'ला वाईट वाटते. 'बाप' मुलाला 'गधड्या' ऐवजी 'साहेब' म्हणतो, 'बापा' च्या बोलण्यातून व्यक्त होणारा उपरोध किती भेदक आहे ह्याचे हे उदाहरण आहे. जे. डी. जाधव ह्यांना कामाच्या मोबदल्यात एका अर्जदाराने खूष होऊन अखंड सुपाऱ्यांचे एक पाकीट भेट दिले होते. 'बापा' ने हे पाकीट कचऱ्यात नेऊन टाकले होते. हा आहे 'बापा' चा स्वभाव. 'बाप' आपल्या साहेब मुलाला कुठलेही काम सांगत नाही की कोणाची शिफारस करत नाही. 'तुमचे काम योग्य असेल तर ते मी न सांगता होईल आणि अयोग्य असेल तर मी सांगूनही होणार नाही' (पृष्ठ १७२) अशी 'बापा' ची रोखठोक भूमिका आहे. 'बापा' चा स्वभाव ताठ आहे. तो स्पष्टवक्ता आहे.

'बाप' विनापरवाना आपल्या केबिनमध्ये आलेल्या साहेबाला बाहेर काढतो. मात्रिंकाच्या थोबाडीत मारतो. कार्यालयीन वेळेत कार्यालयात चाळे करणाऱ्या कर्मचाऱ्यांविरुद्ध 'बाप' चिडतो. आपला मुलगा दिनेश जाधव बॉक्सिंगच्या स्पर्धेत हरतो तेव्हा बाप चिडत नाही. 'बाप' म्हणतो, 'आता तू मार खाल्लास ना! कोई बात नही. त्याच्यामुळं तुझ्या मनात जिद्द निरमान झाली पायजे' (पृष्ठ १८१) 'बापा' च्या अशा शिकवणुकीमुळे दिनेश जाधव चॅम्पियन होतात. स्पर्धेत हरलेल्या मुलाला 'डरने का नही' (पृष्ठ १३) अशी 'बापा' ची शिकवण आहे. म्हणूनच नरेंद्र जाधव म्हणतात. 'आमच्या अस्मितेचे प्रतीक म्हणजे आमचे दादा' (पृष्ठ १२)

'बाप' एक सामान्य माणूस आहे. तो सदैव सामान्य माणसाचा विचार करताना दिसतो. 'याचा सामान्य माणसाला काय उपेग!' (पृष्ठ ३१) असा त्याचा प्रश्न आहे. सर्व राजकीय पुढारी ज्या 'आम आदमी' विषयी बोलतात, त्या आम आदमीच्या गर्दीतला 'बाप' आहे. तो सर्वसामान्य असला तरी वाचकांच्या लक्षात असामन्य म्हणूनच राहतो. हे ह्या 'बापा' चे विशेष आहे.

'बाप' निरीश्वरवादी आहे. सामान्य माणसाविषयी अतीव श्रद्धा असणारा आहे. 'बापा' ला आपल्या कामाविषयी अभिमान आहे. 'बाप' व्यायामाविषयी आग्रही आहे. 'बापा'कडे गप्पांचा मोठा साठा होता, त्यामुळे त्याची कोणाशीही मैत्री होत असे. 'बापा'चा मुलगा सुधाकर जाधव ह्यांचा पोपट पकडण्याचा छंद होता. तो पोपट पकडून आणत असे. आणि 'बाप' पकडून आणलेले पोपट सोडून देत असे. बाबासाहेबांनी स्थापन केलेल्या सिद्धार्थ महाविद्यालयात आपली सून वसुंधरा जाधव नोकरी करते ह्याचा 'बापा' ला अभिमान वाटतो. अशा 'बापा' विषयी त्याची नात अपूर्वा जाधव म्हणते. 'आजोबा लहान मुलांच्या खोड्या काढून सतत हसत असत' (पृष्ठ २६३) मुले, सुना आणि नात ह्यांच्या 'बापा'विषयी आत्मीय अशा भावना आहेत.

।।२।।

'बापा' च्या स्वभावाप्रमाणे त्याची भाषाही रांगडी आहे. त्याने मराठी, हिंदी व इंग्रजी ह्या भाषांचा त्याच्या बोलण्यासाठी वापर केलेला दिसतो. 'बापा' च्या हिंदीला वेगळी नजाकत आहे. विशेष करून 'बापा' च्या आत्मीय भावना ह्या हिंदीतून व्यक्त झालेल्या दिसतात. 'बापा' चा तापट आणि ताठ स्वभाव मराठीतून व्यक्त झाला आहे. 'बापा'ला इंग्रजीमुळे नोकरी मिळाली आहे. त्याने अनेक इंग्रज वरिष्ठांच्या सान्निध्यात काम केल्यामुळे बोलण्यापुरते इंग्रजी येते. ज्याच्या अनेक पिढ्या अक्षरशत्रू म्हणून जगल्या, अशा 'बापा'ने ए. बी. सी. डी. शिकली तर काय चमत्कार होतो, ह्याचे उदाहरण म्हणून 'आमचा बाप आन आम्ही' तील दलितांचे देता येईल. ज्यांना शिक्षणाची बंदी होती, त्यांना प्रथमत: शिकण्याची संधी मिळाली, तर ते स्वत:च्या हक्क अधिकाराविषयीच लिहिणे पसंत करतात. 'बापा' ने आपल्या आयुष्याची ए. बी. सी. डी ह्याच अर्थाने गिरवली आहे.

'बापा' ला आपल्या मुलाने अभ्यासाव्यतिरिक्त इतर काही भाषा शिकाव्या असे वाटते. अज्ञानाच्या अंधकारात चाचपडणाऱ्या माणसाचे 'हे वाटणे आहे' हे लक्षात घेतले पाहिजे. नरेंद्र जाधव म्हणतात, 'दादांमुळे आमच्या घरात सदैव अभ्यासाचे वातावरण असे' (पृष्ठ १४) त्यामुळेच शेजारीपाजारी म्हणतात, 'जोपर्यंत जाधवांच्या घरचा दिवा विझवला जात नाही, तोपर्यंत तुम्ही पण अभ्यास केला पाहिजे.' (पृष्ठ १४) असे हे उजेड वाटणारे घर आहे. हा सगळा उजेड 'बापा' चा आहे. 'बापा' च्या मनात उगवलेल्या प्रज्ञासूर्याचा आहे.

'बापा' ची भाषेविषयी ठाम भूमिका आहे. तो म्हणतो, 'अरे, भाश्या म्हंजे कशी पायजे? झनझनीत एकदम बोंबलाच्या चटनीवानी. हे काय तुमी वडील

वडील म्हंता, ते भेंडीच्या भाजीवानी बुळबुळीत लागतंय.' (पृष्ठ ८) 'बाप' झनझनीत जगण्याचा वाटेकरी आहे. त्याला बुळबुळीतपणा आवडत नाही. 'बाप' आपल्या मुलाच्या इंग्रजी वाचनाने चकित होतो आणि त्याला लस्सी पाजतो, अशी आहे. 'बापा' च्या अभ्यासाची मेथड. 'बापा' ची शिक्षणाविषयीची समज दांडगी आहे. 'बाप' म्हणतो, 'ही डिग्री म्हंजी ड्रायविंगच्या लायसनसारकी आसती, लायसन मिळाल्यावर ड्रायवर गाडी चालवायचं बंद करतो का?' (पृष्ठ ३२) किती साध्या-सोप्या भाषेत 'बापा' ने शिक्षणाची व्याख्या केली आहे.

'बाप' जेव्हा मिसीबाबासोबत खेळत असतो, तेव्हा त्याच्या पायात चपला नसतात. नंतर त्याला बूट घेतले जातात. पुढल्या काळात 'बाप' आपल्या मुलांचा पोशाख आणि बूट ह्याबाबत अतिशय दक्ष असल्याचा दिसतो. बूटापासून भाषेपर्यंत, लस्सीपासून नानकटाईपर्यंत, गधड्यापासून डॅमलाडी बिस्किटापर्यंत, युनियनमनपासून केबिनमनपर्यंत, बिगारीपासून बापापर्यंत, रोबेन (मिसीबाबा) पासून सोनूपर्यंत, दामोदर जाधवपासून शेंडीफळापर्यंत, ओझरपासून अपूर्वापर्यंत अशा अनेक नजरांनी "आमच्या बापा" ला न्याहाळावं लागेल, तरच त्याचे समग्र सौंदर्य कळेल.

गावचा पाटील असो की इंडियाना विद्यापीठातील प्रा. फॉन फुरस्टनबर्ग असोत, ह्या वंशवादी विषवृक्षाच्या भेडसावणाऱ्या सावल्या आहेत. ह्या वंशवादी वृत्तीने अनेक राजहंसाची शिकार केली आहे. इथल्या मग्रूर इतिहासाने दलितांच्या पूर्वजांवर विषमतेचे ओझे लादले होते. ते बापापासून पुढल्या पिढीने झुगारून दिले आहे. बापाने हातात लेखणी घेतली आणि साहित्यविश्वात 'आमचा बाप' ने इतिहास घडवला. 'बापा' चं ह्या पुस्तकातले अस्तित्व अनन्य साधारण असं आहे.

'बापा' चं हृदयविकाराने निधन होतं; तेव्हा सगळा पसारा व्यथित होतो. नरेंद्र जाधवांनी आपल्या मातोसरीचे हृदयद्रावक दुःख पुढील शब्दात मांडले आहे. 'दादा मेल्यानंतर मातोसरी आता खचल्या आहेत. अलिकडे त्या रोज कावळ्याशी बोलतात. त्यांना प्रेमानं खाऊ घालतात. वास्तविक, एक काळा रंग सोडला तर दादा आणि कावळा यात काहीही साम्य नाही. मात्र कावळ्याच्या रूपाने दादा तिला भेटायला येत असतात अशी तिची गाढ श्रद्धा आहे. रोज सकाळी आणि दुपारी, स्वतः खाण्यापूर्वी 'जाधव आले वाटतं' असे पुटपुटत, लगबगीने ती कावळ्यांना भरवायला जाते. अधूनमधून मातोसरी कावळ्यांशी भांडतदेखील असाव्यात असा संशय घ्यायलासुद्धा जागा आहे.' (पृष्ठ ४८) हा प्रसंग मुळात पुस्तकातून वाचला पाहिजे. मी ह्या ओळी वाचताना आणि लिहिताना गदगदून गेलो आहे. वाचकाच्या काळजाला हात घालणाऱ्या ह्या ओळी आहेत.

॥३॥

'बाप' रोन क्रॉनीकर ह्या युरोपीयन माणसाच्या घरात राहिला आहे. बापाची नात अपूर्वा हिच्या पाजामा पार्टीला तर अमेरिकन, रशियन, चिनी, जपानी, कोरियन, व्हिएतनामी अशा अनेक वंशांच्या मुली येतात. बापाचे अंगण अनेक वंशांनी भरलेले आहे. बापाच्या वंशवृक्षाचे स्वगत अपुर्वाच्याच तोंडून ऐकायला हवे. ती म्हणते, 'माणुसकी हा धर्म मानणारी मी भारतीय वंशाची ग्लोबल सिटिझन आहे.' (पृष्ठ २७०) केवळ अपूर्वा जाधवच नाही, तर वसुंधरा ह्यांची आई, ज्यांनी वसुधंराच्या लग्नाला कडाडून विरोध केला होता, त्याही जाधव कुटुंबात मिळून-मिसळून गेल्या आहेत. वसुंधरा जाधव ह्या तर बाप आणि मातोसरी ह्यांच्या सहवासात रमल्या आहेत. त्या मातोसरी विषयी लिहितात, 'मातोसरी आता हयात नाहीत. त्यांच्याबरोबर अनेक वर्षे राहिल्यानंतर त्यांची नक्कल करता-करता मी प्रत्यक्ष त्यांच्यासारखी कधी वागू लागले हे मला कळलेच नाही.' (पृष्ठ २५८) बापाच्या विरहाने वेडी होणारी मातोसरी आणि मातोसरीबरोबर राहून त्यांच्यासारखी होणारी वसुंधरा ही मानवी नात्यांची विलोभनीय रूपे आहेत. जाती, धर्म आणि प्रदेशापलीकडे जाऊन मानवी मूल्यांची महत्ता विशद करणारी ही आत्मकथा आहे.

◆◆◆

१४

मुस्लिम महार

'मुस्लिम महार' हे इब्राहिम खान ह्यांचे आत्मकथन आहे. बाबासाहेब आंबेडकरांनी सन १९३५ साली येवला इथल्या जाहीर सभेत घोषणा केली. 'मी हिंदू म्हणून जन्मलो त्याला माझा नाईलाज होता, पण मी हिंदू म्हणून मरणार नाही.' ही त्यांची घोषणा हिंदू समाजाला हादरे देणारीच होती. बाबासाहेबांनी धर्मांतराची घोषणा केल्यानंतर त्या काळी आठ दलित कुटुंबांनी मुस्लिम धर्मात प्रवेश केला होता. त्यापूर्वीही आणि त्यानंतरही अनेक दलितांनी आणि सवर्णांनी मुस्लिम धर्माचा स्वीकार केलेला आहे. भारतातील मुस्लिम आणि ख्रिश्चन परराष्ट्रातून आलेले नाहीत. ते भारतातले आहेत. भारतीय आहेत. भारतीय राज्यघटनेने प्रत्येकाला धार्मिक स्वातंत्र्याचा मूलभूत अधिकार दिलेला आहे. त्यामुळे प्रत्येकाला हव्या असलेल्या धर्माचे आचरण करता येते. भारतातल्या दलितांनी हिंदू धर्मातील जातिव्यवस्थेला कंटाळून हिंदू धर्माचा त्याग केला आहे. अशा एका कुटुंबात इब्राहिम खान ह्यांचा जन्म झाला आहे. त्यांनी आपल्या आत्मकथेत लिहिलेल्या मनोगतात म्हटले आहे, "बऱ्याच दिवसांपासून मनात रुखरुख होती की, आपल्यासारख्या अधांतराचे जगणे कुणालातरी सांगावे. या विचाराने मी सदैव अस्वस्थ राही. अस्पृश्यतेच्या जाचाने आजोबा १९३५ मध्ये मुसलमान झाले; परंतु त्यांना व आम्हाला कोणताच धर्म प्रेमाचा हात देऊ शकला नाही. हा व्यथेचा खोल सुरुंग आहे. वडील धर्मांतरित असूनही, त्यांना घरदार, पुढे गावही सोडावे लागले. मुसलमान होऊनही दलिताच्या मुलीशी लग्न करावे लागले. का? आजोबाच्या मयतीला बोलावूनही मुसलमान आले नाहीत. का? आयुष्यभर ज्या माणसाने मुस्लिम धर्मग्रंथ वाचूनही, मुस्लिमांमध्ये मिळून-मिसळूनही इथला मुस्लिम त्यांना खांदा देऊ शकला नाही. महार म्हणून जगलो असतो तर अस्पृश्यतेचा जाच वाट्याला आला असता. बौद्ध झालो असतो तरी दलितच राहिलो असतो, म्हणून

मुस्लिम झालो. पण मुसलमानांनी पूर्ण स्वीकारले नाही. एका विशिष्ट मानसिकतेने छळ केला. हे जगणं म्हणजे 'धोबी का कुत्ता, न घर का, न घाट का!' (मनोगत) इब्राहिम खानचे हे जळजळीत मनोगत धर्मांतरीतांच्या सामाजिक अवस्था आणि मानसिकतेवर प्रकाश टाकणारे आहे.

इब्राहिम खानच्या आत्मकथेची सुरुवात त्यांच्या आजोबांपासून होते. आजोबा उंद्रू ते इब्राहिम खान ह्या तीन पिढ्यांची आत्मकथा ६१ पृष्ठांची आहे. अत्यंत त्रोटक व अपूर्ण माहिती आणि केवळ विधान करणारी कथनशैली असे ह्या आत्मकथेचे स्वरूप आहे. विदर्भातल्या वऱ्हाडी बोलीत हे आत्मकथन लिहिलेले आहे. ह्या लेखनाला आत्मकथन लेखनाची साधी शिस्तदेखील नाही. अत्यंत बटबटीत स्वरूपाचे हे लेखन आहे. तथापि, ह्या लेखनाला खूप मोठे सामाजिक मूल्य आहे म्हणून त्याची दखल घेणे भाग आहे. कलावादी समीक्षा पूर्ण कालबाह्य झाली आहे. आज कलावादी, रूपवादी, शैलीविज्ञान, आकृतिबंधात्मक असे शब्द इतिहासजमा झाले आहेत. साहित्य आणि समाज असाच संवाद होताना दिसतो आहे. आंतरविद्याशाखीय आणि समाजशास्त्रीय समीक्षा जशी महत्त्वपूर्ण ठरत आहे, तसा तौलनिक विचारही महत्त्वाचा मानला जात आहे. कलावाद्यांचा दबदबा संपल्यात जमा आहे. त्यामुळे 'मुस्लिम महार' ह्या आत्मकथनाचा विचार होणे आवश्यक ठरते. ह्या आत्मकथेने धर्मांतरीतांची व्यथा आणि वेदना समाजापुढे मांडली आहे.

इब्राहिम खान ह्यांच्या आजोबाचे नाव 'उंद्रू' असे आहे. उंद्रू अर्थात उंदीर असे आहे. माणसाचे नाव उंदीर असावे हेच मानवतेचे किती मोठे विडंबन आहे. मनुस्मृतीची दहशत किती जबरदस्त होती ह्याचं हे उदाहरण आहे. मनुस्मृतीमध्ये म्हटले आहे की, दलितांची नावे अमंगळ असावीत. दया पवार ह्यांचे खरे नाव दगडू पवार असे होते. दगड, धोंडे, कचरा अशी दलितांमध्ये नावे प्रचलित होती. उंद्रूचे पुढे हरिभाऊ असे नामकरण झाले. हरिभाऊ पेशाने शिक्षक होते. त्यांनी हिंदू धर्मातल्या जातिव्यवस्थेला कंटाळून धर्मांतर केले. 'हरिभाऊ खाकसे' हे नाव बदलून 'महमद अब्दूल रहेमान' हे नाव धारण केले. पत्नी भागिरथीचे नाव 'फातिमाबीबी' ठेवले. (पृ.१६)

महमद अब्दुल रहेमान ह्यांना 'इलाहिबक्ष' आणि 'जहांगीर' अशी दोन मुलं झाली. इलाहिबक्षला मुलगा झाला. त्याचे नाव इब्राहिम असे ठेवले. महमद अब्दुल रहेमान ते इब्राहिम खान ह्यावर आधारलेली ही आत्मकथा आहे. दलितांनी हिंदू धर्माविरुद्ध उघड उठाव करून धर्मांतर करण्याच्या घटना सन १९३५ नंतर घडताना दिसतात. वरोरा गावातील नारायण पेटकर ऊर्फ नारायण चिनपट्या ह्या महार समाजातील माणसाने गणपतीची स्थापना केली. ह्या धक्कादायक घटनेमुळे

हिंदू लोकांची झोप उडाली. सवर्णांनी महारांविरुद्ध कोर्टात धाव घेतली. सवर्णांचे म्हणणे होते. 'अस्पृश्य लोक ढोराचे मांस खातात, त्यांना गणपती मांडण्याचा अधिकार नाही' ह्या विरुद्ध नारायण पेटकरचे म्हणणे होते. 'गोंड जातीचे लोक गुरांचे मांस खातात व ते गणपती मांडू शकतात. तर मला अधिकार का नाही?' कोर्टाने नारायण पेटकरच्या बाजूने निकाल दिला. हिंदू लोक नारायण पेटकरला धमक्या देऊ लागले, तेव्हा तो डी.एस.पी.कडे गेला व म्हटले, 'महायुद्धात गोऱ्या राजाचा विजय व्हावा म्हणून मी नवस केला व मला गणपती पावला. मी माझ्या नवसाला जागलो. इंग्रजांसाठी नवस केला म्हणून हिंदू मले मारणार आहेत. मी पडलो अस्पृश्य. आपल्याशिवाय माझा वाली कोण?' (पृ.९) असे सामाजिक वास्तव होते. इंग्रजांनी नारायण पेटकरला पोलीस संरक्षण दिले. पेटकरच्या गणपतीची मिरवणूक वाजतगाजत निघाली. स्वकिय हिंदू दलितांना ताडत होते, तर परकीय इंग्रज दलितांना न्याय देत होते. अशा कारणामुळे अनेकांनी ख्रिश्चन धर्म स्वीकारला. 'मुस्लिम महार'मध्येही दलितांनी ख्रिस्ती धर्म स्वीकारल्याचे उदाहरण दिले आहे. चांदा जिल्ह्यातील कबरपंथी असलेल्या चंदुबुवा ह्या महाराने ॲलेक्स वूड ह्या मिशनऱ्याच्या मदतीने अनेक महारांना जमिनी आणि उद्योग मिळवून दिले. स्वत: चंदुबुवा ह्यांनी ख्रिस्ती धर्म स्वीकारला आणि त्यानंतर सामुदायिक धर्मांतर घडू लागले, असे लेखकाने म्हटले आहे. हिंदू धर्मातील जातिव्यवस्था हे धर्मांतराचे मूळ कारण आहे. एकीकडे धर्मांतराच्या घटना घडत होत्या, तर दुसरीकडे 'आम्हीही हिंदू आहोत, तर आम्हाला हिंदूंच्या मंदिरात प्रवेश करण्याचा अधिकार आहे.' अशीही मागणी जोर धरत होती. बाबासाहेब आंबेडकरांच्या महाड इथल्या चवदार तळ्याचा सत्याग्रह आणि नाशिक इथल्या काळाराम मंदिर प्रवेशाचा सत्याग्रह ह्यामुळे दलित समाज ढवळून निघाला होता. दलितांमध्ये प्रचंड जागृती निर्माण झाली होती. म्हणूनच हरिभाऊ खाकसे मास्तर म्हणतात, 'मी माझा विचार पक्का केला असून मी मुसलमान धर्म स्वीकारणार आहे. मला हिंदू धर्म माणूस म्हणून वागवत नाही. जगू देण्यास तयार नाही. तेव्हा या धर्मात मी राहू इच्छित नाही.' (पृ. १५) ह्यावरून दलितांच्या धर्मांतरामागची मानसिकता दिसून येईल.

सन १९४७ साली भारत स्वतंत्र झाला. देशाची फाळणी झाली. देशभर जातीय दंग्याचा भडका उडाला. हिंदूंनी मुसलमानांचे शिरकाण केले. अनेक मुसलमान घरदार सोडून पळून गेले. अशावेळी धर्मांतरित हरिभाऊ मशिदीची काळजी घेताना दिसतो. इब्राहिम खानने ह्याविषयी लिहिले आहे. 'तिवशातले सारे मुसलमान जिवाच्या भीतीने पळून गेले होते. मशिदीत दिवा लावायलाही कुणी नाही. तेव्हा रोज सायंकाळी मास्तर बुढा इलाहिबक्षाले सोबत घेऊन मशिदीत दिवा लावायला

जात. मास्तर बुढ्याला पोरगा म्हणे, ''बाबाजी अशा वक्ती आपल्याले कोणी मारणार तर नाही ना?'' हळूहळू दंगे थांबले. गावात मुसलमान परतले.' (पृ. १८) हरिभाऊ महाराचा मुसलमान झाला होता, त्यामुळे मुसलमान त्याला भेदभावाची वागणूक देत होते. हरिभाऊ मेल्यानंतर एकही मुसलमान त्याच्या अंत्ययात्रेला येत नाही. ह्या अंत्ययात्रेविषयी इब्राहिम खान ह्यांनी लिहिले आहे, 'डोली उचलण्यापूर्वी आजीने दुवा मागत कलमा म्हटल्या. डोली उचलली.. खड्ड्यात देह ठेवला. सोबत कुराण ठेवले. धम्मपद ठेवले. आबाजीचे दफन झाले. सारे आटोपले. सामूहिक बुद्धवंदना झाली.' (पृ.३९) लेखक संताप व्यक्त करताना दिसतो. तो म्हणतो, 'ज्याने आयुष्यभर मुस्लिम धर्मग्रंथाचे अध्ययन केले, त्याप्रमाणे आचरणही केले. पण इथल्या मुस्लिमाने मात्र अखेरचा खांदा दिला नाही. किती ही बेइन्साफी? माणूस कागदी धर्मग्रंथांपेक्षाही नीच झाला काय?' (पृ.३९) इब्राहिम खानचा प्रश्न अस्वस्थ करणारा आहे. माणूस धर्मासाठी आहे का? की धर्म माणसासाठी आहे? धर्मांतरित दलितांची ही शोकांतिका आहे. आजोबाच्या अंत्यसंस्काराला मुस्लिमांनी नकार दिल्यानंतर लेखकाच्या मनात विद्रोहाची भावना निर्माण होते. लेखक म्हणतो, 'जातीयतेने ग्रासलेल्या येथल्या मुसलमानांबद्दल चीड वाटायला लागली.' (पृ.३९) त्यानंतर लेखक रोजे सोडतो. मुस्लिम धर्माचे आचरण करणे नाकारतो आणि इथेच त्याच्या अस्तित्वाचा प्रश्न निर्माण होतो. तो म्हणतो, 'आता आपण कोण? हिंदू, मुस्लिम की बौद्ध?' माणूस निव्वळ माणूस म्हणून जगू शकत नाही. त्याला माणूस म्हणून ओळखण्यासाठी त्याला कोठल्यातरी जातिधर्माचे लेबल लावावे लागते. इब्राहिम खानची अवस्था मुळापासून उखडलेल्या वृक्षासारखी झालेली दिसते. लेखक म्हणतो, ''दिवसभर खोपा सोडून चरायला गेलेल्या पाखरास तरी खोपा माहीत असतो. पण आपले घरटे कोणते? अनेक विचारांतून गलबलून विचार पुढे येत होते.'' (पृ.४०) लेखक आपली इब्राहिम खान ही ओळखही मिटवण्याचा प्रयत्न करतो. पण त्यांचे मित्र देवानंद गोरडे असे करण्यापासून लेखकाला परावृत्त करतात. गोरडेच्या पत्रातला मजकूर अत्यंत महत्त्वाचा आहे. ते म्हणतात, 'हा जळजळीत इतिहास नाव बदलून पुसला जाऊ शकत नाही. इथल्या भयानक समाजरचनेतून, जातिभेदातून, विषमतेतून तुमच्या पूर्वजांना आणि त्याअन्वये तुम्हालाही जे आजवर धगधगीत जीवन कंठावयास लावले ते ज्वाळेच्या अक्षरांनी लिहिलेले पेटते सत्य आहे. ते अजूनही विझलेले नाही.' (पृ.४४) इब्राहिम खान पूर्ण मुसलमान नाहीत किंवा पूर्ण महार नाहीत. त्यांच्या आयडेंटिटीचा हा प्रश्न आहे. त्यांची पत्नी द्वारका ही पूर्वाश्रमीची महार आहे.

हिंदुसमाजातल्या जातिव्यवस्थेच्या छळाविरुद्ध बंड म्हणून ज्यांनी धर्मांतर

केले ते आगीतून फुफाट्यात पडले. ज्या धर्मात गेले तिथेही त्यांना समानतेची वागणूक मिळाली नाही. त्यांचा भ्रमनिरास झाला. मुस्लिम आणि ख्रिश्चनांनी दलितांना आपल्या धर्मात सामावून घेतले असले तरी त्यांना पूर्णपणे स्वीकारलेले दिसत नाही. ही खंत आणि वेदना 'मुस्लिम महार' ह्या आत्मकथेमध्ये व्यक्त झालेली आहे.

इब्राहिम खान ह्यांना आपल्या अनुभवांविषयी विस्ताराने लिहिता आले असते; पण त्यांनी तसे केले नाही. केवळ दोन-चार ओळीत आपले अनुभव कथन केले आहेत. त्यामुळे ह्या आत्मकथेला गोळीबंद सलगता लाभली नाही. अत्यंत विस्कळीतपणे ह्यातले कथानक प्रकट झालेले दिसते. ह्यात वऱ्हाडी बोलीची वैशिष्ट्ये व्यक्त झाली आहेत. अनेक नवीन वऱ्हाडी शब्द ह्या आत्मकथनाच्या निमित्ताने उजेडात आले आहेत. ही आत्मकथनाची जमेची बाजू आहे.

◆◆◆

१५

मूठभर माती

'मूठभर माती' (२००६) हे जनार्दन वाघमारे ह्यांचे आत्मचरित्र मी मुद्दाम म्हणून वाचले. आजपर्यंत जी आत्मचरित्रे वाचली होती, ती एक तर गाजलेली होती म्हणून किंवा ही आत्मचरित्रे वेगळी होती म्हणून. मुळात जनार्दन वाघमारे ह्यांचं अख्खं आयुष्य उघड्या पुस्तकासारखं आहे, जे सगळ्यांनी वाचलं आहे. अशा सर्वज्ञात आयुष्यात अज्ञात काय असणार, हीच भावना होती. जनार्दन वाघमारे ह्यांनी एका सामान्य परिस्थितीतून शिखर पदांपर्यंतचा प्रवास करताना कोणत्या वाटा धुंडाळल्या, कोणती जोखीम आणि जबाबदारी स्वीकारली, त्यांच्या यशापयशाची कारणे कोणती आहेत, सार्वजनिक जीवनात कोणती पथ्ये पाळली पाहिजेत, ह्यासाठी 'मूठभर माती' वाचलं पाहिजे.

'मूठभर माती' हे आत्मचरित्र एक-दोन बैठकांमध्ये वाचून संपणारे नाही. एखादं प्रमेय समजून घ्यावं तसं हे पुस्तक समजून घ्यावं लागतं. त्यासाठी स्वतंत्र वेळ काढूनच हे पुस्तक वाचलं पाहिजे. भरगच्च तपशील, व्यक्तिरेखांची प्रचंड गर्दी, घटना-प्रसंगांची रेलचेल, बहुश्रुत विवेचन आणि समाजजीवनातले विविध व्यामिश्र स्तर ह्यामुळे 'मूठभर माती' हे आत्मचरित्र बहुआयामी झाले आहे. प्रवाशांनी खच्चून भरलेली लोकल धडधडत निघावी, तशा स्वरूपात हे आत्मचरित्र उलगडत जाताना दिसते. 'मूठभर माती' हे आत्मचरित्र एका व्यक्तीचे किंवा एका समाजाचे नाही. हे एका काळाचे आत्मचरित्र आहे. जे. एम. ज्या काळात जगले, त्या काळाची सगळी वैशिष्ट्ये व स्पंदने ह्या आत्मचरित्रात व्यक्त झाली आहेत. एका प्रदेशाची आणि परिस्थितीची पार्श्वभूमी असलेले हे आत्मचरित्र लढाऊ पवित्रा घेऊन उभे असलेले दिसते. 'मूठभर माती'चा मुख्य स्वर हा जे. एम. चा असला, तरी त्याला भोवतालचा समूहस्वर लाभलेला आहे. समूह, सभोवताल आणि काळ ह्या उभ्या आडव्या धाग्यांनी हे आत्मचरित्र विणलेले आहे. रूढार्थाने व्यक्तीभोवती

केंद्रित होणाऱ्या वाङ्मयप्रकाराला नवा चेहरा देण्याचा हा प्रयत्न आहे.

'मूठभर माती'मधला जीवनप्रवास हा कौठा, लातूर, हैद्राबाद, पुणे, उमरगा, औरंगाबाद, लातूर, नांदेड आणि लातूर असा मुक्काम घेत झाला आहे. त्यातही लातूर-नांदेड-लातूर हा प्रवास विनाथांबा वेगाने झालेला दिसतो. जे. एम. वाघमारे ह्यांच्या जीवनाचे दोन समांतर पट उलगडत जाताना दिसतात. विद्यार्थी, प्राध्यापक, कुलगुरू आणि नगराध्यक्ष अशी एक धारा आहे. त्याला जोडूनच लेखक, विचारवंत आणि वक्ता असा दुसरा समांतर प्रवाहही वाहताना दिसतो. नदीच्या विशाल पात्रासारखे स्वरूप ह्या आत्मचरित्राला लाभलेले आहे. ह्या जीवनप्रवाहात सामाजिक न्यायाची भूमिका महाकाय खडकासारखी ठसठशीत उभी असलेली दिसते. फुले-शाहू-आंबेडकर ह्यांचा वैचारिक वारसा घेऊन जगलेल्या एका आयुष्याचा वाङ्मयीन आविष्कार म्हणून 'मूठभर माती'कडे पाहावे लागेल. जनार्दन वाघमारे ह्यांचे संपूर्ण आयुष्य हे जोखीम आणि जबाबदारीने गलोलीसारखे ताणलेले आहे. स्वत:चा आणि त्याचबरोबर समाजाच्या विकासाचा ध्यास त्यांनी घेतलेला आहे. त्यांनी सतत नवीन आव्हाने स्वीकारली आहेत. विवेकाला पटेल तोच निर्णय घेतला आहे आणि त्याची निर्धाराने अंमलबजावणी केली आहे. ते कुठल्याही दबावापुढे झुकले नाहीत. त्यांनी परिणामांची कधीच पर्वा केली नाही. पारदर्शी, लोकाभिमुख, भ्रष्टाचारमुक्त कार्य करण्याचा जणू त्यांनी विडाच उचललेला आहे. कार्यक्षम, सचोटी आणि पारदर्शी कार्यामुळे त्यांच्या वागण्या-बोलण्यात बाणेदारपणा आणि कणखरपणा व्यक्त झाला आहे. ते म्हणतात, 'खरी शक्ती ही नीतिमूल्यांच्या आचरणातून येत असते. चारित्र्य ही व्यक्तीच्या जीवनातील गुरुत्व शक्ती असते.' (पृ.३२१) जनार्दन वाघमारे ह्यांनी भूषवलेल्या पदांमुळे, त्यांच्या व्यासंगामुळे, त्यांच्या अथक परिश्रम करण्यामुळे त्यांच्या व्यक्तिमत्त्वाला वलय आणि प्रतिष्ठा लाभली आहे. सांघिक वृत्तीने काम करणे ही त्यांच्या जीवनाची शैली आहे.

।।१।।

जनार्दन वाघमारे ह्यांना आदराने लोक जे.एम. म्हणतात. जनार्दनपासून ते जे. एम. होण्यापर्यंतचा त्यांचा प्रवास 'मूठभर माती'त वटवृक्षागत रुजला आहे. त्यांची विद्यार्थिदशा कॉंग्रेस आणि आर्य समाजाच्या चळवळीने भारावलेली आहे. हैद्राबाद मुक्तिसंग्राम, भूदान चळवळ, संयुक्त महाराष्ट्राची चळवळ आणि नामांतराची चळवळ अशा चळवळमय वातावरणाने त्यांचे जीवन दिपून गेले आहे. मराठवाड्यातील लोकांवर निझामाने केलेला अत्याचार असो किंवा मराठवाड्यातील लोकांनी दलितांवर केलेला अत्याचार असो ह्यामुळे ते व्यथित होताना दिसतात. त्यांच्या ह्या व्यथेला

संतापाचे धुमारे फुटताना दिसतात. १९७२ च्या दुष्काळातील लोकांची झालेली दैना असो किंवा किल्लारीच्या भूकंपातील हाहाकार असो, ह्यामुळे ते अस्वस्थ होताना दिसतात. महात्मा गांधीजींची हत्या असो, पंडित नेहरूजींचा देहांत असो किंवा कर्मवीर भाऊराव पाटील ह्यांचे निधन असो ह्यामुळे ते गहिवरून जातात. विषमता निर्मूलन शिबिर असो, हमाल पंचायतीचे काम असो, प्रौढ शिक्षणाचे कार्य असो, सहकार तत्त्वावरील शेती असो किंवा भूकंपग्रस्त भागाचे पुनर्वसन असो ह्याविषयी त्यांनी लोकांच्या मनात विधायक स्वप्ने पेरण्याचा प्रयत्न केलेला दिसतो. तात्याचे मरण असो, माईचा मृत्यू असो की, राजर्षी शाहू महाविद्यालयाच्या परिसरातून अनाथ म्हातारीचे परांगदा होणे असो ह्यामुळे ते गदगदून जातात.

म. भि. चिटणीस आणि म. ना. वानखेडे ह्यांच्यामुळे जे. एम. वाघमारे ह्यांच्या आयुष्याला चांगली कलाटणी मिळाली. काकूशेठ उका आणि फादर ऑरिलिअर मॅश्चिओना ह्यांच्यामुळे जे. एम. ह्यांच्या कार्याला धुमारे फुटले. लातूर पॅटर्न आणि अमेरिकन निग्रो ह्यांच्यामुळे त्यांना समाजमान्यता मिळाली. दलित साहित्य आणि समतावादी चळवळीमुळे त्यांची विचारवंत म्हणून ख्याती झाली. त्यांचं लेखन आणि त्यांची भाषणे ह्यामुळे त्यांचा 'पुरोगामी विचारवंत' म्हणून महाराष्ट्राला परिचय झाला. महानगरात काम करून नावलौकिक मिळवणं सोपं असतं. जे. एम. ह्यांनी प्रसिद्धीच्या झगमगाटापासून दूर असलेल्या लातूर आणि नांदेडसारख्या मागास प्रदेशात आपल्या कार्याची उज्ज्वल परंपरा निर्माण केली आहे, हे लक्षात घेतलं पाहिजे.

महात्मा गांधींनी 'मूठभर मीठ' उचलून भारतीय स्वातंत्र्यलढ्याला प्रखर तेज दिलं. अगदी त्याप्रमाणे जे. एम. ह्यांनी 'मूठभर माती' उचलून सामाजिक परिवर्तनाच्या चळवळींना गती दिली. ह्यामुळे मूठभर मातीला 'मूठभर मोती' असं रूप लाभलं आहे.

।।२।।

'मूठभर माती'मधील 'कुलगुरू' प्रकरण अत्यंत दाहक आणि स्फोटक आहे. लातूर नगरपालिकेतल्या राजकारणापेक्षाही नांदेड विद्यापीठातील राजकारण हीन पातळीवरचे वाटते. माणूस आणि विधायक कार्य ह्याला सुरुंग लावणारे हे राजकारण आहे. विद्यापीठांना ज्ञानाचे कोठार समजले जाते, पण प्रत्यक्षात विद्यापीठांमध्ये घाणीचे साम्राज्य पसरलेले दिसते. जे. एम. सारखे सफाई मोहीम राबवणारे कुलगुरू निर्माण झाले पाहिजेत. विद्यापीठाला धाब्यावर बसवून मनमानी कारभार करणारे संस्थाचालक, शिक्षणापेक्षा इतर उपद्व्यापांत गुंतलेले शिक्षक, गैरमार्गाचा अवलंब

करून उत्तीर्ण होणारे विद्यार्थी, शिक्षण क्षेत्राविषयी कमालीचे उदासीन असणारे मालक, चिखलात रुतलेल्या हत्तीसारखी अवस्था झालेली शिक्षणव्यवस्था, कालबाह्य अभ्यासक्रम आणि भ्रष्टाचाराला पोसणारी प्राचार्य ते कुलगुरू ही साखळी पाहून जे. एम. ह्यांना चीड वाटते. ही कीड समूळ नष्ट करण्यासाठी जे. एम. ह्यांनी हातात शिस्तीचा हंटर घेतलेला दिसतो. दुखावलेले लोक जेव्हा विद्यापीठाची वाहने जाळतात तेव्हा मात्र जे. एम. विचलित होतात. संवेदना बधिर करणारे हे कृत्य आहे. जे.एम. अशाही परिस्थितीत धैर्याने टिकून राहतात. त्यांच्या कार्याची वाहवाच केली पाहिजे.

डॉ. जनार्दन वाघमारे 'कुलगुरू' म्हणून निवृत्त झाल्यानंतर लातूरचे नगराध्यक्ष झाले. हे अनेकांना कोड्यात टाकणारे होते. मलाही ह्याचे आश्चर्य वाटले होते. पण जेव्हा त्यांचं आयुष्य आपण जाणून घेतो, तेव्हा एका धुरंधर राजकारणी नेत्यानं चुकून शैक्षणिक क्षेत्रात प्रवेश केला आहे, असेच वाटत राहते. मुळात जे. एम. ह्यांचा पिंड एका नेत्याचा असल्याचे दिसेल. अगदी विद्यार्थी दशेपासून नेतृत्वाच्या पाऊलखुणा उमटलेल्या दिसतात. जे. एम. विद्यार्थी असताना हैद्राबाद इथल्या अनाथ विद्यार्थी वसतिगृहातील व्यवस्थापक होणे असो किंवा वर्ग प्रतिनिधी म्हणून निवडून येणे असो, वादविवाद स्पर्धांमध्ये भाग घेणे असो किंवा मोठमोठ्या नेत्यांची भाषणं ऐकणं असो, ह्यांमधून जे. एम. ह्यांच्या मनातील सुप्त राजकीय आकांक्षा व्यक्त होताना दिसतात. त्यांनी ठरवून कायद्याचं शिक्षण घेतलं आहे. वकील होऊन राजकारणात पडण्याचं त्यांचं स्वप्न होतं. जरी ते शैक्षणिक क्षेत्रात आले, तरी ते शैक्षणिक प्रशासकासारखं वागताना दिसत नाहीत. त्यांच्या कार्यात आणि विचारात नेतृत्वाची झलक व्यक्त होताना दिसते. शिक्षण क्षेत्रातील जातीपातीचं राजकारण हाणून पाडण्यासाठी त्यांनी जोखीम उचलली आहे. ते निवडणुकांच्या राजकारणात जातीपातींकडे कसे पाहिले असते! लोकांनी जात विसरून त्यांच्यावर प्रेम केलं आहे. विद्यापीठातला भ्रष्टाचार असो की नगरपालिकेतला भ्रष्टाचार असो ह्याविरुद्ध जे. एम. ह्यांनी जणू बंड पुकारल्याचे दिसते. म्हणूनच लोकांनाही जे. एम. विषयी विश्वास वाटतो. म्हणूनच ते म्हणतात. 'वर जे. एम. खाली सी. एम.' नगराध्यक्षाच्या निवडणुकीत मुख्यमंत्र्याच्या पक्षाला पराभूत व्हावे लागते. हीच जे. एम. ह्यांची लोकप्रियता आहे. सार्वजनिक जीवन हे धकाधकीचं, गर्दीचं, सत्काराचे जसं आहे, तसं नाउमेद करणारं, व्यथित करणारं, आरोप करणारं आणि बदनाम करणारंही आहे. सार्वजनिक जीवन हे संवेदनाक्षम आणि स्फोटक असते. म्हणूनच जे. एम. वाघमारे ह्यांना आपले आयुष्य 'खडतर, अनपेक्षित आणि मोहक' वाटतं. (पृ. ७५३) 'मूठभर माती' हे आत्मचरित्र म्हणजे सार्वजनिक जीवनातल्या खडतर आणि मोहक यशापयशाची गाथा आहे.

॥३॥

जनार्दन वाघमारे ह्यांनी प्रत्येक कार्याचं नियोजन केलेलं आहे. एखादी गोष्ट करण्यापूर्वी त्याबाबत त्यांनी खूप चिंतन आणि मनन केलेलं आहे. प्रत्येक बाबतीत तपशील आणि आराखडा ठरवून त्यांनी काम केलं आहे. राजर्षी शाहू महाविद्यालयाचं बोधचिन्ह असो वा स्वामी रामानंदतीर्थ मराठवाडा विद्यापीठाचं बोधचिन्ह असो, प्रत्येक बाबतीत त्यांनी खोलवर विचार केलेला दिसतो. त्यांनी अनेक रात्री जागवल्या आहेत. मनाशीच मनाचा संवाद साधला आहे. खूप स्वप्ने पाहिली आहेत. खूप विचार केला आहे. तद्नंतरच त्यांनी काम केलं आहे. त्यांच्या कामात त्यांची निष्ठा आणि चिंतन दिसून येते.

जे. एम. ह्यांनी पायाचा दगड होण्याचा प्रयत्न केलेला आहे. त्यांनी आपल्या कामाचा पॅटर्न आणि परंपरा निर्माण करण्याचा प्रयत्न केला आहे. त्यांनी अनेक माणसं आणि संस्था घडवल्या आहेत. त्यामुळे त्यांचे 'मूठभर माती' हे आत्मचरित्र पुढल्यांसाठी 'मार्गदर्शक' ठरले आहे. 'मूठभर माती' म्हणजे एक शैक्षणिक प्रयोगशाळाच आहे. जे. एम. ह्यांचं वैयक्तिक जीवन असो की सार्वजनिक त्याला आंतरभारतीची घट्ट वीण आहे. असे असले तरी त्यांच्याभोवती जात्यंध वृत्तीचा विषारी विळखा पडलेला जाणवतो. ते न डगमगता योद्ध्याप्रमाणे प्रत्येक संकटाला सामोरे जाताना दिसतात. ते म्हणतात, 'कधीतरी व कोणीतरी चांगल्या कामासाठी हौतात्म्य पत्करायला पाहिजे' (पृ.५७५) अशा प्रकारचं सार्वजनिक जीवन जगताना त्यांचं आपल्या कुटुंबाकडं दुर्लक्ष झालं आहे. ते म्हणतात, 'घरी पत्नी आणि मुलांच्या बरोबर निवांतपणे मी काही क्षण घालविले असे कधी घडले नाही. मुलांच्या शिक्षणाकडे मी वैयक्तिक लक्ष देऊ शकत नव्हतो. पण या प्रयत्नांचे कुणी कौतुकही करायला तयार नव्हते.' (पृ. २८४) आयुष्याचा होम करून जगणाऱ्या माणसाची ही वेदना आहे. जेव्हा लातूर पॅटर्नचे श्रेय दुसऱ्या कोणाला दिले जाते, जेव्हा किल्लारी भूकंप पुनर्वसनातील मुक्त विद्यापीठाचा प्रकल्प बंद पडतो, जेव्हा किनवट इथल्या आदिवासी अभ्यास व संशोधन केंद्राच्या भवितव्याविषयी चिंता वाटू लागते, तेव्हा जे. एम. ह्यांच्या मनातील अस्वस्थता विलक्षण वेगळी वाटते. 'मूठभर माती'ची शैली ओघवती, विचारप्रवर्तक आणि चिंतनशील आहे. राजर्षी शाहू महाविद्यालयाच्या परिसरातून जेव्हा तिथे राहणारी म्हातारी कायमची निघून जाते, तेव्हा जे. एम. लिहितात, 'पहाटेच केव्हातरी ती तिथून निघून गेली. पुन्हा कधीच ती दिसली नाही. ती कोठे गेली? तिचे काय झाले असेल? माझ्या आयुष्यातला विषण्ण करणारा हा अनुभव होता. माझे अपराधी मन मला बरेच दिवस खात राहिले... ती वृद्ध भिकारीण माझ्या

डोळ्यांसमोरून आजही हलायला तयार नाही.' (पृ. २१८) जे. एम. ह्यांच्या लेखनातली हळवी उत्कटता वेळप्रसंगी आक्रमक होताना दिसते. जे. एम. वाघमारे कुलगुरू असताना जेव्हा त्यांच्यावर भ्रष्टाचाराचे आरोप होतात, तेव्हा ते लिहितात, 'माझ्यावर वृत्तपत्रांतून जे बेछूट आरोप होत आहेत, त्यातला एक आरोप जरी कुणाला सिद्ध करता आला तर नांदेडच्या मोंढ्यावर मी फाशीवर लटकायला तयार आहे. विद्यापीठाचे कार्यालय मोंढ्यावरदेखील आणायची माझी तयारी आहे. विद्यापीठाचा कारभार पडद्याआड आम्ही करणार नाही.' (पृ. ५८९) समाजातल्या अनिष्ट प्रवृत्तींवर ते कडाडून हल्ला चढवतात, तेव्हा त्यांची लेखणी आसूडाचे रूप धारण करताना दिसते. स्वामी रामानंदतीर्थ आणि फादर ऑरिलिअर मॅश्चिओना ह्यांच्याविषयी लिहिताना जे. एम. भावुक होतात. त्यांची लेखणी तरल होते. प्रक्षुब्ध जमावाने नांदेड विद्यापीठातली वाहने जाळली त्या दिवशी जयंत नारळीकरांचे विद्यापीठात व्याख्यान आयोजित केले होते. अशाप्रसंगी जे.एम. वाघमारे जयंत नारळीकरांना म्हणतात, 'आज ग्रहण आहे.' (पृ. ५७६) त्या दिवशी ग्रहण असते. ह्यावर जयंत नारळीकर म्हणतात, 'डॉ. वाघमारे, खग्रास ग्रहणदेखील सुटत असते. चिंता करण्याचे काही कारण नाही.' हा दोन विद्वानांमधला नरमविनोदी संवाद आहे. सूचक आणि समर्पक शब्दांतून मूळ विषयाला त्यांनी अलगद कलाटणी दिली आहे. जे. एम. शाहू महाविद्यालयातून आणि नांदेड विद्यापीठातून निरोप घेताना हेलावले आहेत. हे प्रसंग मुळातून वाचले पाहिजेत. स्वच्छ आणि निर्भयपणे सार्वजनिक जीवन जगू इच्छिणाऱ्या हरेकांसाठी हे आत्मचरित्र 'हँडबुक' ठरले आहे. सगळ्या विद्यार्थ्यांनी, सगळ्या प्राध्यापकांनी, सगळ्या प्राचार्यांनी, सगळ्या संस्थाचालकांनी, सगळ्या कुलगुरूंनी, सगळ्या नगराध्यक्षांनी हे आत्मचरित्र वाचलेच पाहिजे, असे मला 'मूठभर माती' वाचताना पानोपानी जाणवले आहे.

◆◆◆

१६

चोरटा

'चोरटा' ही संतोष देवराव पवार ह्या इयत्ता बारावीच्या वर्गात शिक्षण घेणाऱ्या पारधी तरुणाची आत्मकथा आहे. मला वाटतं, वयाने हा सगळ्यांत तरुण दलित लेखक असावा. 'चोरटा' ही जशी संतोष पवार ह्याची आत्मकथा आहे. तशी ती फासेपारधी ह्या गुन्हेगार जमातीचीही आत्मकथा आहे. लेखकाने आपले अनुभव कथन करताना आपल्या जमातीचे अस्थिर, असुरक्षित आणि बदनाम जीवनही जगाच्या वेशीवर टांगण्याचा प्रयत्न केलेला आहे. ही आत्मकथा १३५ पृष्ठांची आहे आणि ह्या लेखकाचे वय पंचविशीच्या आतले आहे. इतक्या कमी वयात, इतक्या कमी पृष्ठांत एक भळभळती वेदना धबधब्यासारखी कोसळत राहताना दिसते. ही आत्मकथा वाचताना मानसिक थकवा जाणवतो. अत्यंत कमी मजकुरात असंख्य अनुभव ठासून भरलेले आहेत. त्यामुळे ह्या आत्मकथेतला मजकूर आशयाने ओतप्रोत भरलेला भरीव, ठाशीव आणि दणकट असा झाला आहे. 'चोरटा' ही आत्मकथा वाचल्यानंतर वाचक अस्वस्थ आणि गंभीर होतो.

'चोरटा' ही आत्मकथा वाचताना आणि वाचून झाल्यानंतरही हाताशी काय लागते? केवळ भूक. अन्नाला मोताद असणाऱ्या फासेपारधी समाजाची ही भूक आहे. म्हणूनच ह्या भुकेचे आणि त्यामागील विषमतेचे वस्त्रहरण करणारी ही आत्मकथा आहे. अतिशय ओबडधोबड आणि रांगड्या भाषेत कसलीही वाङ्मयाची जाण नसताना केवळ ठसठसणारी वेदना व्यक्त करण्यासाठी हे लेखन केलेले आहे. ज्वलंत आणि जिवंत वेदनेमुळे आणि त्यातील भीषण सत्यामुळे ह्या लेखनाला धग आणि धार प्राप्त झालेली आहे. आजवर खऱ्या अर्थाने साहित्याचा विषय न झालेल्या पारधी ह्या गुन्हेगार जमातीच्या दुर्धर जगण्यातील देदीप्यमान स्वप्नांचा मागोवा घेणारी ही आत्मकथा आहे. अमानुष अन्याय आणि राक्षसी छळ पचवून 'माणूस' म्हणून जगण्यासाठी केलेल्या पारध्यांच्या उद्ध्वस्त जगण्याची ही कथा

आहे. पारधी जमातीवर होणारा अमानुष छळ वाचताना वाचक हादरून जातो. त्याच्यावर प्रचंड ताण येतो. अत्यंत खालच्या स्तराचे असुरक्षित आणि अस्थिर जीवन जगताना काय हालअपेष्टा सहन कराव्या लागतात ह्याचे डोकं बधिर करणारं वर्णन 'चोरटा' ह्या आत्मकथेत वाचायला मिळते. प्रत्येकाला आपल्या माणूसपणाची शरम वाटायला लावणारी ही आत्मकथा आहे.

संतोष पवार ह्यांचे वडील देवराव आणि आई नमा ह्या दोन व्यक्तींचं जीवन सहृदयपणे समजून घेणं आवश्यक आहे. अशा आई-वडिलांचं चित्र आजपर्यंतच्या साहित्यात सापडणं दुर्मिळच. देवराव आणि नमा ह्यांचे जीवन थांगपत्ता न लागणारे, बिकट आणि भग्न खिंडारासारखे आहे. ह्या जगण्याला जगणं म्हणायचं का? असा प्रश्न पडतो. हे एकट्या-दुकट्याचं जगणं नाही. हे एका जमातीचं जगणं आहे. ज्यांना प्रस्थापित व्यवस्थेने जन्मतःच गुन्हेगार ठरवलं आहे अशा लाखो मानव समूहांचे हे 'प्रातिनिधिक' जगणे आहे. ही माणसं म्हणून जगतच नाहीत. माणूसपणाच्या व्याख्येत ही जमात समाविष्ट करता येणार नाही. इतक्या पराकोटीच्या हीन अवस्थेत ह्या लोकांना ढकलून दिलेलं आहे. केवळ आपली भूक भागवण्यासाठी ही माणसं जगताना दिसतात. भूक भागवण्यासाठी त्यांना चोरी करावी लागते. चोरी केल्याशिवाय ह्या जमातीला जगता येत नाही, अशी ह्या जमातीची शोकांतिका आहे. चोरी करणं, चोरी पचवण्याचा प्रयत्न करणं, चोरी पचावी म्हणून गावातल्या धनदांडग्याला चोरीचा हिस्सा देणं, पोलिसांकडून जीवघेणा मार खाणं, तुरुंगात जाणं, शिक्षा भोगणं, शिक्षा भोगून बाहेर आल्यानंतर पुन्हा चोरी करणं आणि पोलिसाच्या स्वाधीन होणं हे दुष्टचक्र आहे. देवराव हा सराईत आणि अट्टल गुन्हेगार आहे. तो लोकांच्या कोंबड्या चोरतो, बकरे चोरतो, शेतातले धान्य चोरतो, घरावर दरोडे टाकतो. हे एकदा नाही, अनेकदा करत राहातो. त्याला पोलिसी छळाची सवयच झालेली दिसते. चोरी हेच त्याच्या जगण्याचं नाव आहे. चोरी कोणाची करायाची, कशी करायाची, केव्हा करायाची, चोरलेला माल लंपास कसा करायचा, चोरीचा माल जमिनीत कसा पुरायचा, चोरी कशी पचवायची ह्याचं देवरावला अगाध ज्ञान आहे. तो चोरी करतो. चोरीची भाषा बोलतो. चोरीचे हिस्से देण्यातही तो प्रामाणिक आणि तरबेज आहे. अशा चोराबरोबर संसार करणारी लेखकाची आई नमादेखील मुलांचा सांभाळ करण्यासाठी चोरी करताना दिसते.

पोलीस आणि गावकरी पारध्यांना बेदम मारतात. ह्यात पारधी स्त्रीवर जुलूम होतो. पोलीस असो की गावकरी पारधी स्त्रीला मारतो, तिच्या देहाची कुचेष्टा करतो. लेखकाची बहीण भारती असो की लेखकाची आई नमा असो, ह्यांनी अनेक वेळा पाशवी मार खाल्ला आहे. गावकऱ्यांनी अमानुष मारहाण करून इस्माल पारध्याची

हत्या केली. पण त्याची दाद ना फिर्याद. पारध्याचे मरण इतकं स्वस्त आहे. पोलिसाची दहशत जबर आहे. त्यामुळे पारध्यांना पोलीस व्हॅन बघून भीती वाटते. 'पोलिसाची ती काळी कैदाशीण गाडी निघून गेली.' (पृ.८३) असा ते तळतळाट व्यक्त करतात. लेखकाची आई म्हणते, 'एक-दोन दिवसाचा थंडताप घाल देवा, पण पुलिसाची गाडी आमच्या दाराला आणू नकोस.' (पृ. ६७) असं हे देवाकडं मागणं आहे. लेखकाची आई नमू आपल्या नवऱ्याला म्हणते, "रात्री चोरी करताना जरा सांभाळून जात जावा. जिवाची काळजी घेत जावा." (पृ. ३५) नमू नवऱ्याला चोरी करू नका म्हणत नाही. चोरी करताना काळजी घ्या म्हणताना दिसते. नमू आपल्या तरुण मुलीला भारतीलाही असाच सबुरीचा सल्ला देते. 'भारतू ती मोठ्या घरची पोरं हायीत. त्याना कायबी म्हणू नगस.' (पृ.१२) कोणी छेडछाड केली तर दुर्लक्ष कर. कारण आपण त्याच्याशी संघर्ष करू शकत नाही, अशी ही शिकवण आहे. नमू आपल्या मुलांना म्हणते, 'बेटा येळ परसंग बगून आणि परिस्थिती बगून पोटाला पिळ दायाला शिकलं पायजे' (पृ.६) नमू प्रत्येकाला परिस्थितीची आणि वास्तवाची जाणीव करून देताना दिसते. नवरा नसताना ती एकटी आपल्या मुलांचा सांभाळ करते. अशा वेळी तिचं व्यक्तिमत्त्व झळाळून उठतं.

आई नमा रस्त्यावर मरून पडलेल्या शेळीचं शीर तोडून घेते. ह्या मेलेल्या शेळीवर कुत्रे आणि गिधाडे तुटून पडलेली होती. असं सडलेलं आणि दुर्गंधी सुटलेलं मांस ती शिजवते आणि सर्व जण हे मांस खातात.

आणखी एका प्रसंगाचा उल्लेख करणे आवश्यक आहे. लोक पिण्यासाठी पाणी देत नाहीत तेव्हा नमा आपल्या मुलांना गटारीतलं पाणी हापश्याचं पाणी म्हणून पाजते. ही माणसं किती पशुतुल्य जीवन जगतात ह्याचा विचार करणं आवश्यक आहे. ह्या आत्मकथेतील एका व्यक्तिरेखाचं नाव हे 'हाटेल्या' असं आहे. ज्ञान, विज्ञान, सुधारणा आणि आरोग्याच्या सेवा ह्या बाबी जमातीपर्यंत अजूनही पोहोचल्या नाहीत.

फासेपारधी जमात ही गुन्हेगार जमात आहे अशी पोलीस आणि समाजाची धारणा आहे. त्यामुळे ह्या जातीकडे सतत संशयाने पाहिले जाते. चोर म्हणून त्यांना कोणी आश्रय देत नाही. काम देत नाही. त्यामुळे जगण्यासाठी चोरी करणे आणि भीक मागणे हे दोनच पर्याय शिल्लक रहातात. चोरी केल्यामुळे फुकटचे घबाड मिळते आणि भीक मागितल्यामुळे कष्ट न करता जगता येते अशी ह्या जमातीची समजूत झाली आहे. म्हणूनच लेखक ह्याविषयी लिहितो, 'आमच्या फासेपारधी जातीत आयतं खायची सवय लागलेली व्हाती. जो तो चोऱ्यामाऱ्या करायला मोकळा झाला हुता.' (पृ.२२)

'चोरटा' ह्या आत्मकथेत आनंद शोधायचा प्रयत्न केला, तर तो पारधी जमातीला खाण्यासाठी अन्न मिळणं हा आनंदाचा क्षण आहे. जेवण मिळणं हे ह्या जगण्यातलं आनंदमूल्य आहे. त्यांना अन्न सर्वांत सुंदर वाटतं आणि हे अन्न उष्टं, शिळं, टाकून दिलेलं, मागून मिळालेलं असं आहे. खायाला चांगले अन्न नाही, राहायाला चांगली जागा नाही, नेसायाला धड चांगले वस्त्र नाही अशा परिस्थितीत कसले सौंदर्य शोधण्याचा प्रयत्न करणार? ह्या जीवनात सौंदर्य सापडलेच तर अशा बदनाम आणि बेरकी जमातीला वेळप्रसंगी मानवतेच्या दृष्टिकोनातून मदत करणाऱ्या सहृदय माणसांच्या अंतःकरणातच. देवराव आणि नमाला मदत करणारी अशी असंख्य माणसं आहेत. लेखकालाही अशी मदत झाली आहे. मल्लू चपण्या, हरिबा, फुल्या सरपंच, प्रा. जळकोटे अशी काही नावं आहेत. काही माणुसकी म्हणून, काही स्वार्थ म्हणून ह्या पारध्यांना पाठीशी घालताना दिसतात. 'सत्य' आणि 'शिव' ह्याचा 'चोरटा' ह्या आत्मकथेत थांगपत्ताही लागणार नाही. सर्वांना आरोपीच्या पिंजऱ्यात उभे करून पारध्यांना 'माणूस' म्हणून जगू दिले जात नाही, ह्याची साक्ष देणारी 'चोरटा' ही आत्मकथा आहे.

'चोरटा'मधील जगण्याची दाहक वास्तवता विषण्ण करणारी आहे. लेखकाने ह्याविषयी लिहिले आहे, 'पालात ग्वॉडं तेल नसलं की आय माजी टाळू थानाच्या दुधाने भरायची. पालात इंचू काटा येऊ नये म्हणून आय बैलाचं नाय तर गाईचं शिंग चुलीत टाकायाची. पालात उजेड राहावा म्हणून आय एक मोठे लाकूड चुलीत घालायाची.' (पृ.३) 'आपले नवरे झेलात नेले की पारध्याच्या बाया एकापाठोपाठ एक असे अंगावरचे लुगडे बदलल्यागत नवरे बदलत हुत्या.' (पृ.४) एखादी फटफटी बी आली तर ती दचकायाची. एवढी पोलिसाची भिती असतीया. (पृ.११) फौजदाराच्या खाली निजूनबी आपल्या नवऱ्याला सोडवायाची बायकांची तयारी हुती. (पृ.१६) लोक पतरावळ्या जेऊन टाकत हाय. त्या पतरवळ्यावर लय भात, जिलबी हायत. म्या जावून त्यो खावू का? (पृ.३८) अशा परिस्थितीत आणि दहशतीत पारधी जमात जगताना दिसते.

पारधी जमातीमध्ये चिवट अंधश्रद्धा असल्याची दिसते. उपाशीतापाशी राहणारी ही जमात मात्र देवदेवऋषी करताना दिसते. देवाला बकरे, हालगट अशा प्राण्याचा बळी देताना दिसते. लेखक संतोष पवार लहान असताना त्यांच्या पायात काटा मोडतो आणि जखम होते. ही जखम चिघळते. ही जखम बरी व्हावी म्हणून रेड्याचा बळी दिला जातो. हा प्रसंग मुळातून वाचला पाहिजे. रेड्याचा बळी दिल्यानंतर ही जखम बरी होते, असे लेखकाने लिहिले आहे. लेखक जेव्हा आजारी पडतो, तेव्हा त्याला डॉक्टराच्या औषधोपचारामुळे बरे वाटत नाही, तर डुक्कराचे

मटण खाल्ल्यामुळे बरे वाटते. (पृ.६८) लेखक आजारी पडतो. त्याच्या आईकडे उपचारासाठी पैसे नव्हते. तेव्हा ती गावठी उपचार करताना दिसते. लेखक ह्या उपचाराविषयी लिहितो, ''आयनं एका तव्यात चुलीतला जाळ घेतला. त्येच्यात थोडा डुकराचा गू, लाल मिरच्या, मीठ टाकून तव्यातल्या धुराचा वास घेयाय लावलं.' (पृ. १००) अंधश्रद्धा आणि गावठी उपचारांवर ही जमात टिकून राहिलेली आहे.

पारधी जमातीचं जगणं हे वन्य जमातीसारखे आहे. त्यांचे रीतिरिवाजही विचित्र स्वरूपाचे आहेत. त्यांना झोपेत घोरणं हे अपशकुन वाटतं. (पृ.११) पावसामुळे त्यांची खूप दैना होते. मोठा पाऊस आला की पालात पाणी येतं. कपडे भिजतात. लेखकाची आई नमा म्हणते, 'गब बसा रे. रडल्यावर पाऊस हाजून लई मुटा ईतूय.' (पृ.१९) पाऊस पडतोय म्हणून रडू नका. रडण्यानं पाऊस मोठा पडतो असा पारध्यांचा समज आहे. लेखक आपल्या वयाविषयी म्हणतो, 'जवारीची भाकरी खान्या येवडा जहालो होतो.' (पृ.१९) आता वय कसं मोजायाचं? 'आमच्या जातीत बायाचं लुगडं शिवलं की देवाच्या भक्ताला पंचवीस रुपयांचा दंड पडतो.' (पृ.७२) आमच्या जातीत बायाने वापरलेल्या कोणत्याच वस्तूला हात लावला जात नाय. (पृ.७८) 'चोरटा' ह्या आत्मकथेत पारध्याच्या जगण्याचं इत्थंभूत चित्रण आलेलं आहे.

लेखकाचा वडील देवराव केवळ अट्टल गुन्हेगारच नाही तर व्यभिचारी व्यक्ती आहे. पण पारधी समाज ह्या व्यभिचाराविषयी मौन धारण करताना दिसतो. देवराव स्वत:ची पत्नी असताना एकामागून एक दुसऱ्या बायका करताना दिसतो. एक तर स्वत:च्या पत्नीची बहीणच असल्याची दिसते. ह्याविषयी नमाचीही काही तक्रार दिसत नाही. देवरावने अशा बायका केल्यामुळे नमाला खूप सोसावं लागलं आहे. लेखकाचा भाऊ बिग्याचेही असेच आहे. तोही एकामागून एक बायका करताना दिसतो. एक तर मावस बहीणच आहे. अस्थिर आणि असुरक्षित जगण्याचा हा परिणाम असावा.

लेखक संतोष पवारचे आई-वडील जेव्हा कर्नाटकात असतात, तेव्हा कानडीमुळे त्यांचे शिक्षणात मन रमत नाही. पुढे त्यांचे आई-वडील उस्मानाबाद जिल्ह्यात येतात, तेव्हा ते शाळेत जाऊ लागतात. अफाट दारिद्र्यामुळे त्यांना गणवेश घेता येत नाही. पुस्तके घेता येत नाहीत. जेवणही मिळत नाही. वर्गात पारध्याचा म्हणून सतत अवहेलना होते. अशाही परिस्थितीत संतोष पवार शिकतात. बारावीत आल्यानंतर मात्र त्यांचे अवांतर वाचन वाढते. त्यातही आंबेडकरांच्या विचारांशी त्यांचा परिचय होतो. भटक्या विमुक्त समाजातल्या चळवळीशी ते जोडले जातात. त्यांचे शिक्षण

बाजूला पडते आणि ते पारध्यांच्या प्रश्नांवर सक्रिय होतात. त्यांच्या ह्या सक्रिय कामाचा भाग म्हणूनच त्यांच्या 'चोरटा' ह्या आत्मकथेकडे पाहावे लागते.

◆◆◆

१७

बिराड

अशोक पवार ह्यांची 'बिराड' ही आत्मकथा वाचताना मी विलक्षण अस्वस्थ झालो. प्रत्येक पानात व्यक्त झालेला अनुभव खिळवून ठेवणारा आणि हादरवून टाकणारा आहे. 'बिराड' वाचताना आपण कोणत्या रामराज्यात राहत आहोत असा प्रश्न पडतो. लोकशाही, समाजवाद, राष्ट्रीय एकात्मता आणि बंधुभाव अशा शब्दांवरचा विश्वास उडतो. 'बिराड'मध्ये माणुसकीची पदोपदी विटंबना होताना दिसून येते. अशोक आणि त्यांची अख्खी जमात पशुतुल्य जीवनाचे ओझे वाहताना दिसतात. त्यांना 'माणसं' म्हणायचं का असा भयावह प्रश्न मला भेडसावू लागतो. बिराडमधल्या बेलदाराचं जगणं हे पशुतुल्यच आहे आणि त्यांना सभ्य समाज पशुतुल्य वागणूक देताना दिसतो. मुळात इथल्या सभ्यतेचे वाभाडे काढणारी ही आत्मकथा आहे. अशोक पवार ह्यांच्या चिरडलेल्या जीवनाचा भेसूर आकांत त्यांच्या आत्मकथेतून प्रकट होताना दिसतो. कसले स्वातंत्र्य, कसली लोकशाही, कसली बंधुता आणि कसला विकास असे उद्वेगाने म्हणावे लागते. 'बिराड' वाचणं हा क्लेशकारक अनुभव आह. 'बिराड' वाचून मन विषण्ण आणि बधिर होतं. प्रचंड दारिद्र्य आणि प्रस्थापित समाज व्यवस्थेकडून गुन्हेगार म्हणून केला जाणारा अमानुष छळ ह्यात भरडलेल्या जीवनाची कुतरओढ 'बिराड'मध्ये व्यक्त होताना दिसते.

अशोक पवारांनी जगण्यासाठी केलेली प्रचंड धडपड आणि ही धडपड करताना त्याला ठेचणारी प्रस्थापित व्यवस्था ह्याचं उघडंनागडं दर्शन 'बिराड'मध्ये व्यक्त झाले आहे. अशोक पवार ह्यांच्या पंचवीस वर्षांच्या आयुष्याची दाहक आणि जीवघेणी कहाणी 'बिराड'मध्ये वाचायला मिळते. 'बिराड' ही केवळ लेखकाची आत्मकथा नाही, तर त्याच्या 'बेलदार' ह्या भटक्या आणि गुन्हेगार जमातीचीही आत्मकथा आहे. केवळ बेलदारच नाही तर ह्या जामातीसोबत भटके जीवन जगणाऱ्या अन्य जमातींचाही तपशील ही आत्मकथा देताना दिसते.

अशोक पवार आणि त्यांची जमात ज्या क्रूर परिस्थितीविरुद्ध संघर्ष करत जगतात त्या भीषण वास्तवाची हकिकत कथन करणारी ही आत्मकथा आहे. त्यामुळे ह्या आत्मकथेला शोकसंगीताचे स्वरूप लाभले आहे. हा केवळ करुण विलोप किंवा हृदयद्रावक आकांत नाही, तर दग्ध तळतळाट आणि तीव्र चीड व्यक्त करणारी ही व्यथा आहे. माणसावरचा विश्वास उडावा आणि माणुसकीला काळिमा फासावी अशी संतप्त प्रतिक्रिया व्यक्त करायला लावणारी ही आत्मकथा आहे. नामदेव ढसाळांच्या गोलपिठ्याचं गद्यरूप म्हणजे 'बिराड' होय. सणसणीत शिव्यांची लाखोली वाहात ही आत्मकथा व्यक्त होत राहते.

अशोक पवार ह्यांच्या बालपणापासून ते दहावी उत्तीर्ण होण्यापर्यंतच्या काळावर 'बिराड' ही आत्मकथा आधारली आहे. अशोक पवाराच्या आयुष्याची फरफट आणि होरपळ ह्या आत्मकथेच्या पानापानांतून वाचायला मिळते. अन्नाला मोताद असलेले जीवन 'बिराड'मध्ये धुमसत आणि पेट घेत व्यक्त झाले आहे. एकतर भीक मागून किंवा चोरी करून अन्न मिळवावे लागते. कामासाठी दाही दिशा भटकावे लागते. अशा विचित्र आणि प्रतिकूल परिस्थितीचे हृदय हेलावून टाकणारे चित्रण 'बिराड'मध्ये झाले आहे. भूक, कर्ज, व्यसन, निरक्षरता आणि अंधश्रद्धा ह्यामुळे उद्ध्वस्त होणाऱ्या अनेक कुटुंबांचं उग्र आणि भेसूर जगणं ह्या आत्मकथेत वाचायला मिळते.

।।१।।

अशोक पवाराचं खरं नाव आसरोबा. हा आसरोबा अशोक पवाराला आपली जीवनकहाणी सांगतो आहे. 'बलुतं'मधल्या दगडू आणि दया पवार ह्यासारखा हा संवाद आहे. अशोक पवार हा लेखक दया पवारांपेक्षा समर्थ आणि सकस जाणिवेचा वाटतो. दुःखाच्या नाना अमानुष तऱ्हा अंगाखांद्यावर घेऊन जगणारा हा लेखक आहे. दुःख, छळ, अपमान आणि अगतिक अशा चौपदरी रस्त्यांनी ही आत्मकथा बेमुर्वतपणे धावताना दिसते. लेखक केवळ आपली वेदना उसवून दाखवत नाही, तर आपले पिसाळून टाकणारे प्रश्नही वाचकांपुढे उपस्थित करतो. लेखकाचं जीवन आणि त्याची समस्या ही वडवानलासारखी भडकत राहाते.

अशोक पवार ह्याच्या वडिलांचे नाव लक्ष्मण आणि आईचे नाव पुतळा असे आहे. लक्ष्मण बेलदाराला आसरोबा आणि संजय अशी दोन मुलं आहेत. तर सोनी ही मुलगी आहे. लक्ष्मण बेलदार गावोगाव फिरून चिरे फोडण्याचे आणि भिंती बांधण्याचे काम करत असतो. त्यामुळे जिथं काम लागेल तिकडे तो आपले 'बिराड' घेऊन फिरत असतो. म्हणूनच 'बिराड'मध्ये अनेक माणसं आणि अनेक ठिकाणं

भेटताना दिसतात. ह्या 'बिराड'मध्ये भेटणारी अनेक माणसं ही अभद्र चेहऱ्याची आहेत. अशा अभद्र आणि बीभत्स गर्दीमध्ये काही सुजाण आणि सुसंस्कृत माणसंदेखील भेटतात. त्यामुळेच 'बिराड' वाचणं सुसह्य होते.

अशोक पवारांना आपली आत्मकथा 'बिराड' आणि दया पवारांची आत्मकथा 'बलुतं' ह्यामध्ये साम्य असल्याचे वाटते. ह्या दोघा लेखकांना आपल्या पत्नींचा विरह आणि विलाप सहन करावा लागला आहे. ह्या दोघांनाही आपल्या पत्नीच्या चारित्र्याविषयी संशय वाटतो. दया पवारांनी आपली पत्नी सई हिचा त्याग केला आहे, तर अशोक पवारांना त्यांच्या पत्नीने सोडून दिले आहे. काही झाले तरी ह्या दोघांना आपल्या पत्नीपासून धोका झाल्याचे भयानक दु:ख सहन करावे लागले आहे. दया पवारांपेक्षाही स्फोटक वेदना अशोक पवारांनी जगली आणि झेलली आहे. दया पवारांनी पत्नी सोडून दिल्यानंतर त्यांना आपले पुरुषत्व शबलित झाल्याची जाणीव होते, तर अशोक पवार टी. बी. ने पछाडतात. त्यांना स्वत:चा मुलगाही गमवावा लागतो. 'बलुतं'पेक्षा 'बिराड'मधील वेदना गंभीर आणि स्फोटक वाटते.

अशोक पवारांच्या बिराडमध्ये त्यांचे वडील लक्ष्मण, आई पुतळा, भाऊ संज्या, बहीण सोनी, रुमाल्या, सावकाऱ्या, करड्या आणि गंग्या ही गाढवं, आजी बुढी, आजा बुढा, झाब्या नावाचे कुत्रे आणि देवाची पाची असा बारदाना आहे. गाढवाच्या पाठीवर संसार लादून पोटासाठी गावोगाव भटकणारे हे कुटुंब आहे. अशी अनेक उद्ध्वस्त कुटुंबं ह्या आत्मकथेत आहेत. अशा वणवण दाही दिशा भटकणाऱ्या भटक्या आणि विमुक्त जमातींना नागवले जाते. गावचा पाटील गावात राहाण्यासाठी त्यांना कोंबडा मागतो, पोलीसही त्यांची अडवणूक करतात. अशोक पवाराला शाळेत प्रवेश देण्यासाठी शिक्षक कोंबड्याची पार्टी घेतात आणि शंभराची नोट घेतात. अशा भिकारी माणसांकडूनही सुस्थिर समाजातील माणसं जबरीने खंडणी वसूल करतात.

'बिराड'मध्ये अनेक लहान मुलांचा आक्रोश व्यक्त झाला आहे. 'बिराड' मध्ये होणारी लहान मुलांची हत्या आणि अपघाती मृत्यू मनाला सुन्न करणारे आहेत. वादळी पावसाच्या पाण्याच्या लोंढ्यात वाहून जाणारे नवजात अर्भक असो, उकळत्या चहाचे भांडे अंगावर पडल्याने भाजून तडफडत मरणारी सोनी असो, पोलिसाच्या पोटचं म्हणून न्हाणीत पुरलेलं जिवंत जन्मलेलं मूल असो, गरोदर सरीच्या पोटावर बुक्क्या मारून तिच्या गर्भाची केलेली हत्या असो, हे सगळे प्रसंग वाचताना अंगावर भयाने शहारे येतात. ह्या आत्मकथेत स्त्रियांचा अमानुष छळ झाला आहे. एकतर गावकरी आणि पोलीस ह्या स्त्रियांचा मग्रूरपणे आणि उद्धटपणे

भोग घेताना दिसतात आणि दुसरे म्हणजे नात्यागोत्याचे पुरुषही ह्या स्त्रियांवर तुटून पडताना दिसतात. गुन्हेगार जमातीच्या जात पंचायतीने स्त्रियांचा जो छळ केला आहे तो केवळ रानटी प्रकाराचा आहे. जातपंचायतीचे पंच दारू पिऊन न्यायनिवाडा करतात. हा जातपंचायतीचा कारभार जंगली आणि अनाकलनीय वाटतो. जात पंचायतीने दिलेल्या शिक्षा भोगतानाचे केलेले वर्णन हादरवून टाकते. जातपंचायती न्याय करत नाहीत तर अन्याय करत आहेत असेच हे चित्रण आहे. ह्या आत्मकथेत धाक दाखवून भोग घेणारी एक प्रवृत्ती आहे, तर मदत करून, माणुसकी दाखवून भोग घेणारी दुसरी प्रवृत्ती आहे. धोंड्याची बायको सरीला मदत करणारा पाटील तिला गरोदर करतो, अशोक पवाराला मित्रासारखी मदत करणारा ईस्माईल हा अशोक पवाराच्या पहिल्या पत्नीवर जबरदस्ती करताना दिसतो. गुन्हेगार जमातीला कोणी वाली नाही अशी समजूत झाल्यानेच ही हिडीस प्रवृत्ती फोफावलेली दिसते. अशा विकृत आणि पिसाळलेल्या गर्दीत एखादा भला माणूस, एखादा चांगला पोलीस, एखादा सभ्य शिक्षक, एखादा सुजाण मित्र 'बिराडा'च्या मदतीला धावून येतो. त्यामुळेच हे बिराड उद्‌ध्वस्त होता-होता टिकून राहताना दिसते.

'बिराड'मध्ये अनेक व्यक्तिरेखांची गर्दी आहे. त्यातही काही व्यक्तिरेखा विसरू म्हणताही विसरता येत नाहीत. जंगली वाघाशी झुंज देणारा बंडुमामा, जात पंचायतीचे निवाडे देणारा कुप्रवृत्तीचा सिरंग सलार, अंगात देव संचारणारा बुढा आणि जटाळ्या, लेखकाचा जीवाभावाचा मित्र संपत, लेखकाची पत्नी यशोदा, गावगुंडांनी विवस्त्र केलेली बुढी, लेखकाचा मुलगा विजू, पांडू आणि त्याची प्रेयसी अनिता अशी पात्रे दीर्घकाळ स्मरणात राहाणारी आहेत. 'बिराड'मुळे मराठी साहित्यात प्रथमच इतके भीषण, भयावह आणि भयानक जीवन व्यक्त झालं आहे.

।।२।।

'बिराड' ही आत्मकथा त्यातील जगावेगळ्या जगण्यामुळे जशी लक्षात राहाते, तशी त्यातील बोलीभाषेमुळेही. 'बिराड'मधील बोली शिव्या-संतापासह व्यक्त झाली आहे. त्यामुळे ती उद्रेकासारखी व्यक्त झाली आहे. 'बिराड'मधल्या बोलीचा तोंडवळा हा अस्सल ग्रामीण आहे. ही भाषा ओघवती आणि अवघड आहे. त्यामुळेच 'बिराड' लक्षपूर्वक वाचावे लागते. 'बिराड'मधील झोंबणारी वेदना आणि गुन्हेगार जमातीचे अठराविश्वे दारिद्र्य वाचताना वाचक गांगरून आणि गुदमरून जातो. असं वेगळं आणि विचित्र जीवन समजावून घेताना वाचकाची बंभेरी उडते. दुर्बोध आणि क्लिष्ट बोलीमुळे ही आत्मकथा वाचकाला आणखी अडचणीत आणते. 'बिराड'मधील बोली ओघवती, लयदार आणि वास्तवाचे सगळे संदर्भ घेऊन

रोखठोकपणे व्यक्त झाली आहे. त्यामुळे ह्या भाषेचे राकट सौंदर्य हे वेगळेच आहे. त्यात अशोक पवारांची वाङ्मयीन जाण अभूतपूर्व आहे. लेखकाची ही पहिलीच कलाकृती परिपक्व वाटते.

'बिराड'मधील काही वाक्ये उदाहरण म्हणून पुढे दिली आहेत. बाबाने दोन-चार भाकरीचा मुडदा पाडला. (पृ.८) काल्यानं बाच्या मिशा लटपट भरल्या. (पृ.८) सारा दिवस गांडीत माती जावसतर काम करावं अन् रोज सांच्याला गदीसारखा मार खावावं. (पृ.८) पाटील आल्यावर तुझ्या ढुंगनाचे कातडे लोंबवतो. (पृ.१०) बाबा पाटलाच्या पायात आडवा पडला. (पृ.१०) धोतर सुटुस्तर दारू पितो. (पृ.११) तुझ्या ढुंगनावर थुंकतील. (पृ.११) दारू पेईन. त बायकुच मूत पेईन (पृ.११) एक टुकडा भाकरीचा तोडून फेकला भूताला. (पृ.१२) गाढवाला कळवे घालून ईरवड करायला हाकललं. (पृ.१२) ढवळा शिपत कापूस फुटला व्हता. (पृ.२४) हामाला कोन्याबी देवावर चढवा. (पृ.२५) ते धांदरून मरलं हो. (पृ.२५) जीव कालमील व्हायाला. (पृ.२९) राती समदे खाऊन बंब झोपले. (पृ.४८) लेकरं बाळं चिरचिर चिरकायले. (पृ.४९) पारी मामी आन बंडूमामा रातभर रडून रडून हापूस झाल्ते. (पृ.५०) असेच खडामाती खाऊन पोट भरत व्हतू. (पृ.५१) बुरबुर पाऊस चालू. (पृ.५२) समद्यान दाढी धरूधरू समजावलं. (पृ.६३) झड चालू व्हती. (पृ.७४) आता म्याबी कळाय जोगता झालतू. (पृ.७५) ढुंगनाला कोनबी देलेली घळम घळम चेडी. (पृ.७८) आय लटलटा बाबाला बोलायची. (पृ.८१) पोततम का हातत‌म खेटरं कोनाला ठावं. (पृ.८२) कसं तरी घट धकवतू. (पृ.८३) तितं हिरीवर पाणी गिनी पेलू (पृ.८३) उलीशा दिसाला आलू पाचे गावला. (पृ.८८) आयी लांब जाऊन उतानीच्या तितानी पडते. (पृ.८८) मव्ह जीवन तर आधारवेली सारखं फेकला तितं उगवला. (पृ.९०) असीच अधर निधर झोप लागायची. (पृ.९३) समदे पोरे रिपरपी हसत व्हते. (पृ.९४) सवसारान जय दिना. (पृ. १३४) तुला घोडा होऊस्तवर शाळा शिकवली. (पृ.१३७) बोकड काही झडझडी देईना. (पृ.१४६) तुया मिशात मुतून गेली असती. (पृ.१४२) उकाळ्या पाकाळ्या काढनं चालू व्हतं. (पृ.१६०) अशा वाक्यांचा शब्दश: अर्थ लावता येणार नाही. गुन्हेगार जमातीच्या जगण्यातील परिस्थितीजन्य तपशील आणि संदर्भ कळाल्याशिवाय त्या विधानांची गंमत कळणार नाही.

'बिराड'मध्ये व्यक्त झालेले बोलीभाषेतील काही शब्द उदाहरणादाखल इथं पाहणे आवश्यक होईल. पाल ठोकणं, डूल, झोऱ्या, बारकी, बारक्या, खांडखूंड, भगूल, कोल्ड्यास, धिंगाना, चेव, गपचिप, फोक, गर्दा, चिंगचिंगार, झाकड, पालव, मूट, डिल्या, बासडा, पाची, सुतकी, कराळा, कळवे, ईरवड, तीन

दगडाची चूल, भिकार पंथ, खावंद, डेचकी, लुसूनपुसून, संगीन, दानादिन, सट, चेती, संदक, मित्या, गचाळ, गदाड, रामराम शामशाम, लपनाछपनी, जाडाजर, झावळझावळ, वळखीपाळखी, इवळणे, आडंगी, भांडेकुंडे, गोट, लोदा, खडामाती, टिकास, वाघर, छेला, भूमका, लढ्या, दिन, निस्त, वरलोड, बुचडा, तेनं, वलाचिंब, जेवनखावन, धडधडा रडणे, भडकन बाहीर येणे, मिशीत मुतणे, गू मूत खाणे असे असंख्य शब्द 'बिराड'मध्ये प्रकट झाले आहेत. संदर्भ बदलले की शब्दाचा अर्थही बदलतो. पुढील वाक्य पाहा, 'बुढा गेला. मग बुढ्याला बसवलं. त्याच्या कपाळाला बंदा रुपया चिटकावला. समदे घरचे रडायले.' (पृ.१५९) बुढा गेला ह्याचा अर्थ बुढा मेला असा आहे. बुढ्याला बसवले ह्याचा अर्थ प्रेताला स्मशानात नेण्याअगोदर त्याला बसवतात. ही बसवण्याची प्रथा माहीत असणे आवश्यक आहे. त्याच्या कपाळाला बंदा रुपया चिटकावला. प्रेताच्या कपाळाला बंदा रुपया चिटकावण्याची प्रथा माहीत असली पाहिजे. बंदा रुपया माहीत असला पाहिजे तरच समदे घरचे का रडायला लागले हे कळेल. 'बिराडा'मधील बोली समजून घेण्यासाठी ह्या जमातीच्या जगण्याचे तपशील माहीत असणे आवश्यक आहे. त्याशिवाय 'मिशीत मुतणे' म्हणजे काय किंवा 'बोकडाने झडझड करणे' म्हणजे काय हे कळणार नाही.

'बिराड'मधील संवाद रोखठोक आणि जीवनातली धग घेऊन व्यक्त झाले आहेत. त्यामुळे संवादातली बोलीभाषा ही निराळी आणि ओघवती वाटते. संवादात खटके आहेत, म्हणी - वाक्प्रचार आहेत, शिव्या आहेत, चीड, संताप आणि व्यथा आहे. 'बिराड'मधील संवाद हा बेलदाराच्या जगण्यातील स्पंदन टिपणारा आहे. अशोक पवाराचे वडील दारू पिऊन आपल्या बायकोला (लेखकाच्या आईला) पुढीलप्रमाणे बोलताना दिसतात, ''म्या तुह्या बायकु म्हनाव का गाढव, मला झोपवून समदी सागूती खाताव का. अग तू मही बायकू हाय. नवऱ्याला सोडून सागुती खाती. ह्यो पाप कोठे फेडशील ग. नवरा देव आसतू ग. आन देवाला फसवती. तुला पाप लागल. दुसऱ्या जल्मात देव तुला गुवातली आळी करंल. आळी व्होऊन ह्यो पाप तुला फेडावं लागंल.'' (पृ.९) तुरुंगातले बेलदार जमातीचे कैदी पोलिसांना पुढीलप्रमाणे बोलतात, ''हामाला भाकरी दे. न्हाई तर कुतऱ्याचा गू तरी दे, आरे पोलीस्या ते हामी खातो, पोटात लय आग पडली रे... न्हाय तर आमाला गोळ्या घाल रे.' (पृ. २५) एकमेकांची ओळख करून देताना झालेल्या संवादाचा नमुना पाहा. ''हे आपले तीन दगडाचा सोबती हाईत. आपल्यासारखे भिकार पंतातले. आपले भावकीच समजा.'' (पृ.८५) अशोक पवारांची आई त्यांना म्हणते, ''यशोदीनं असोकाला औषीद चारलं. तवा तर ह्यो तिचं ऐकतो. आता

फक्त चाटायचीच ऱ्हाईला. असोका असाच भाड्या हाय. एक दिस तुवी रांड तुया डोक्शावर बसल. अरे भाड्या बायकोला दाबाखाली ठिवाव. डोक्शावर खडा ठिवून जोडा हानाव. गांडीची रेघ कवा बायकुला सांगू न्हाई. आबे भाड्या तू तर गांडी तोंडात आळ्या पडून मरसील. रांडचं ऐकून येगळा निगलास ना.' (पृ. १३४,१३५) 'बिराड'मधील संवाद शिव्याशापांनी खच्चून भरलेले आहेत. त्यातही एक आत्मीयता आणि चीड व्यक्त होताना दिसते. लेखकाची आई त्याला तळमतळून शिव्या देताना त्याने बायकोबरोबर कसे वर्तन करावे, हे अनुभवाचे बोल सांगताना दिसते. प्रत्येक संवादात ह्या जमातीचे शहाणपण व जगण्याची शैली व्यक्त होताना दिसते.

अशोक पवार आपल्या वैवाहिक जीवनाचं स्वप्न पुढील शब्दांत रेखाटताना दिसतात. 'काशीचं अन माह लगीन व्हईल. म्या बी बाबावानी दारू पिल, काशीला हानील. महे लेक्रंबाळं रडतील. मग काशी रागावून झोपल, म्या तिला उठवनार न्हाय, म्या बी जेवन न करता झोपन. मग काशी आयवानी मह्या पाया पडू पडू उठवल. म्या बासारखा तिला दाबात ठिवीन.' (पृ. ७०) लेखकाची आपल्या वैवाहिक जीवनाविषयी अशी धारणा आहे. पती-पत्नीच्या नात्याविषयी इतकं प्रांजळ आणि वेगळं जगातल्या कुठल्या लेखकानं लिहिलं नसावं. अशोक पवाराचं स्वप्न किती साधं, सोपं आणि सरळ आहे. पण तेही वास्तवात उतरत नाही. अशोक पवाराचं आपल्या वैवाहिक जीवनाविषयीचं वर्णन वाचताना हसावं की रडावं हे कळत नाही. अशोक पवार आपल्या मजुरी करणाऱ्या पत्नीचं वर्णन पुढील शब्दांत करताना दिसतात. 'तिला काम करताना मी तिच्याकडे पाहायचो. रणरणत्या उन्हात तिचे गोरे गाल लाल दिसायचे. नाकाचा सरळ शेंडा घामानं भिजायचा. तिचे लांब लांब काळेखाप केस तिच्या रुंद कपाळावर अस्ताव्यस्त होयाचे. ती खूपच देखणी दिसायची.' (पृ. १५०) अशोक पवाराची शैली अकृत्रिम आहे. ते प्रसंगाचं, घटनांचं आणि व्यक्तीचं हुबेहूब चित्रण करतात. त्यांची शब्दांवर हुकमत आहे. ते शब्द चपखल निवडतात. आपल्या जगण्यातले, भोवतालचे, चारचौघांच्या बोलण्यातील बारकावे, लकबी सहजपणे टिपतात. त्यांची स्मरणशक्ती दांडगी आहे. बारीकसारीक तपशील सांगत आपली व्यथावेदना व्यक्त करणारी ही शैली आहे. मनातली घुसमट आणि चीड व्यक्त करताना त्यांची शैली अधिक धारदार आणि लयदार बनते.

नसीब, अंधश्रद्धा, देवदेवस्की, जातपंचायत, पोलीस, व्यसन, भूक आणि कर्ज ह्या विळख्यात पशुतुल्य जीवन जगणाऱ्या समूहाला साहित्याच्या केंद्रस्थानी आणण्याचा प्रयत्न ह्या आत्मकथेमुळे सफल झाला आहे. ही आत्मकथा एका उगवू पाहणाऱ्या चळवळीची आहे, जिथं परिवर्तनाचा एक किरणही अजून पोहोचलेला

नाही. आपल्या गुन्हेगार जमातीत फुले-आंबेडकरांचा विचार रुजवण्याचा लेखकाने केलेला प्रयत्न नवा आशावाद पेरणारा आहे. 'बिराड' या आत्मकथेचा शेवट शोकनाट्यासारखा अंतर्मुख करणारा, उद्विग्न करणारा झाला आहे. एकूण आत्मकथेची रचना, अनुभवाची संगतवार केलेली मांडणी, बोलीभाषेचा बिनधास्तपणे केलेला वापर, आजवर व्यक्त न झालेले अनुभव ह्यामुळे 'बिराड' ही आत्मकथा दीर्घकाळ लक्षात राहते.

◆◆◆

१८

सुशीलकुमार : एक प्रवास

'सुशीलकुमार : एक प्रवास' हे रविकिरण साने ह्यांनी लिहिलेलं सुशीलकुमार शिंदे ह्यांचं चरित्र वाचल्यानंतर वाचक अंतर्मुख होऊ लागतो. ह्याचं कारण सुशीलकुमार शिंदे ह्यांच्या यशाचं जीवनरहस्य जाणून घेण्याची इच्छा जशी आहे, तसे ह्या पुस्तकाला लाभलेली चरित्र-लेखनाची शिस्तही आहे. धनंजय कीरांच्या चरित्र लेखनाचे स्मरण करून देणारे हे चरित्र आहे. हे केवळ सुशीलकुमार शिंदे ह्यांचे चरित्र नाही, तर महाराष्ट्रच्या राजकीय जडण-घडणीचे हे चरित्र आहे. काँग्रेस आणि काँग्रेसविरोधी राजकारण समजून घेण्यासाठी हे चरित्र महत्त्वाचे साधन ठरले आहे.

सुशीलकुमार शिंदे ह्यांचे चरित्र वाचताना देशातल्या आणि राज्यातल्या राजकीय स्थित्यंतराची कल्पना येते. हे केवळ एका राजकीय नेत्याचे चरित्र नाही, तर सामाजिक आणि राजकीय परिस्थितीचेही चरित्र आहे. महाराष्ट्रातल्या काँग्रेस पक्षाच्या राजकारणाची नोंदवहीच म्हणून ह्या पुस्तकाकडे पाहावे लागेल.

सुशीलकुमार शिंदे ह्यांच्या जीवनप्रवाहाला दोन किनारे आहेत. एक काठ यशवंतराव चव्हाण आणि शरद पवारांचा आहे, तर दुसरा नेहरू-गांधी घराण्याचा आहे. शरद पवारांनी सुशीलकुमार शिंदेंना राजकारणात आणले आहे, तर नेहरू-गांधी घराण्यानं त्यांना राष्ट्रीय राजकारणात मानाचं स्थान दिलं आहे. त्यामुळे सुशीलकुमार शिंदे ह्यांच्या मनात यशवंतराव चव्हाण व शरद पवार ह्यांच्याविषयी आत्मीय प्रेम आहे, तर नेहरू गांधी घराण्याविषयी प्रखर निष्ठा आहे. एका राजकीय नेत्याच्या कारकीर्दीतल्या घडामोडींचं वस्तुनिष्ठ वर्णन ह्या चरित्रात व्यक्त झालं आहे.

सुशीलकुमार शिंदे ह्यांच्या जीवनाला अनेक पैलू आणि पदर आहेत. त्यातही राज्यातल्या राजकारणाची गडद छटा आहे. काँग्रेस पक्षातील श्रेष्ठींनी यशवंतराव चव्हाण आणि शरद पवारांना बाजूला ठेवण्यासाठी केलेले डावपेच

मुळातून वाचले पाहिजेत. चरित्रलेखकाने अतिशय तटस्थपणे हे बारकावे टिपले आहेत. सुशीलकुमार शिंदेंचे चरित्र समजून घेण्यासाठी राज्यातले मराठा राजकारणही जाणून घेणे भाग पडते. महाराष्ट्रातल्या राजकारणाला मराठ्यांची घट्ट वीण आहे, त्याचे तपशील ह्या चरित्रात सापडतील.

सुशीलकुमार शिंदे ह्यांचे जीवन हे मुंबईच्या फास्ट लोकलसारखे आहे. भरगच्च भरून बेफाम धावणाऱ्या लोकलची लय ह्या चरित्राला लाभली आहे. सुशीलकुमारांच्या आयुष्याला जसे दुसऱ्या वर्गाचे डबे जोडले आहेत, तसे फर्स्टक्लासचेही डबे जोडले आहेत. सुशीलकुमार मात्र आपल्या आयुष्याचे कधीच प्रवासी झाले नाहीत. ते आपल्या आयुष्याचे चालक आहेत. ते आपल्या आयुष्याला आपल्या वेगाने आपल्या दिशेने इप्सित स्थळी सुरक्षितपणे घेऊन जाताना दिसतात. सुशीलकुमार शिंदे ह्यांच्या आयुष्याकडे पाहिले असता लोकशाहीतल्या अभूतपूर्व चमत्काराचा देखावाच दिसतो.

गेनबा ह्या पोरक्या आणि अस्पृश्य मुलाची यशोगाथा म्हणजे सुशीलकुमार शिंदे ह्यांचे चरित्र होय. सुशीलकुमारांच्या आयुष्यात त्यांच्या दोन आईंना जितकं महत्त्व आहे, तितकेच किंबहुना अधिक सोलापूरच्या जनतेचं महत्त्व आहे. कारण ही जनता सलग आणि सतत त्यांच्या पाठीशी उभी असलेली दिसते. सोलापूर आणि सुशीलकुमार ह्या एकाच नाण्याच्या दोन बाजू आहेत. सोलापूरला वगळून सुशीलकुमारांचा आणि सुशीलकुमारांना वगळून सोलापूरचा इतिहास लिहिता येणार नाही. सुशीलकुमारांची राष्ट्रीय राजकारणात ओळख करून देणारी हीच खरी ताकद आहे. सुशीलकुमारांना जशी सोलापूरची पार्श्वभूमी आहे, तशी परिवर्तनवादी चळवळी, साहित्य, संस्कृती आणि असंख्य राजकीय कार्यकर्त्यांची शिदोरीही आहे. महाराष्ट्र ही त्यांची जन्मभूमी आणि कर्मभूमी असली तरी राष्ट्रीय राजकारणाचे धडे त्यांनी बिहार आणि उत्तर प्रदेशमध्ये गिरवलेले आहेत. हेही लक्षात घेतले पाहिजे.

सुशीलकुमार ह्यांचे चरित्र समजून घेताना काँग्रेसचे चरित्र आणि राजकारणही समजून घ्यावे लागतं. मुळात सुशीलकुमार शिंदे हे काँग्रेस संस्कृतीतले नेते आहेत. त्यातही स्वातंत्र्योत्तर काळातल्या काँग्रेसच्या राष्ट्रीय राजकारणाची मुद्रा त्यांच्या व्यक्तिमत्त्वावर उमटलेली दिसते. सुशीलकुमार जन्माने दलित असणे ही जशी त्यांची जमेची बाजू आहे तशी त्यांच्या संकटांची बाजूही आहे. काँग्रेस पक्षात जगजीवनराम ह्यांच्यानंतर त्यांची जागा घेईल इतका मोठा सर्वमान्य दलित नेता नव्हता. काँग्रेसने धर्मनिरपेक्ष राजकारण करताना दलित-मुस्लिमांना आपलेसे करण्याचा प्रयत्न केलेला आहे. हा वर्ग काँग्रेसचा पारंपरिक मतदार आहे. ह्यामुळे काँग्रेसच्या राजकारणात सुशीलकुमारांसाठी राष्ट्रीय स्तरावर एक निश्चित स्थान निर्माण होत

गेल्याचं दिसतं. सुशीलकुमारांना ह्याचे पहिले धडे आणीबाणीच्या काळात वीस कलमी कार्यक्रमाचा प्रचार करताना मिळाले आहेत. इंदिरा गांधींनी आणीबाणीच्या काळात दलित-शोषितांची आक्रमकपणे बाजू घेतली. त्याचाच एक भाग म्हणून त्यांनी सुशीलकुमारांना जवळ घेतले. इथूनच सुशीलकुमार शिंदे ह्यांचा राष्ट्रीय राजकारणात प्रवेश निश्चित होताना दिसतो. जगजीवनराम नंतर दलित कार्ड वापरण्यासाठी काँग्रेसला सुशीलकुमार हे हुकुमाचे पान ठरलेले दिसतात. मायावतीच्या झंझावातामुळे सुशीलकुमारांचे काँग्रेसमधील स्थान अधिक लक्षवेधी ठरले आहे.

इंदिरा गांधी ते राजीव गांधीपर्यंतचा काळ हा काँग्रेससाठी धामधुमीचा आणि धगधगता काळ आहे. ह्या काळात इंदिरा गांधींनी खलिस्तानवादी प्रवृत्ती मोडून काढली. परिणामी इंदिरा गांधींची हत्या झाली. पुढे राजीव गांधींनी श्रीलंकेत शांतिसेना पाठवून तिथल्या अतिरेकी शक्तींचा बीमोड केला. परिणामी त्यांचीही हत्या झाली. त्यानंतर सत्तेवर आलेल्या नेत्यांनी असे साहस दाखवले नाही. परिणामी देशात जातीवादी शक्ती आणि सीमेवर दहशतवादी शक्ती फोफावल्या. केंद्रात आघाडीवर टिकलेली दुबळी सत्ता आणि राज्यात प्रादेशिक पक्षांची बळकट सत्ता अशी परिस्थिती निर्माण झाली. ह्यामुळे काँग्रेसची कोंडी झाली. ह्यातून पक्षाला बाहेर काढण्यासाठी सोनिया गांधींना राजकारणात सक्रिय व्हावे लागले. सोनिया गांधीपर्वातील महत्त्वाचे शिलेदार म्हणून सुशीलकुमार शिंदे ह्यांच्याकडे पाहावे लागते.

सुशीलकुमार शिंदे ह्यांच्या आयुष्याच्या पायाभरणीत त्यांना ज्या शिक्षकांचे प्रेम आणि प्रोत्साहन लाभले, ते देशपांडे कासेगावकर, श्रीराम पुजारी, भोगिशियन, निर्मलकुमार फडकुले आणि प्रा. पुंडे ह्यांचा आवर्जून उल्लेख करावा लागतो. सुशीलकुमारांनी प्यून, रिजनल सेक्शन रायटर, बेंच क्लार्क आणि पोलीस उपनिरीक्षक अशा नोकऱ्या केल्या. नोकऱ्या करत असताना त्यांनी कधीच शिक्षणाकडे दुर्लक्ष केलं नाही. ही त्यांची चिकाटी आणि जिद्दच त्यांना वेळोवेळी मदतीस आली आहे. आमदार, राज्यमंत्री, पालकमंत्री, कॅबिनेट मंत्री, मुख्यमंत्री म्हणून त्यांनी काम केले आहे. आंध्र प्रदेशचे राज्यपाल आणि भारत सरकारचे ऊर्जामंत्री म्हणून त्यांनी जबाबदारी सांभाळली आहे. पक्षाचे सरचिटणीस, प्रदेशाध्यक्षपदही त्यांनी भूषवले आहे. त्यामुळे एक सामान्य व्यक्ती असामान्य पदावर विराजमान होण्यासाठी, उपसलेले कष्ट आणि धडपड जाणून घेण्यासाठी, स्वातंत्र्योत्तर काळातल्या काँग्रेसच्या राजकारणातला साद-पडसाद टिपण्यासाठी आणि एका मतदार संघाचा टप्प्या-टप्प्याने झालेला विकास अभ्यासण्यासाठी 'सुशीलकुमार : एक प्रवास' हा ग्रंथ वाचणे आणि समजून घेणे महत्त्वाचे ठरते.

सुशीलकुमारांनी शंकराचार्यांच्या अटकेची केलेली मागणी असो की नानाजी देशमुखांना दिलेले आव्हान असो, बाबासाहेब भोसले मुख्यमंत्री असताना त्यांच्याविरुद्ध केलेला संघर्ष असो की इंदिरा गांधी ह्यांचा अस्थी कलश महाराष्ट्रात आणताना वसंत साठेंना करून दिलेली जाणीव असो, वसंतदादा पाटील मुख्यमंत्री होताना 'दादा आणि मी सारखेच आहोत.' अशी घेतलेली भूमिका असो की पक्षाध्यक्षपदाची सूत्रे स्वीकारताना 'अखेर तुम्ही मला या खुर्चीवर बसवलंतच' असे शरद पवारांना उद्देशून काढलेले उद्‌गार असो, ह्या सगळ्या प्रसंगांतून सुशीलकुमारांचा मनोपिंड व्यक्त होताना दिसतो. ते जसे विचारी आणि विवेकी आहेत, तसे शांत आणि संयमी आहेत. त्यांनी अनेकवेळा स्वत:हून राजकारणात नमते घेतले आहे. दुसऱ्याला संधी दिली आहे. प्रत्येक गोष्टीसाठी त्यांनी प्रतीक्षा केली आहे. त्यामुळेच त्यांच्या व्यक्तिमत्त्वाला शालिनतेची, सभ्यतेची आणि सुसंस्कृतपणाची जोड मिळाली आहे. सुशीलकुमारांनी मिळालेल्या प्रत्येक संधीचं सोनं केलं आहे. मग ती कोर्टातील शिपाईची नोकरी असो की महाराष्ट्राचे मुख्यमंत्रीपद असो.

वसंतराव नाईक यांच्यापासून ते शरद पवारांपर्यंत अनेक मुख्यमंत्र्यांनी त्यांना आपल्या मंत्रिमंडळात स्थान दिले आहे. त्यातही वसंतदादा पाटीलांची त्यांच्यावर विशेष मर्जी असल्याचे दिसते. बॅ. अ. र. अंतुले आणि बॅ. बाबासाहेब भोसले ह्या दोघा मुख्यमंत्र्यांनी मात्र सुशीलकुमारांना आपल्या मंत्रिमंडळाबाहेर ठेवले होते. कदाचित पवार प्रेमाचा हा फटका असावा.

अंतुले आणि भोसले मंत्रिमंडळातून बाहेर राहणे असो, मुख्यमंत्री असताना सोलापूर लोकसभेच्या पोटनिवडणुकीत काँग्रेसच्या उमेदवाराचा झालेला पराभव असो, त्यांच्या मुख्यमंत्रीपदाच्या काळात दलितांवर झालेले अत्याचार असोत, सार्वत्रिक निवडणुकीत पत्नी आणि जावयाचा झालेला पराभव असो, त्यांच्या नेतृत्वाखाली निवडणुका जिंकूनही त्यांना न मिळालेलं मुख्यमंत्रीपद असो, की राष्ट्रपतीपदाच्या चर्चेत नाव येऊन ते मागे पडणे असो, ह्या सगळ्या क्लेशकारक प्रसंगी सुशीलकुमारांनी आपले संतुलन आणि धैर्य ढळू दिले नाही. ह्या संपूर्ण चरित्रात सुशीलकुमार शिंदे ऊर्जामंत्री म्हणून शपथ घेताना हैद्राबाद इथल्या राजभवनातील कर्मचाऱ्यांनी तो सोहळा दूरदर्शन संचापुढे बसून पाहाण्याचा प्रसंग मनाला स्पर्श करणारा आहे. ह्या प्रसंगातून सुशीलकुमारांचं माणूसपण किती मोठं आहे, ह्याची प्रचिती येते.

सुशीलकुमार शिंदे ह्यांनी लेखक, कलावंत, खेळाडू आणि पत्रकार ह्यांना मदत केली आहे. त्यांचा यथोचित सन्मान केला आहे. त्यांच्याशी स्नेहाचं आणि सौहार्दाचं नाते जोडले आहे. ते सतत कामगारांच्या बाजूने उभे राहिले आहेत.

त्यांची विकास आणि नियोजनामध्ये विशेष ख्याती आहे. सभा-समारंभांतील त्यांची उपस्थिती ही लोकांच्या आदराची, जिव्हाळ्याची आणि कौतुकाची बाब असते. ते आपल्या मित्रांना जाणीवपूर्वक मदत करतात. माणसं जोडणं हाच त्यांच्या आयुष्याचा एकूण हिशोब आहे.

सुशीलकुमार शिंदेंनी दलित समाज, दलित चळवळ आणि दलित साहित्य ह्यांचे नेहमीच समर्थन केले आहे. वेळप्रसंगी पक्ष आणि पदाची पर्वा न करता दलितांची बाजू घेतली आहे. इंदिरा गांधी असो की सोनिया गांधी असो, त्यांनी सुशीलकुमारांना हीच शिकवण दिली आहे. असे असूनही मराठवाडा विद्यापीठाच्या नामांतर प्रकरणी त्यांची सक्रियता व्यक्त झालेली दिसत नाही. बाबरी मस्जिद, मुंबई बॉंबस्फोट आणि गुजरात दंगलीविषयी सुशीलकुमारांची भूमिका तपशिलाने स्पष्ट होणे आवश्यक होते. ह्या प्रसंगी चरित्रलेखक कमी पडल्याचे जाणवते.

रविकिरण साने ह्यांनी 'सुशीलकुमार : एक प्रवास' हे चरित्र लिहिण्यासाठी खूप मेहनत घेतली आहे. ते म्हणतात, 'तिथल्या एका मोठ्या हॉलमध्ये ठेवलेले प्रचंड मोठे तीस पेटारे मी पाहिले. गेल्या तीस वर्षांतील वृत्तपत्र कात्रणं, छायाचित्रे, पत्रव्यवहार, विदेश दौऱ्याचे साहित्य, शेकडो कॅसेट, सिडीज असे भांडारच माझ्यापुढं खुलं झालं.' (पृ.६) केवळ इतक्या सामग्रीवरच विसंबून हे लेखन झाले नाही, तर लेखकाने अनेकांशी चर्चा केली आहे. अनेकांच्या भेटीगाठी घेतल्या आहेत. सगळा परिसर आणि परिस्थिती पाहिली आहे. इतकेच नव्हे, तर प्रत्यक्ष सुशीलकुमार शिंदे ह्यांच्या सहवासात राहून त्यांनी त्यांचा अभ्यास केला आहे. त्यामुळेच त्यांचे लेखन वस्तुनिष्ठ झाले आहे. ह्या संपूर्ण लेखनात एक अधिकारवाणी ऐकू येताना दिसते. हे चरित्र म्हणजे केवळ सुशीलकुमारांचा गौरवग्रंथ नाही की, त्यांच्या जीवनकार्याची शुष्क माहिती नाही. लेखकाने अत्यंत खुबीने आणि हिंमतीने सुशीलकुमारांच्या मनाचा वेध घेतला आहे. एका राजकीय नेत्याचे गजबजलेलं उत्तुंग आयुष्य, राजकारण, परिस्थिती आणि काळ ह्याचे रौद्र आणि रम्य रसायन ह्यामुळे हे चरित्र-लेखन वाचनीय झाले आहे.

◆◆◆

१९

दलित आत्मकथा : एक आकलन

दलित साहित्यामध्ये 'दलित आत्मकथा' ह्या वाङ्मय प्रकाराची वादळी चर्चा झाली. दया पवारांचे 'बलुतं', प्र. ई. सोनकांबळे ह्यांचे 'आठवणींचे पक्षी', शंकरराव खरात ह्यांचे 'तराळ अंतराळ', लक्ष्मण माने ह्यांचे 'उपरा' आणि माधव कोंडविलकर ह्यांचे 'मु.पो. देवाचे गोठणे' ही गाजलेली सुरुवातीची आत्मकथनं आहेत. आत्मकथांमध्ये व्यक्त झालेलं दलितांचं जीवन आजवरच्या साहित्यात व्यक्त झालेलं नव्हतं. वाचकांसाठी हे नवं आणि वेगळं साहित्य होतं. दलित आत्मकथांमध्ये व्यक्त झालेल्या दलित अनुभवांना वाचकांची प्रचंड पसंती आणि सहानुभूती मिळाली. दलित आत्मकथेचा नायक हा बेडर, न डगमगणारा आणि असंख्य दु:खांना लीलया पेलणारा होता. हा नायक परिस्थितीशरण नव्हता. प्रतिकूल परिस्थितीविरुद्ध संघर्ष करत तो पुढे जात होता. बलाढ्य व्यवस्थेविरुद्ध लढणाऱ्या एका सर्वसामान्य माणसाची ही यशोगाथा होती. मराठी वाचकांना दलित आत्मकथा वाचून ह्या सामान्य नायकापासून जिद्दीने जगण्याची आणि परिस्थितीवर मात करण्याची प्रेरणा मिळाली. बलाढ्य व्यवस्थेपेक्षा माणसाचा स्वाभिमान प्रखर असतो हे वास्तव कळाले. राक्षसी शक्ती आणि माणसाचे स्वातंत्र्य ह्यामध्ये माणसाच्या स्वातंत्र्याचा जय होतो ह्याचे भान आले. एक सर्वसामान्य माणूस आपल्या शोषणाविरुद्ध लढत असेल, तर आपण अन्यायाविरुद्ध पेटून उठलं पाहिजे ही जाणीव मराठी समाजात पसरली. अन्याय सहन करणं हा मानवतेविरुद्धचा घोर अपराध आहे ह्याची जाणीव झाली. ह्या जाणिवेतूनच दलित आत्मकथेच्या लाटेबरोबर अनेक आत्मकथा प्रकाशित झाल्या. ह्यामध्ये मराठी दलित लेखिकांनी लिहिलेल्या आत्मकथा ह्या अत्यंत महत्त्वाच्या आहेत. दलित लेखकाला आपले जगले-भोगले जीवन व्यक्त करायचे होते. त्याचबरोबर आपल्या समाजावर होणारा अन्याय-अत्याचार वेशीवर टांगायचा होता. आपली व्यथा-वेदना समाजापुढे मांडायची होती. आपल्या समस्यांकडे जगाचे लक्ष वेधायचे

होते. आपला आक्रोश आणि आपली न्याय्य मागणी मांडण्याचे माध्यम म्हणून दलित लेखक आत्मकथेकडे वळला आहे. आपली आत्मकथा आपल्या दु:खाचे दस्तऐवज आहे, अशी लेखकाची भूमिका होती. त्यामुळे तो स्वजीवन आणि स्वसमाजाकडे करुणेच्या नजरेने पाहाताना दिसतो. त्याला जे भीषण जीवन जगावे लागते त्याची त्याला चीड येते. दारिद्र्य आणि अस्पृश्यतेचे चटके त्याला असह्य होतात. आपल्या समाजावर होणारे अन्याय-अत्याचार त्याला अस्वस्थ करतात. तो निमूटपणे जगणाऱ्या समाजाचा कैवार घेतो आणि त्याला न्याय मिळवून देण्यासाठी बोलू लागतो. त्यामुळे त्याचे कथन प्रस्थापित व्यवस्थेला आरोपीच्या पिंजऱ्यात उभे करणारे झालेले दिसते. 'आमचे जीवन समजून घ्या. आम्ही किती पशुतुल्य जीवन जगतो आहोत. आम्हीही माणसे आहोत. तुम्ही आमच्यावर किती आणि कसा अन्याय करताय ह्याचा हा तपशील आहे. आमच्या दु:खाचा आणि समस्येचा विचार करा' असे आवाहन करणारे हे लेखन आहे. एकाच आत्मकथेकडे दलित लेखक एका भूमिकेतून पाहातो आहे, तर वाचक दुसऱ्या भूमिकेतून ही आत्मकथा वाचतो आहे.

दलित आत्मकथा प्रकाशित झाल्यानंतर त्या आत्मकथेची जशी चर्चा झाली, तशी त्या आत्मकथेतील जाती-जमातींचीही चर्चा झाली. ही आत्मकथा एका व्यक्तीची नसून ती एका समाजाची आहे. तिच्यातून एका जातीचे जगणे स्पष्ट होते आहे. ही आत्मकथा समाजाचे प्रातिनिधिक रूप आहे अशाच भावनेने प्रेरित होऊन ह्या आत्मकथेची चर्चा झाली. ही आत्मकथा व्यक्तीची नसून ती समष्टीची आहे असे गृहीत धरले आणि ते खरेही होते. ह्या आत्मकथा समाजप्रधान बनल्या आहेत. त्यामुळे ह्या आत्मकथांची चर्चा होताना त्यातील स्वर हा समाजशास्त्रीय चर्चेकडे वळताना दिसतो. दलित आत्मकथांची समाजशास्त्रीय चर्चा होत राहिल्याने त्यातील वाङ्मयीन मूल्यांकडे अनेक वेळा दुर्लक्ष केल्याचे दिसते. आत्मचरित्र हे एका व्यक्तीचे असते, तसे चरित्रही एका व्यक्तीचे असते. पण आत्मकथा ही एका व्यक्तीची असली तरी ती त्या समाजाची 'प्रातिनिधिक' रूप वाटते. एकेक आत्मकथा एकेका जमातीचे चरित्रच झाली आहे.

दलित आत्मकथेतील अनुभव हे प्रामुख्याने 'जातिविशिष्ट' असे आहेत. जातिव्यवस्थेमुळे होणाऱ्या अन्यायाचे विदारक वर्णन ह्या आत्मकथांमध्ये वाचायला मिळते. दारिद्र्यामुळे होणारी तडफड प्रकट होताना दिसते. भूक आणि तहान भागवण्याचा संघर्ष एकीकडे तीव्र झालेला असतो, त्याच वेळी अंधश्रद्धा, अज्ञान, निरक्षरता, व्यसन आणि कर्ज अशा कराल विळख्यात ही जमात उद्ध्वस्त होताना दिसते. आरोग्याच्या सोयी नाहीत, दारिद्र्य आणि अस्पृश्यतेमुळे शिक्षणात व्यत्यय

येतो, जातपंचायत आणि गावकरी शत्रूसारखे प्रहार करताना दिसतात. चहूबाजूंनी अंध:कार दाटलेला असताना त्यात चाचपडण्यासारखे हे जगणे आहे. अन्याय आणि अवमान सहन करत जगाव्या लागणाऱ्या आयुष्याचे हे दु:ख आहे. प्रचंड अगतिकता, असहाय्यता, लाचारी आणि दुबळेपण ह्या आत्मकथांमध्ये पाहायला मिळते. एकीकडे माणसाची पराकोटीची अगतिकता आणि आक्रोश दिसतो, तर दुसरीकडे माणसाची मस्तवाल मग्रुरी आणि जात्यंधपणाही पाहायला मिळतो. जवळपास सर्वच दलित आत्मकथांमध्ये अन्यायाची उजळणी केलेली दिसते. दलित लेखकांच्या आईवडिलांचे काबाडकष्ट आणि त्यांनी उपसलेल्या कष्टाचा डोंगर प्रत्येक आत्मकथेत वाचायला मिळतो. भूतभुताटकीचे प्रसंग, अंगात देव संचारणे, देवाला बळी देणे, यात्रा, उत्सव, देवऋषी अशा प्रकारच्या प्रसंगांची रेलचेल आहे. मृत जनावर ओढणे, मृतमांस खाणे, मृतमांसावर बहिष्कार टाकणे असेही प्रसंग अनेक आत्मकथांमध्ये वाचायला मिळतात. थाटात होणारे श्रीमंताचे लग्न, लग्नातील जेवण मिळावे म्हणून केलेला आटापिटा, गावातील यात्रा, उत्सव, सण आणि प्रसंगी मिळणारे उष्टे अन्न, ह्यांचेही वर्णन अनेक आत्मकथांमध्ये वाचायला मिळते. शाळेत जाणे, शाळेत दलित म्हणून दुय्यम वागणूक मिळणे, गणवेश नसणे, पुस्तके नसणे, शिक्षकाचा मार, सवर्ण विद्यार्थ्यांचा द्वेष, शिक्षणासाठी घेतलेले अपार कष्ट ह्यांचेही वर्णन सर्वच आत्मकथांमध्ये वाचायला मिळते. सर्वच दलित आत्मकथांमध्ये नायकाने शिक्षणासाठी केलेली प्रचंड धडपड जाणवते. दलित आत्मकथा ह्या दलितांच्या उद्धारकथा आहेत. दलित समाजाला शिक्षणाचे कसे महत्त्व पटले आहे ह्याची प्रचिती ह्या आत्मकथांमधून येते. बाबासाहेब आंबेडकरांच्या विचाराने दलित समाज प्रभावित झालेला दिसतो. दलित लेखक आपल्या समाजाला परिवर्तनाच्या दिशेने नेण्याचा प्रयत्न करताना दिसतो. अनेक आत्मकथांमध्ये जात-पंचायती आहेत, नायकाचे प्रेम आहे, अवतीभवती घडणाऱ्या व्यभिचाराचे तपशील आहेत, भीक मागणं आणि भीक मागून मिळालेले अन्न खाण्याचे प्रसंग आहेत, कर्ज काढणे, व्यसनांमुळे आयुष्यातून उठणे असेही प्रसंग अनेक दलित आत्मकथांमध्ये व्यक्त झालेले आहेत.

एकाच जातीच्या अनेक आत्मकथा वाचताना अनुभवांतील साधर्म्य जाणवताना दिसते. त्यामुळे तोचतोपणा प्रकर्षाने जाणवू लागतो. पुन्हा आत्मकथेतील भाषा ही त्या-त्या जाती-जमातीची बोलीभाषा आहे. ह्या बोलीभाषेमुळे ही आत्मकथा वाचताना अडचणी निर्माण होतात. ह्या आत्मकथेतील शिवराळ भाषा आणि काही बीभत्स प्रसंगांमुळे सवर्ण समाजाकडून ह्याविषयी नाराजीचा आणि तक्रारीचा सूर व्यक्त होताना जाणवतो. एकीकडे दलित आत्मकथेतील भाषा आणि हीन अनुभव सवर्णांना

नकोसे वाटतात. त्याचप्रमाणे दलित आत्मकथेतील लाचार आणि हीन भूतकाळ वाचून पांढरपेशा दलितांना आपली बदनामी होत असल्याचे जाणवते.

सर्वच आत्मकथांमध्ये सहृदय सवर्ण व्यक्तिरेखा आढळून येतात. ह्या सहृदय सवर्ण व्यक्तिरेखेमुळेच दलित आत्मकथेतील नायकांना आधार मिळाल्याचे दिसते. त्यामुळे अशा सवर्णांविषयी दलित लेखक आत्मीयतेने बोलताना दिसतो. जातीवादी सवर्णांविषयी जशी चीड व्यक्त होताना दिसते, तसे मानवतावादी सवर्णांविषयी अपार जिव्हाळा आणि कृतज्ञता व्यक्त होताना दिसते. ह्यातील सवर्ण प्रेयसीला मात्र खूप मोल मोजावे लागते. दलितांवर प्रेम करणारी सवर्ण स्त्री व्यवस्थेत मोडून पडताना दिसते. तिची उपेक्षा आणि विटंबना होताना दिसते. अनेक आत्मकथांमधील प्रेमप्रकरणांमुळे ही आत्मकथने वाचनीय ठरली आहेत. पुरातन काळापासून स्त्रीपुरुष संबंध हा साहित्याचा विषय आहे. दलित साहित्यामध्येही स्त्रीपुरुष संबंधांचे चित्रण झालेले आहे. ह्या संबंधातील चिवटपणा आणि धग इतर साहित्यात सापडणे दुर्मिळच म्हणावे लागेल.

दलित आत्मकथा चर्चित ठरल्या, त्याचे अमाप स्वागत झाले असले, तरी दलित लेखकाच्या कुटुंबाने आणि नातेवाइकाने अशा लेखनाला विरोध केल्याचेच दिसेल. आत्मकथांमुळे आपली बदनामी होईल अशा भीतीने दलित लेखकांनी आत्मकथा लिहू नये म्हणून प्रयत्न केल्याचे दिसतात. आत्मकथा प्रकाशित झाल्यानंतर दलित लेखकाचा सन्मान आणि सत्कार जसा झाला आहे, तसे त्याला स्वजनांचा विरोधही झाला आहे. स्वजनांच्या विरोधामुळे दलित लेखक त्रस्त झाल्याचे दिसतात. दलित लेखकांना आपल्या लेखनाचे मूल्य चुकवावे लागले आहे. आपल्या लेखनाचे परिणाम भोगावे लागले आहेत. प्रारंभीचा हा स्वजनांकडून झालेला विरोध सोडला तर दलित लेखकांची प्रचंड प्रशंसा झालेली दिसते. आत्मकथेमुळे त्यांना प्रसिद्धी आणि प्रतिष्ठा मिळालेली आहे. दलित आत्मकथा लिहिण्यासाठी निर्भय आणि निर्भीड वृत्ती लागते. निर्लज्ज होऊन आयुष्यातील अनेक अपमान आणि हीन अनुभव सांगण्याचे धाडस लागते. परिणामाची पर्वा न करता सत्य कथन करावे लागते. आत्मकथेचे वाङ्मयीन मूल्य हे त्यात व्यक्त झालेल्या वास्तव जीवनावर आणि सत्यावर आधारलेले असते. आत्मकथेतील पात्रे आणि प्रसंग हे सत्यावर आधारलेले असतात. इतके खरे की, आत्मकथाकार काही पात्रांची, स्थळांची नावे बदलतो. आत्मकथा प्रकाशित झाल्यावर दुसऱ्याचे आयुष्य उद्ध्वस्त होऊ नये ह्याची काळजी घेतली जाते. आत्मकथा म्हणजे दुसऱ्यावर सूड उगवण्यासाठी लिहिलेले वाङ्मयीन हत्यार नव्हे. आत्मकथा म्हणजे आपल्या आयुष्याची प्रांजळ कबुली होय.

अनेक दलित आत्मकथा त्यातील अनुभवांमुळे नीरस आणि निकृष्ट स्वरूपाच्या झाल्या आहेत. आत्मकथेच्या लाटेत अशा आत्मकथांची चर्चा झाली खरी, मात्र ह्या आत्मकथा सकस आणि श्रेष्ठ दर्जाच्या नाहीत हे नंतर स्पष्ट झाले आहे. दलित स्त्रियांच्या आत्मकथा ह्या दलित लेखकांच्या आत्मकथांपेक्षा निकृष्ट वाटतात. जनाबाई गिऱ्हे ह्यांचे 'मरणकळा' हे पुस्तक सोडले, तर अन्य आत्मकथांमध्ये जीवनातील व्यामिश्र अनुभवांची कमतरता प्रखरतेने जाणवते. दलित साहित्य हे अनेक जातीजमातींचे साहित्य आहे. अनुसूचित जातीतल्या काहीच जातींच्या आत्मकथा प्रकाशित झाल्या आहेत. भटक्या विमुक्त जमातीतील बोटावर मोजण्याइतक्या जमातींच्या आत्मकथा प्रकाशित झाल्या आहेत. आदिवासी ह्या प्रांतापासून अजूनही दूरच आहे. दलित साहित्यामध्ये बौद्धांचा स्वर हा अधिक प्रखर आणि बंडखोर वाटतो. शिक्षणाचे लोण अजूनही अनेक जातीपर्यंत पोहोचलेले नाही. जसजसा शिक्षणाचा प्रसार आणि प्रचार होईल, तसतशा अनेक जाती जाग्या होतील. लिहू लागतील. त्यामुळे अनेक जातीजमातींमधून लेखक उदयाला येतील. मंडल आयोगाच्या कक्षेत येणाऱ्या इतर मागास वर्गातून अजूनही लेखक उदयाला येत नाहीत. शिक्षणाचा प्रसार, चळवळीचे लोण आणि स्वाभिमानाच्या जाणिवांनी झपाटलेला माणूस लिहिल्यावाचून राहणार नाही. ह्या सर्व जाती-जमाती लिहू लागल्या, तर दलित साहित्याला महापूर येईल.

अनेक दलित लेखकांनी आपल्या आत्मकथा लिहिल्या. एकतर आत्मकथा जगलेल्या अनुभवांची असते. त्यामुळे आत्मकथा लिहायला प्रतिभा, कल्पना ह्याची गरज नसते. जगलेले अनुभव आपल्याच भाषेत लिहायचे असल्याने अनेकांनी हा वाङ्मय प्रकार हाताळला. अनेक दलित लेखकांनी आत्मकथा लिहिण्यासाठी अनेकांशी चर्चा केली आहे. मार्गदर्शन घेतले आहे. अनेकांनी दलित लेखकांना आत्मकथा लिहिण्यासाठी मदतही केली आहे. जरी दलित लेखक साहित्याच्या क्षेत्रात अनुभवी नसला, तरी त्याने आत्मकथा लिहिण्यापूर्वी इतर आत्मकथांचा अभ्यास केलेला दिसतो. अनेक दलित लेखकांनी आपल्या मनोगतामध्ये काही दलित आत्मकथांचा आवर्जून उल्लेख केलेला दिसतो.

दलित आत्मकथांनी दलित लेखकांना आत्मकथा लिहायला आत्मबळ दिल्याचे दिसते. दलित आत्मकथांचे हे योगदानही मोठे आहे. अनेक दलित आत्मकथांचा अनेक भाषांमध्ये अनुवाद झालेला आहे. त्यामुळे अन्य भाषांमध्येही मराठी दलित आत्मकथांची विपुल चर्चा झाली आहे. मराठी दलित आत्मकथा वाचून अन्य भाषेतल्या लेखकांनी आपले लेखन केले आहे. दलितांचे प्रश्न राष्ट्रीय आणि आंतरराष्ट्रीय स्तरावर पोहचवण्यामध्ये दलित आत्मकथांचे मोठे श्रेय आहे. अनेक

दलित आत्मकथांवर आधारित नाटके सादर झाली आहेत. चित्रपट निघाले आहेत. अनेक आत्मकथांवर अनेक विद्यापीठांमध्ये संशोधन झाले आहे. अनेक आत्मकथांचा अभ्यासक्रमामध्येही समावेश झालेला आहे. दलितांच्या आत्मकथांना मिळालेल्या मान्यतेची ही पावतीच आहे.

दलित आत्मकथेतल्या दलित स्त्रियांची खूप वाताहत झालेली दिसते. दलित पुरुषांपेक्षा दलित स्त्रियांना खूप सहन करावे लागले आहे. दलित म्हणून आणि स्त्री म्हणून तिचे दुहेरी शोषण झालेले आहे. फाटलेल्या आभाळासारखे तिचे आयुष्य आहे. दलितापेक्षा 'स्त्री' म्हणून तिला जगाव्या लागलेल्या वेदना खूपच स्फोटक आहेत. एकीकडे अन्नामुळे तिची उपासमार होते. अस्पृश्य म्हणून तिची अवहेलना होते, तर मस्तवाल सवर्ण पुरुषाकडून तिच्या देहाची विटंबनाही होते. दलित स्त्री अत्यंत निकराने प्रत्येक दिवसाला सामोरी जाताना दिसते. पुरुषापेक्षा स्त्रीच आपल्या कुटुंबाच्या पाठीमागे धैर्याने उभी राहिलेली दिसते. तिच्या शोचनीय जगण्याची अस्वस्थ करणारी वर्णनं दलित आत्मकथांमध्ये पाहायला मिळतात. दलित पुरुषांनीही दलित स्त्रीवर अनेक वेळा अत्याचार केलेला दिसतो. पुरुष सवर्ण असो, दलित असो, स्त्रीला दुय्यम आणि निराधार मानून तिचे शोषण करताना दिसतो.

दलितांच्या बहुतेक आत्मकथा ह्या गावगाड्यात जन्माला आलेल्या आहेत. त्यामुळे अनेक दलित आत्मकथांमध्ये ग्रामीण जीवन मोठ्या प्रमाणात प्रकट झालेले दिसते. ग्रामीण बोली, ग्रामीण परिसर, ग्रामीण भाषा आणि ग्रामीण प्रदेश ह्यामध्ये अनेक दलित लेखकांच्या आत्मकथा घडलेल्या दिसतात. ह्या तुलनेने शहरी दलितांची आत्मकथा वाचायला मिळत नाही. दलित आत्मकथांमध्ये शहरांचे जे वर्णन येते, ते आत्मकथेच्या मध्यातंरानंतर येताना दिसते. दलित आत्मकथांमध्ये गावगाडा, जातपंचायती, अस्पृश्यता ह्यांचे वर्णन प्राधान्याने व्यक्त झालेले आहे. जेव्हा उच्च शिक्षण, नोकरी आणि शहरी जीवनाची सुरुवात होते, तेव्हा ही आत्मकथा अखेरच्या प्रवासाला निघाल्यासारखी वाटते. भाड्याने घर न मिळणे, शहरी दिखाऊ झगमगाटीपुढे आपल्या बकालपणाची तीव्र जाणीव होणे, परिवर्तनाच्या चळवळीशी सांधा जुळणे असे शहरी जीवनकाळातील प्रसंग अनेक दलित आत्मकथांमध्ये व्यक्त झाले आहेत.

दलित आत्मकथेचा नायक हा एकटाच परिस्थितीच्या रेट्यातून बाहेर पडलेला दिसतो. अन्य पात्रांची मात्र वाताहत झालेली दिसते. दलित लेखक हा आपल्या गावातील आपल्या जातीतील एकांडा शिलेदार वाटतो. त्याची भांवडं, त्याचे मित्र, त्याचे नातेवाईक परिस्थितीच्या दलदलीत तसेच रुतलेले दिसतात. त्यांची सुटका झालेली नाही. दलित आत्मकथा लिहिणारे एक-दोन लेखक सुस्थापित

झालेले असले, तरी अनेक दलित लेखक अजून विस्थापितच आहेत. त्यांच्या जीवनाची अजूनही वाताहत होताना दिसते. दलित आत्मकथांमधील दलित जीवन पुस्तकाच्या रूपाने सवर्णांच्या घरात पोहोचले असले, तरी प्रत्यक्षात दलित अजूनही सवर्णांच्या जातिवादी वृत्तीचा शिकार होताना दिसतो. आत्मकथा चांगलं पुस्तक म्हणून वाचणे वेगळे आणि एका दलिताला चांगला माणूस म्हणून समानतेने वागवणे वेगळे. अजूनही समाजामध्ये ही जातीयतेची दरी असलेली दिसते. जातीय दंगलीच्या वेळी तिचे वास्तव स्वरूप नजरेस पडते.

दलित लेखक परिस्थितीचे जितके बळी आहेत, तितके आपल्या स्वभावाचेही. प्रत्येक लेखकाचा स्वभाव आणि व्यक्त होण्याची शैली वेगळी आहे. अशोक पवार डी. एड. व्हायला हवे होते. त्यांचं आयुष्य बदललं असतं. उत्तम बंडू तुपे घर सोडून पळायला नको होते. त्यांनीही शिक्षण पूर्ण करायला हवे होते. संतोष पवारचंही असंच आहे. ते परिस्थितीविरुद्ध संघर्ष करताना दिसतात, पण ऐनवेळी शिक्षण मध्येच सोडून देतात. हतबल होताना दिसतात. ह्यामध्ये शंकरराव खरात ह्यांचं आयुष्य मात्र सगळ्यांसाठी एक उदाहरण झाले आहे. शंकरराव विचलित होत नाहीत.

दलित लेखकाचा स्वभाव विनोदी असेल तर त्याच्या लेखनातही हा विनोद पाझरतो. जर लेखकाची प्रवृत्ती गंभीर असेल तर त्याचे लेखनही गंभीर स्वरूप धारण करताना दिसते. शंकरराव खरात ह्यांच्या 'तराळ अंतराळ' आणि प्र.ई. सोनकांबळे ह्यांच्या 'आठवणींचे पक्षी' ह्यामध्ये हा भेद अधोरेखित करता येईल. खरात आणि सोनकांबळे हे जुन्या पठडीतले लेखक आहेत, तर दया पवार आणि लक्ष्मण माने हे नव्या पठडीतले लेखक आहेत. त्यांच्या लेखनावर दलित पँथरच्या चळवळीतल्या धगधगत्या विद्रोहाचे संस्कार झालेले दिसतात. लक्ष्मण गायकवाड ह्यांचे 'उचल्या', अशोक पवार ह्यांचे 'बिराड' आणि संतोष पवार ह्यांचे 'चोरटा' ह्या आत्मकथनांची तुलना होऊ शकते. ह्यातले समाजजीवन आणि अनुभव कमीअधिक फरकाने सारखे असल्यासारखे दिसतील. ह्याचप्रमाणे किशोर काळे ह्यांचे 'कोल्हाट्याचे पोर' आणि शरणकुमार लिंबाळे ह्यांचे 'अक्करमाशी' ह्याचीही तुलना करता येईल.

दलित आत्मकथांची शीर्षकेही लक्षात घेण्यासारखी आहेत. 'बलुतं', 'उपरा', 'उचल्या', 'गावकी', 'गबाळ', 'अक्करमाशी', 'बिराड', 'चोरटा' अशी अनेक शीर्षके आहेत. ह्या शीर्षकावरूनदेखील पुस्तकातल्या मजकुराचा आशय लक्षात येईल. आजपर्यंत अशी शीर्षके नव्हती. दलितांचं जगावेगळं जगणं अशा जगावेगळ्या शीर्षकातून व्यक्त झालेलं दिसतं. बलुतकार, उपराकार, अक्कशीकार, उचल्याकार अशा नावाने लेखकांना ओळखलं गेलं. दलित लेखकांच्या आत्मकथांची शीर्षके

वेगळी, वेधक आणि आशयपूर्ण आहेत. शीर्षकामधूनच त्या आत्मकथेची जातकुळी कळते.

दलित आत्मकथेवरील ह्या पुस्तकात दया पवार ह्यांच्या ‘बलुतं’चा, लक्ष्मण माने ह्यांच्या ‘उपरा’चा, प्र. ई. सोनकांबळे ह्यांच्या ‘आठवणींचे पक्षी’ ह्याचा, लक्ष्मण गायकवाड ह्यांचा ‘उचल्या’ चा आणि ऊर्मिला पवार ह्यांच्या ‘आयदान’ ह्या आत्मकथांचा समावेश केलेला नाही हे वाचकांना खटकू शकते. सदर आत्मकथांवर मी लिहिलं आहे. ह्या आत्मकथांचा समावेश ‘साहित्याचे निकष बदलावे लागतील’ ह्या पुस्तकात केलेला आहे. ‘आयदान’चे परीक्षण वाचून ऊर्मिला पवार खूप दुखावल्या. त्यांनी मला प्रत्यक्ष भेटून माझ्या लेखनाविषयी तीव्र नाराजी व्यक्त केली. ऊर्मिला पवार ह्या महान लेखिका आहेत आणि ‘आयदान’ ही अत्यंत चांगली आत्मकथा आहे. ‘साहित्याचे निकष बदलावे लागतील’ ह्या पुस्तकातील समीक्षा ही वस्तुनिष्ठ स्वरूपाची आहे. त्यामुळे ह्या पुस्तकात अनेक दलित पुस्तकांची वस्तुनिष्ठ समीक्षा करण्याचा प्रयत्न केलेला आहे. दया पवार आणि बाबुराव बागूल ह्यांचे माझे नाते आत्मीय असे होते. तरीही त्यांच्या लेखनाची तरफदारी केली नाही. उत्तम बंडू तुपे हे माझे चांगले मित्र आहेत. त्यांच्या ‘झुलवा’ ह्या कादंबरीवर मी चांगले लिहिले आहे. त्यांची ‘काट्यावरची पोटं’ ही माझी आवडती आत्मकथा आहे. पण प्रस्तुत पुस्तकात ह्या आत्मकथेविषयी मी प्रतिकूल लिहिले आहे. मैत्री मैत्रीच्या ठिकाणी आणि लेखन लेखनाच्या ठिकाणी, असा माझा स्वभावधर्म आहे. त्यामुळे मी लक्ष्मण गायकवाड ह्यांच्या ‘चिनी मातीतील दिवस’ ह्या प्रवासवर्णनावरही खरपूस टीका केलेली आहे. लेखकांनी आपल्या कलाकृतींच्या समीक्षेचे स्वागत केले पाहिजे. समीक्षकाची दुसरी बाजू जाणून घेतली पाहिजे. आपल्या व्यंगावरही हसलं पाहिजे. तरच निकोप समीक्षेचा विस्तार होईल. आपल्याविषयी लिहिलेला प्रतिकूल मजकूर वाचून अस्वस्थ होण्याने हा प्रश्न सुटत नाही. ही अस्वस्थता पुढल्या सृजनाच्या वेळी विधायक ऊर्जा म्हणून वापरली पाहिजे. आपल्यातील दुबळ्या जागा शोधल्या पाहिजेत. लेखकाने एकदा लिहिले आणि प्रसिद्ध केले की, त्याची अभिव्यक्ती सामाजिक होते. समाज त्याचे उलटसुलट स्वागत करू शकतो, हे लक्षात घेतले पाहिजे. उलट संवाद झाला पाहिजे. वाद उद्‌भवले पाहिजेत. ह्यातून समीक्षेचे क्षितिज विस्तारते. दलित आत्मकथांवर वादळी चर्चा झाली. ही चर्चा जशी अनुकूल होती, तशी प्रतिकूलही होती. मलिका अमर शेख ह्यांच्या ‘मला उद्‌ध्वस्त व्हायचंय’ ह्या आत्मकथेची अनुकूल आणि प्रतिकूल अशी चर्चा झाली आहे. माझ्या ‘ब्राह्मण्य’ ह्या पुस्तकात मीही मलिका अमर शेख ह्यांच्या आत्मकथेविषयी प्रतिकूल लेखन केलं आहे; परंतु मलिका अमर शेख ह्यांच्या लेखनाचा माझ्यावर प्रभाव

आहे, हेही मी माझ्या 'उद्रेक' ह्या कवितासंग्रहाला लिहिलेल्या मनोगतामध्ये म्हटले आहे. लेखन हे नेहमीच वस्तुनिष्ठ आणि निरपेक्ष असावे. आपल्याजवळचा आहे, आपल्या गटातील आहे म्हणून एखाद्याची स्तुती करणे हे केव्हाही गैरच आहे. दलित साहित्य वर्तुळात अडकण्याचे हे एक कारण आहे. दलित साहित्याच्या स्वागताच्या भूमिकेतून दलितांच्या लेखनाचे स्वागत केले गेले. ह्यामुळे दलित साहित्याची वस्तुनिष्ठ समीक्षा झाली नाही. लेखकांना त्यांच्या मर्यादांची जाणीव करून देणे हे चांगल्या समीक्षेचे लक्षण आहे. त्याचबरोबर लेखनाच्या सामर्थ्याची पूजा करणे हा तर समीक्षेचा स्वभावधर्मच असला पाहिजे.

दलित लेखक जातिव्यवस्थेविरुद्ध लढणारा कार्यकर्ता कलावंत आहे. तो आपले अनुभव शोषणाविरुद्ध हत्यार म्हणून वापरतो. हे यजमान संस्कृतीतल्या कलावाद्यांना रुचत नाही. अशा वेळी दलित समीक्षकांनी दलित कलाकृतींची तरफदारी करणे भाग पडते. एक नवा प्रवाह प्रस्थापित करण्यासाठी अनेक समीक्षकांनी दलित साहित्याचं मनभरून स्वागत केले आहे. अशा पुरोगामी आणि जीवनवादी समीक्षेमुळे दलित आत्मकथांची प्रचंड चर्चा झाली. दलित आत्मकथांची चर्चा होते, प्रसिद्धी मिळते, प्रतिष्ठा मिळते हे पाहून अनेकांनी आपल्या आत्मकथा लिहिल्या. त्यामुळे दलित आत्मकथांची लाटच निर्माण झाली. ह्या निमित्ताने दलित लेखकांमध्ये आपल्या जीवनातील बरेवाईट अनुभव सांगण्याची स्पर्धाच निर्माण झाली. असे असले, तरी ज्या आत्मकथांमध्ये मानवी मूल्ये आणि त्याचबरोबर वाङ्मयीन मूल्ये आहेत, त्याच प्रवाहात टिकून राहिलेल्या दिसतील.

सर्वच दलित आत्मकथांमध्ये जातिव्यवस्थेविरुद्ध विद्रोह व्यक्त झाला आहे. दलितांवर जीवघेणे हल्ले करणारी समाजव्यवस्था कोणती आहे? ब्राह्मण दलितांचे डोळे काढत नाही, ब्राह्मण दलितांवर बलात्कार करताना दिसत नाही, ब्राह्मण दलितांच्या झोपड्या पेटवताना दिसत नाही. सर्वच दलित आत्मकथांमध्ये अन्यायाची अवजारे हातात घेऊन उभे असलेल्या ह्या मधल्या जाती आहेत. ज्या जातींकडे सत्ता आहे आणि संपत्ती आहे, ज्या जातीकडे जात आहे आणि शेत आहे. ज्या जातीचे संख्याबळ अधिक आहे, त्या जाती दलितांविरुद्ध जात्यंध वृत्तीने वागताना दिसतात. दलित आत्मकथा ह्या मधल्या जातींविषयी बंडाची भाषा करताना दिसतात. दलितांना ब्राह्मणी व्यवस्थेचा जो तडाखा बसतो तो ह्या मधल्या जातींकडून. त्यामुळे सर्वप्रथम ह्या मधल्या जातींमधील जातिवादी वृत्ती नष्ट होणे आवश्यक आहे. म्हणूनच मधल्या जातींमधील समीक्षक लेखक दलित साहित्याविषयी नेहमीच प्रतिकूल स्वर लावताना दिसतात. दलित आत्मकथांमध्ये ब्राह्मणांवर हल्ले झाले नाहीत, हे पुन्हा लक्षात घेणे आवश्यक आहे. म्हणूनच की काय, ब्राह्मण वर्गाकडून दलित साहित्याचे

जोरदार स्वागत झालेले दिसते.

धर्मांतरित बौद्धांच्या आत्मकथांमध्ये हिंदूधर्माविषयी आणि समाजाविषयी विस्ताराने लिहिले गेले आहे. दलितांनी बौद्ध धर्म स्वीकारला असला, तरी कालानुरूप नव्या बौद्ध संस्कृतीचे निर्माण होणे आवश्यक आहे. त्याला काही काळ जावू द्यावा लागेल. धर्मांतरित बौद्धांमध्ये बौद्ध आचार-विचारांचा प्रसार आणि प्रचार होतो आहे; परंतु त्याचे म्हणावे तितके पडसाद हे दलित आत्मकथांमध्ये उमटलेले नाहीत. बाळासाहेब गायकवाड ह्यांचे 'ख्रिस्ती महार', इब्राहिम खान ह्यांचे 'मुस्लिम महार' आणि इसादास भडके ह्यांच्या 'बाप्तिस्मा ते धर्मांतर' ह्या आत्मकथांमध्ये दलितांच्या धर्मांतरित जीवनाची ससेहोलपट व्यक्त झाली आहे. हिंदूधर्मात असताना आणि हिंदू धर्म सोडल्यानंतरही दलितांना दुय्यम वागणूक देण्याची वहिवाट बंद झालेली नाही. बौद्धांवर अत्याचार होत आहेत. मुस्लिम आणि ख्रिश्चनांवरही अत्याचार होत आहेत. धर्मांतराने दलितांच्या सामाजिक परिस्थितीमध्ये जसा बदल घडून येत नाही, तसे हिंदूंच्या मानसिकतेमध्येही फरक पडून येत नाही. हिंदूंची जात्यंध मानसिकता बदलणे, ही दलित साहित्याची प्रतिज्ञा आहे आणि दलित लेखक हीच भूमिका घेऊन लिहिताना दिसतो. दलित आत्मकथा गुलामाला गुलामीची जशी जाणीव करून देतात, तशा माणसाला त्याच्या माणूसपणाची जाणीव करून देतात. सामाजिक परिवर्तनामधली ही महत्त्वाची कृती आहे. दलित आत्मकथांकडे केवळ 'छळांच्या कहाण्या' म्हणून पाहता येत नाही, तर मानवाधिकाराच्या ह्या 'सनदा' आहेत, अशाच भूमिकेने ह्या आत्मकथा वाचण्याची गरज आहे.

दलितांची जुनी पिढी मूकपणे अन्याय सहन करणारी दिसते, तर नवी पिढी बंडखोर असल्याची दिसते. जुनी पिढी आपल्या गुलामीला आपले प्राक्तन मानताना दिसते, तर नवी पिढी व्यवस्था बदलण्याची भाषा बोलताना दिसते. नव्या पिढीच्या मनातील बंडखोर जाणीवांमुळेच दलित आत्मकथांचा जन्म झाला आहे. त्यामुळे दलित आत्मकथांमध्ये बदलत्या समाज व्यवस्थेची हालचाल व्यक्त होताना दिसते. ह्या आत्मकथांमुळे दलितांचा विस्तृत आणि व्यापक सामाजिक स्तर उलगडायला मदत झाली आहे.

मराठीमध्ये अनेक दलित आत्मकथा प्रकाशित झाल्या आहेत. अशा आत्मकथांची संख्या जवळजवळ दोनशेच्या घरात पोहचली आहे. इतक्या मोठ्या संख्येने आणि विविध सामाजिक स्तरांतल्या दलितांच्या आत्मकथा प्रकाशित झाल्या असल्याने 'दलित आत्मकथांची लाट आली.' असा शब्दप्रयोग करण्यात आला. दलित आत्मकथा लिहियाला सोपी असल्याने अनेकांनी आत्मकथा लिहिल्या. एक तर, आत्मकथा वाङ्मय प्रकाराची विपुल चर्चा होत होती. आत्मकथा लिहिणाऱ्याला

प्रसिद्धी आणि प्रतिष्ठा मिळत होती. म्हणून अनेकांनी आत्मकथा लिहिणाचा घाट घातला स्वत:ला व्यक्त करण्याचा हा सहज आणि सोपा मार्ग होता. त्यामुळे अनेकांनी आत्मकथा हा वाङ्मय प्रकार निवडला. त्यामुळेच दलित आत्मकथांची लाट आली. ह्यामुळे दलित कविता मागे पडली. दलित साहित्याच्या आरंभकाळी अनेकांनी कविता लिहिल्या. आपल्याला व्यक्त करण्यासाठी कवितेचं माध्यम स्वीकारलं. पण नंतरच्या काळात आत्मकथा हा वाङ्मय प्रकार लोकप्रिय झाल्याने दलित कविता दुर्लक्षित राहिली. दलित आत्मकथेच्या दबदब्यामुळे दलित कादंबरी, दलित नाटक हे वाङ्मय प्रकारही उपेक्षित राहिले. दलित आत्मकथेमुळे दलित साहित्याचा वाचक वाढला. दलित आत्मकथेतील वास्तव जीवन वाचून वाचकांची अभिरुची बदलली. इतकेच नव्हे, तर दलित आत्मकथांच्या नंतर मराठी साहित्यामध्ये अनेक आत्मचरित्रे प्रकाशित झाली. ह्यामध्ये स्त्रियांच्या आणि ग्रामीण लेखकांच्या आत्मकथा लक्षवेधी ठरल्या. दलित आत्मकथांचा प्रभाव हा ग्रामीण व स्त्रीवादी साहित्यावरही झाला. त्यामुळे ग्रामीण आणि स्त्रीवादी साहित्याचे स्वरूप बदलले. ह्या साहित्यामध्येही वास्तवाला आणि मानवी मूल्यांना महत्त्व दिले गेले. दलित साहित्यामुळे मराठी साहित्याचा चेहरा मोहरा बदलला. मराठी लेखक आपल्या जीवनाचा, सभोवतालचा आणि आपल्या प्रश्नांचा गंभीरपणे विचार करु लागले. हे सगळे दलित आत्मकथेच्या यशाचे गमक मानता येईल.

दलित साहित्यामध्ये अनेक वाङ्मय प्रकारांत विपुल ग्रंथ निर्मिती झाली आहे. गेल्या पन्नास वर्षांत ह्या साहित्याची भरभरून स्तुती आणि स्वागत झाले आहे. आता ह्या साहित्याच्या गंभीर चर्चेची गरज निर्माण झाली आहे. ह्या असंख्य पुस्तकांमधून काही चांगली पुस्तके निवडावी लागतील. त्यांचा स्तर ठरवावा लागेल. त्यातील बऱ्यावाईटाची चर्चा करावी लागेल. अनेक दलित लेखकांमधून चांगल्या दलित लेखकांची नावे निश्चित करावी लागतील. दलित साहित्याच्या मूल्यमापनासाठी हे गरजेचे आहे.

दलित साहित्याच्या मूल्यमापनाची गरज ओळखून दलित साहित्याची वस्तुनिष्ठ समीक्षा करणे आवश्यक आहे. त्याचबरोबर दलित साहित्याची आस्वादात्मक समीक्षा वाढली पाहिजे. उपयोजित समीक्षेचा विकास झाला पाहिजे. ह्यातूनच दलित साहित्याची 'रसिकता' जन्मणार आहे. दलित साहित्याची अभिरुची निर्माण होणार आहे. दलित आत्मकथांमुळे ही शक्यता वाढीस लागली आहे.

दलित आत्मकथांमुळे दलितांच्या समस्यांची आणि अनुभवांची चर्चा झाली. दलितांच्या भयावह जगण्याची वाचकाला जाणीव झाली. 'आपण कसल्या सडक्या समाज व्यवस्थेत जगत आहोत.' ह्याचे वाचकाला भान आले. कलावादाची भाषा

मागे पडली. मानवी जीवनाला महत्त्व आले. दलित साहित्यामुळे दलितांकडे पाहाण्याची दृष्टी बदलली. साहित्यामध्ये पाप, पुण्य, स्वर्ग, नरक, ईश्वर, धर्म आणि निसर्गाचे जे स्तोम माजले होते, ते कमी झाले आणि माणसाची महत्ता वाढीस लागली. दलित आत्मकथा मानवी जीवन समजून घेण्याच्या दृष्टिने अत्यंत महत्वाच्या ठरल्या.

दलित आत्मकथांमुळे मराठी आत्मचरित्र वाङ्‌मयाचे स्वरूपच बदलून गेले. आत्मचरित्र लेखनाची शैली बदलून गेली. अनेक सामाजिक स्तरांतून, व्यवसायांतून लेखक उदयाला आले. वाङ्‌मयाच्या क्षेत्रात एक नवा आत्मविश्वास निर्माण झाला. मराठी साहित्याचे क्षितिज विस्तारले. वाचकांचा साहित्याकडे बघण्याचा कल बदलला. ह्या सगळ्याच्या एकत्रित परिणामांमुळे मराठी साहित्याकडे अन्य भाषेतील लेखक-वाचकांचे लक्ष वेधले गेले. मराठी साहित्याच्या समृद्धीची चर्चा सुरू झाली. दलित आत्मकथांमुळे मराठी साहित्याला महत्त्व प्राप्त झाले.

◆◆◆

परिशिष्टे

१) २४ वा अस्मितादर्श लेखक-वाचक मेळावा, इचलकरंजी,
    अध्यक्षीय भाषण, मे, २००१

२) ७ वे अ. भा. आंबेडकरी साहित्य संमेलन, यवतमाळ,
    अध्यक्षीय भाषण, नोव्हेंबर, २००३

१

२४ वा अस्मितादर्श लेखक-वाचक मेळावा, इचलकरंजी, अध्यक्षीय भाषण, मे २००१

मी निषेध करतो तालिबानचा, ज्यांनी प्राचीन बौद्ध मूर्तींचा विध्वंस केला.

मी निषेध करतो संघ प्रवृत्तीचा, जे भारतीय संविधान बदलण्याचा प्रयत्न करीत आहेत.

मी निषेध करतो त्या दलित पुढाऱ्यांचा, ज्यांनी बाबासाहेबांच्या संकल्पनेतील रिपब्लिकन पक्ष मोडीत काढला.

मी निषेध करतो त्या कार्यकर्त्यांचा, ज्यांनी दलित पँथरसारखी विद्रोही चळवळ संपवली.

मी निषेध करतो त्या दलित लेखकांचा, ज्यांनी मनुविरुद्ध लढण्याऐवजी आपल्यातच लढे सुरू केले.

मित्रांनो, मी दोन प्रवृत्तींचा निषेध केला. एक, प्रतिगामी प्रवृत्तीचा. दोन, आपल्यातीलच फूटपाड्या प्रवृत्तीचा. आंबेडकरी चळवळीचे खरे शत्रू इथले प्रतिगामी तर आहेतच, पण त्यापेक्षाही घातक शत्रू आपल्यात दुही माजवणारे आहेत. प्रतिगाम्याविरुद्ध लढणे एकवेळ सोपे असते, कारण ते आपले उघड शत्रू असतात; परंतु घरभेद्यांविरुद्ध लढणे अवघड असते. कारण ते आपल्या प्रत्येक कृतीला आंबेडकरी विचारांचे अधिष्ठान देण्याचा प्रयत्न करत असतात. आपल्याला चळवळीचे मारेकरी ओळखता आले पाहिजेत. आपल्या चळवळीतही मूलतत्त्ववादी आहेत. जात्यंध आहेत. ते बाबासाहेबांना आपल्या जातीपुरते बंदिस्त करीत आहेत. संकुचित करीत आहेत.

लढाऊ कार्यकर्ता असो किंवा प्रतिभाशाली विचारवंत असो, त्याला बदनाम करून संपवण्याचा प्रयत्न होत असतो. चळवळीतील एकेक म्होरके एकाकी पाडण्याचा डाव खेळला जातो. व्यक्तिगत द्वेषाची बीजे सामाजिक चळवळीत पेरली जातात. जोवर आपली चळवळ एकदिलाने प्रस्थापित व्यवस्थेला हादरे देत होती, तोवर ती

वादळासम घोंघावत होती. आता आपणच आपले गड बेचिराख करत आहोत, आपले कार्यक्रम बंद पाडत आहोत, आपल्या चळवळीचे तुकडे पाडत आहोत, आपणच आपले कार्यकर्ते संपवत आहोत, आपणच आपले लेखक संपवत आहोत. 'खरा आंबेडकरवादी कोण?' ह्यासाठी आपल्यातच स्पर्धा सुरू झाली आहे. त्यामुळे प्रतिगामी शक्तींचा आत्मविश्वास वाढला आहे.

आपण तर क्रांतीची भाषा बोलत आहोत. जग बदलायला निघालो आहोत. तरीही आपल्यात अनेक गट आहेत. आपल्यातच आपले पटत नाही. आपण एका मंचावर येत नाही. आपल्यात सुसंवाद नाही. क्रांतीची भाषा बोलणारे जेव्हा गटातटामध्ये राहतात, तेव्हा त्यांना खरीच क्रांती करावयाची असते? गटाची भाषा बोलणारे, गटात राहणारे हे आंबेडकरवादी असतात की आंबेडकरी चळवळीचे मारेकरी असतात हे एकदा ठरवले पाहिजे. चळवळ ही नेहमीच गतिमान प्रवाहासारखी असली पाहिजे. जेव्हा प्रवाहाची गती थांबते, तेव्हा डबकी निर्माण होऊ लागतात. आपल्या चळवळीत डबक्यांची संख्या वाढली आहे. आपल्या चळवळीला गती द्यायची असेल, तर सर्वप्रथम चळवळीतील डबकी नष्ट करावी लागतील.

कलावंत आणि कार्यकर्ता ही आपल्या चळवळीच्या रथाची दोन चाकं आहेत. ह्यातले कुठलेही एक चाक निखळता कामा नये. बाबासाहेबांनी इथवर आणलेली चळवळ पुढे न्यायची असेल तर आपल्याला समाजातील सामान्यातला सामान्य कार्यकर्ता आणि सामान्यातला सामान्य दलित लेखक जपला पाहिजे. कुठल्याही कार्यकर्त्याविरुद्ध किंवा कलावंताविरुद्ध आखलेल्या मोहिमा चिरडून टाकल्या पाहिजेत. हजारो वर्षांच्या विषमव्यवस्थेत आता कोठे आपण बोलत आहोत, लिहीत आहोत, संघर्ष करत आहोत. अशा वेळी आपल्यातच पाय ओढणारे जन्मत असतील तर ती वाईट गोष्ट आहे. पाय ओढणारी प्रवृत्ती ही चंगळवादातून जन्मते. चमच्यांची संस्कृती ही भोगवादातून उदयाला येत असते. जेव्हा कुठल्याही चळवळीत चमच्यांची संख्या वाढू लागते. तेव्हा त्या चळवळीची शक्ती क्षीण होऊ लागते. मी चळवळीवर प्रेम करणारा लेखक आहे. माझे साहित्य हे चळवळीचे साहित्य आहे. त्यामुळे माझे साहित्य चळवळ वजा करून समजून घेता येणार नाही. दलित साहित्याचे स्वरूपच असे आहे. चळवळीमध्ये कार्यकर्ता लढत असतो, तर चळवळीसाठी लेखक लिहीत असतो. आपल्या चळवळीत लिहिणे आणि लढणे ह्या एकाच नाण्याच्या दोन बाजू आहेत. कार्यकर्ता आणि कलावंत हे आपल्या चळवळीतील एकाच माणसाचे दोन चेहरे आहेत. अलीकडे हे दोन चेहरे एकमेकांना अनोळखी वाटत आहेत. ही आपल्या चळवळीची खरी शोकांतिका आहे.

चळवळ आणि साहित्य ह्या आपल्या समाजाच्या दोन नाकपुड्या आहेत. साहित्य आणि चळवळीचं नातं अत्यंत निकडीचं असावं लागतं. साहित्य हे चळवळीला रसद पुरवित असते, तर चळवळ ही आपल्या साहित्याच्या निर्मितीचे ऊर्जास्रोत असते. आज आपल्या चळवळीतील ऊर्जाच संपली आहे, की काय असे वाटू लागले आहे. मराठवाडा विद्यापीठाच्या नामांतर चळवळीच्या काळात आपल्या चळवळीने आणि साहित्याने उंचीचे शिखर गाठले होते. महाडच्या चवदार तळ्याचा सत्याग्रह, नाशिकचा काळाराम मंदिर प्रवेशाचा सत्याग्रह, भूमिहीनांचा लढा, नामांतराची चळवळ आणि मंडल आयोगाचा लढा हे आपल्या चळवळीतील क्रांतिकारी टप्पे आहेत.

विसावं शतक एक महान शतक होतं. ह्या शतकाला दोन चेहरे होते. एक बाबासाहेब आंबेडकरांचा, तर दुसरा महात्मा गांधींजींचा. ह्या शतकाने आम्हाला बाबासाहेबांचा विचार दिला. चळवळ दिली. ह्या शतकातच हजारो वर्षांच्या जातिव्यवस्थेविरुद्ध बंड केलं. हे बंड अजून शमलेलं नाही. आपल्याला ह्या बंडाची व्याप्ती वाढवावी लागेल. अस्पृश्यांच्याही पलीकडे असलेल्या भटक्या विमुक्त जमातींच्या प्रश्नासाठी संघर्ष करण्याची गरज आहे. क्रांतीचे चक्र अर्धेच फिरले आहे. ते आसासह संपूर्ण फिरवायचे झाल्यास आपल्या चळवळीचा केंद्रबिंदू हा ह्या व्यवस्थेतला पारधी आणि मसनजोगी झाला पाहिजे. आपण गावगाड्यातले आहोत; परंतु भटक्या विमुक्त जमातींना गावही नाही, घरही नाही. आजही ते भटकत आहेत. त्यांना जन्मतःच गुन्हेगार ठरवले जाते. ज्या देशात माणसाला दोन वेळच्या अन्नासाठी चोरी करावी लागते, तो देश स्वतंत्र असूनही व्यवस्थेचा गुलाम असतो. ज्या संस्कृतीत माणसाला जन्मतःच गुन्हेगार ठरविले जाते, ती संस्कृती महान असू शकते का? ज्या परंपरेने शंबूक, एकलव्यापासून पोचिराम कांबळे आणि पिन्या काळेपर्यंत दलितांवर अन्याय केला, त्या परंपरेचा दलितांना अभिमान कसा वाटू शकेल?

आपल्याला आपल्या चळवळीची पुनर्मांडणी करावी लागेल. भटक्या विमुक्तांच्या पुनर्वसनासाठी एकदा नामांतरासारखं पेटून उठावं लागेल. हा लढा तीव्र करण्यासाठी भटक्या विमुक्तांना आंबेडकरी चळवळीत सामील व्हावं लागेल.

ह्या देशात गेल्या दशकात कोट्यवधी रुपयांचे अनेक घोटाळे झाले. कोट्यवधी घोटाळे करणारे प्रतिष्ठित ठरतात. भुकेसाठी चोरी करणारा अट्टल गुन्हेगार ठरतो. त्याचा पोलीस चौकीत मृत्यू होतो. हर्षद मेहता, किरण पारेख, भरत शहा, बी. पी. वर्मा हे काय फासेपारधी नाहीत. ह्या देशातल्या सत्ता, संपत्ती, साहित्य संस्कृतींवर सवर्णांचा अधिकार आहे. तो संपला पाहिजे. जोपर्यंत ह्या देशातल्या सत्ता, संपत्ती,

साहित्य आणि संस्कृतीवर पारध्याच्या अधिकाराची मोहर लागणार नाही, तोपर्यंत ह्या देशातील लोकशाहीला अर्थ प्राप्त होणार नाही.

आपली लढाई केवळ राखीव जागांपुरती मर्यादित नाही. केवळ चार-दोन सोयीसवलतीसाठी नाही. आपल्याला ही संपूर्ण व्यवस्थाच बदलावी लागेल. आजवर आपण केवळ अस्पृश्यतेच्या प्रश्नालाच महत्त्व दिलं. एखाद्या दलित स्त्रीवर अन्याय होतो, तेव्हा आपण पेटून उठतो. जेव्हा एखाद्या दलिताचा खून होतो, तेव्हा आपले माथे भडकते. जेव्हा दलितांवर बहिष्कार टाकला जातो, तेव्हा आपण संघर्षाची भाषा बोलू लागतो. जातीय अहंकारातून सवर्णांनी केलेल्या अन्याय अत्याचाराच्या घटना ह्या आपल्या आंदोलनाच्या मुख्य विषय बनत आहेत. केवळ इतक्या ठळक अन्याय अत्याचाराच्या घटनांपुरतीच अस्पृश्यता आणि जातीयता सीमित नाही. अस्पृश्यतेला इतिहासाचा संदर्भ आहे. जातिव्यवस्थेला इथल्या धर्म आणि संस्कृतीचा आधार आहे. जातियता इथल्या माणसाच्या दैनंदिन जगण्याचा, विचार करण्याचा अविभाज्य अंग आहे. जातीयता देशाच्या राजकारणाशी निगडित आहे. ती अर्थकारणाशी संबंधित आहे. राष्ट्राच्या विकास आणि अध:पतनात तिचा अंतर्भाव आहे. देशातल्या प्रत्येक योजना, निवडणुका, न्याय-निवाडे, शिक्षण, नियोजन आणि धोरणात ती डोकावताना दिसते. देशातल्या उद्योगव्यवसायात तिचा समावेश आहे. कायदा आणि सुव्यवस्थेत ती सामील आहे. शंकराचार्यांपासून ते भंग्यापर्यंत जातीयतेने पोखरलेले आहे. हा जाती अंताचा लढा अधिक व्यापक करावा लागेल. जातीयतेचे बदललेले संदर्भ लक्षात घेऊन नवी व्यूहरचना आखावी लागेल.

जेव्हा-जेव्हा ह्या देशात परकीय सत्ता आणि संस्कृतीचा प्रवेश होतो, तेव्हा तेथली कर्मठ व्यवस्था ढिली पडते, हा इतिहास आहे. जागतिकीकरणामुळे विदेशी बाजारपेठा आणि संस्कृती आपल्या देशात येत आहेत. जगातल्या अनेक भाषा, अनेक संस्कृती, अनेक वस्तू, अनेक फॅशन आपल्याकडे येत आहेत. जगातले ज्ञान-विज्ञान आणि मनोरंजन आपल्या जीवनाचा अविभाज्य भाग बनू पाहत आहे. त्यामुळे इथले सनातन हिंदू वास्तव बदलण्यास मदत होणार आहे. जातिव्यवस्थेचे टाके ढिले होणार आहेत. ही संस्कृती एकविसाव्या शतकात शेवटच्या घटका मोजणार आहे.

ही अमानुष जातिव्यवस्था मरताना पाहून आपण हसणार आहोत. ओरडणार आहोत. एक नवा विश्वसमाज आकाराला येऊ पाहात आहे. एक नवी विश्वसंस्कृती अस्तित्वात येऊ पाहात आहे. नवी राजकीय समीकरणे आकाराला येत आहेत. बेसुमार लोकसंख्या आणि वाढती बेकारी, पाणी आणि इंधन, पर्यावरण आणि प्रदूषण ह्या आपल्यापुढील भेडसावणाऱ्या समस्या आहेत. जगाला भेडसावणारे

प्रश्न आपल्यालाही भेडसावणार आहेत.

आज आपल्या देशात जितक्या वेगाने जागतिकीकरण फैलावत आहे, तितक्याच वेगाने जातीय आणि धार्मिक कट्टर पंथाचा उदयही होत आहे. एक विचित्र अवस्था आपण अनुभवत आहोत. भ्रष्टाचार, व्यभिचार आणि हिंसा ही व्यक्तीच्या जगण्याचा दैनंदिन भाग बनत आहेत. पोलीस आपल्याला मदत करू शकतील असे वाटत नाही. न्यायालयात आपल्याला वेळेवर न्याय मिळेल असे वाटत नाही. कुठलाही प्रश्न खूप काळ भिजत ठेवण्याची मानसिकता वाढीला लागली आहे. ही व्यवस्था एकीकडे गुंडांच्या झुंडींना जन्म देत आहे आणि त्याच वेळी समाजात उदासीनताही वाढत आहे. अशा वेळी व्यक्तीचे जगणे चिरडले जाण्याची शक्यताच अधिक असते. आपल्याला केवळ अस्पृश्यतेच्या प्रश्नाइतकाच विचार करून चालणार नाही. नव्या प्रश्नांना, नव्या समस्यांना, नव्या स्वप्नांना सामोरे जाण्याची तयारी ठेवावी लागेल. सर्वत्र माहिती आणि तंत्रज्ञानाचा बोलबाला होत असताना अजूनही आमच्या झोपडीत विजेचा दिवा आला नाही अशी तक्रार करत बसण्याची वृत्ती झटकून टाकली पाहिजे. ते आपल्याला सोळाव्या शतकातच ठेवतील, आपण मात्र एकविसाव्या शतकात जातील. ते आपल्याला मराठी भाषेचा अभिमान समजावून सांगतील, आपल्या मुलांना मात्र कॉन्व्हेंटमध्ये घालतील. ते आपल्याला स्वदेशीचा अर्थ समजावून सांगतील, आपण मात्र विदेशात स्थायिक होतील. सर्वप्रथम स्वदेशीचा प्रचार करणाऱ्यापासून आपण सावध राहिले पाहिजे. ह्या स्वदेशात आपल्याला परक्यासारखेच वागवले जाते. ह्या स्वदेशावर आमचा किती अधिकार आहे, ह्याचा एकदा हिशेब करावा लागेल.

अफगाणिस्तानमधले बुद्धमूर्ती फोडणारे तालिबान असोत किंवा भारतात बाबासाहेब आंबेडकरांच्या पुतळ्याची विटंबना करणारे असोत, हे एकाच अवलादीचे असतात. देश वेगळा असला, धर्म वेगळा असला तरी ह्या प्रवृत्ती एकच आहेत. इराणमध्ये इस्लामविरुद्ध लेखन केलं म्हणून सलमान रश्दी ह्या लेखकाला फाशी द्यावी, असा फतवा निघतो. बांग्ला देशात 'लज्जा' पुस्तकामुळे तस्लिमा नसरीन ह्या लेखिकेला देश सोडून जावं लागतं. विचार स्वातंत्र्याची ही मुस्कटदाबी असते. आपल्याकडे हिंदू शक्ती अधिक आक्रमक बनत आहेत. त्याचा परिणाम म्हणून मुस्लिम अधिक कडवे होत आहेत. ह्या दोन शक्तींच्या कट्टरपणाचा परिणाम दलित चळवळीवरही होतो आहे. कुठल्याही समाज किंवा राष्ट्रात कडव्या शक्ती फोफावू लागतात तेव्हा विचारस्वातंत्र्याचा संकोच होऊ लागतो.

शासकीय सेन्सॉरशीपपेक्षा सामाजिक सेन्सॉरशीप अधिक कठोर असते. ती अधिक आक्रमक असते. 'फायर' ह्या सिनेमाचे प्रयोग बंद पाडणारे शिवसैनिक,

'वॉटर' ह्या सिनेमाचे चित्रीकरण बंद पाडणारे बजरंग दलाचे कार्यकर्ते ह्यांची मानसिकता एकच आहे. वास्तवाला सामोरं जाण्याचे धाडस नसले की असे घडते. दलित लेखकांच्या आत्मचरित्रांची आपण जेव्हा निंदा करत असतो, तेव्हा आपल्यात आणि 'फायर' सिनेमाचे प्रयोग बंद पाडणाऱ्यात काही फरक असतो असे मला वाटत नाही.

पाकिस्तानातले कलावंत भारतात येतात, तेव्हा पाकिस्तानमध्ये त्यांच्यावर बहिष्कार टाकला जातो. पाकिस्तानी कलावंतांना वाटतं, आपण भारतात गेलं पाहिजे. आपल्याला आपली कला व्यक्त करण्याचं स्वातंत्र्य असलं पाहिजे. मात्र 'आपले कलाकार शत्रू राष्ट्रात जाऊ नयेत' असे पाकिस्तानला वाटत असते. भारतालाही असंच वाटत असतं, आपले खेळाडू पाकिस्तानबरोबर क्रिकेट खेळू नयेत. जेव्हा दोन राष्ट्रांतील वैमनस्य वाढतं, तेव्हा कलेवर आणि खेळावरही बंधने येऊ लागतात. अगदी असंच जेव्हा हिंदू आणि दलित समाजातला तणाव धारदार होऊ लागतो, तेव्हा दलित समाजालाही वाटू लागतं की, आपल्या लेखकांनी हिंदुत्ववाद्यांच्या व्यासपीठावर जाऊ नये. जेव्हा दोन राष्ट्र किंवा दोन समाज ह्यात तेढ निर्माण होऊ लागते, तेव्हा पहिले संकट हे अभिव्यक्ती स्वातंत्र्यावर येते.

निवडणुकीच्या राजकारणासाठी दलित पुढाऱ्यांनी एकत्र येऊन एकत्र राहण्याची बाबासाहेबांची शपथ घेतली आणि तरुणांच्या सामाजिक संघटनांची बरखास्ती केली. पुढे ते एकत्र राहिले नाहीत. बाबासाहेबांची घेतलेली शपथ पाळली नाही. मात्र दलितांच्या प्रश्नांवर लढणाऱ्या अनेक संघटना बरखास्त झाल्या, त्या झाल्याच. ह्यामध्ये 'भारतीय दलित पँथर' आणि 'दलित मुक्ती सेना' ह्यासारख्या विद्रोही संघटना नष्ट झाल्या. अनेक कार्यकर्त्यांच्या फौजा नष्ट झाल्या. आपल्या चळवळीत कार्यकर्ते कमी, शासनकर्तेच अधिक झाले आणि चळवळीची वाताहत झाली. दलितांच्या सामाजिक प्रश्नांवर लढण्यासाठी दलित तरुणांच्या लढाऊ संघटना असणे आवश्यक आहे. मला आज खरी गरज वाटते, ती दलित पँथर ही संघटना नव्याने स्थापण्याची. सर्व दलित तरुणांनी मरगळ झटकून नव्या दमाने 'दलित पँथर'च्या बॅनरखाली एक होणे ही काळाची गरज आहे.

आपल्या चळवळीत 'आंबेडकरवाद' विरुद्ध 'मार्क्सवाद' हा वाद खूप काळ चर्चिला गेला. आपल्या चळवळीत 'आंबेडकरवाद' विरुद्ध 'गांधीवादा'चीही चर्चा झाली. अलीकडच्या दोन दशकात 'आंबेडकरवाद' विरुद्ध 'हिंदुत्ववाद' अशीही चर्चा झाली. ह्या चर्चा आपल्याकडील दुय्यम दर्जाच्या तथाकथित विचारवंतांनी सुरू केल्या. ह्या चर्चा गंभीरपणे व्हायला हव्या होत्या. ह्या संदर्भात गंभीरपणे ग्रंथनिर्मिती व्हायला हवी होती. अरुण शौरी आणि बाळ गांगल ह्यासारख्या वैचारिक विदूषकांनी

बाबासाहेबांवर आणि महात्मा फुले ह्यांच्यावर चिखलफेक करण्याचा निंद्य प्रकार केला. 'रिडल्स'च्या प्रकरणात आपण आपली ताकद दाखवून दिली आहे. मराठवाडा विद्यापीठाला डॉ. बाबासाहेब आंबेडकरांचे नाव द्यावे म्हणून सतत पंधरा वर्षे संघर्ष केला आहे आणि नामांतर घडवून आणलं आहे. मंडल आयोगाच्या प्रश्नावर आपण लढलो आहे. हे निखारे पेटत राहिले पाहिजेत.

आपल्या साहित्याचे नाव काय असावे, ह्याविषयी गेली चाळीस-बेचाळीस वर्षे सतत चर्चा चालू आहे. वाद चालू आहेत. विद्यापीठ नामांतरापेक्षा प्रदीर्घ काळ दलित साहित्याच्या नामांतराचा वैचारिक संघर्ष चालू आहे. सर्वप्रथम आपल्या साहित्याला 'दलित लेखकांचे साहित्य म्हणावे' अशी भूमिका घेतली गेली. नवबौद्ध लेखक मोठ्या संख्येने लिहीत असल्याने दलित साहित्याची चर्चा ही नवबौद्ध लेखकांना डोळ्यापुढे ठेवून झालेली आहे. दलित साहित्याला 'नवबौद्ध लेखकांचे साहित्य', 'प्रोटेस्ट लिटरेचर', 'विद्रोही साहित्य' असे म्हटले गेले. तथापि आपल्या साहित्याला 'दलित साहित्य' म्हणूनच ओळखले जाऊ लागले. त्यामुळे आपल्यातील काही मंडळींनी 'दलित' ह्या शब्दाला आक्षेप घेतला. 'दलित' हा शब्द घाणेरडा आहे, ओंगळवाणा आहे, बीभत्स आहे. ह्या शब्दाला जातीयतेचा दुर्गंध येतो, अशा पद्धतीची टीका सुरू झाली. दलित साहित्याला 'बौद्ध साहित्य' म्हटले पाहिजे असा प्रचार सुरू झाला. 'बौद्ध साहित्य संमेलने' भरविण्यात आली. त्याकडे दुर्लक्ष करून 'दलित साहित्य संमेलने'ही भरवण्यात आली. दोन्ही संमेलनाला हजेरी लावणारा लेखक मात्र एकच होता.

'बौद्ध साहित्य' असे म्हटल्याने 'बौद्ध धर्माचे साहित्य' असा अर्थ निघतो. म्हणून पुढल्या काळात 'प्रबुद्ध साहित्य' अशाही शब्दाचा वापर करण्यात आला. दलित साहित्य लिहिणारा लेखक हा अनेक जाती-जमातींचा आहे. त्यांनी बौद्ध धर्म स्वीकारलेला नाही. मग त्यांच्या साहित्याला बौद्ध साहित्य कसे म्हणायचे? 'बौद्ध साहित्य' म्हटल्याने किंवा 'दलित साहित्य' म्हटल्याने 'आंबेडकर' हा शब्द बाजूला पडतो म्हणून आपल्या साहित्याला 'आंबेडकर प्रेरणेचे साहित्य' म्हणावे, असा आग्रह धरण्यात आला. बाबासाहेब आंबेडकर जन्मशताब्दीच्या काळात पुन्हा एकदा दलित साहित्याचे नामांतर करण्याचा प्रयत्न झाला. आणि 'फुले-आंबेडकर प्रेरणेचे साहित्य' असे नाव धारण करावे असे सुचवण्यात आले. ह्याच काळात दलित लेखकांबरोबर समविचारी पुरोगामी लेखकांना एकत्र आणून 'परिवर्तन साहित्य संमेलने' भरविण्याचाही प्रयत्न झाला, विदर्भात 'आंबेडकरवादी साहित्य संमेलने' भरविली गेली. पुढच्या काळात 'फुले आणि आंबेडकर' ह्या शब्दांना वगळून 'विद्रोही साहित्य संमेलने' भरवण्याचा प्रयत्न झाला.

गेल्या चार दशकांत आपण निरनिराळ्या नावांनी साहित्य संमेलने भरविली असली, तरी ह्या संमेलनाचे अध्यक्ष मात्र काही ठराविक लोकच झालेले दिसतात. काही ठराविक लेखकांना अध्यक्ष करण्यासाठीच ही संमेलने भरविली गेली. त्यामुळे काही ठराविक लेखकांच्या ठरलेल्या भूमिकाच गेल्या दशकात पुन: पुन्हा: मांडलेल्या दिसतात. काही दुय्यम दर्जाच्या लेखकांनी 'दलित' शब्दाला विरोध केला, ज्याच्या हातातून सकस साहित्य निर्मिती झाली नाही. त्यामुळे त्यांनी केलेल्या चर्चा हवेतच विरल्या. वाद निर्माण करणे, वाद वाढवणे आणि वादात अडकून पडणे हे तर आपले वैशिष्ट्यच बनले आहे. दलित साहित्य जातीयवादी नाही. ते दलित जाणिवांचे साहित्य आहे हे विसरता कामा नये.

दरवर्षी आपण अनेक प्रकारची साहित्य संमेलने भरवत असतो. साहित्य संमेलने भरवणे ही आपल्या समाजाची सांस्कृतिक गरज आहे. अशा संमेलनांमधून सामाजिक परिवर्तनाचा विचार मांडला जातो. पण अलीकडे एक वेगळे चित्र दिसत आहे. आपल्या दलित लेखकांमध्येही अनेक गट आहेत. एकेका गटाची संमेलने भरवली जातात. संमेलने भरवणारी मंडळी दुसऱ्या गटाच्या लेखकाला बोलावत नाहीत. आपल्या गटातल्या लेखकाला पुरस्कार देणे, त्यांची संमेलनात वर्णी लावणे, त्यांचा उदो उदो करणे असे प्रकार केले जातात व दुसऱ्या गटाच्या लेखकांवर टीका केली जाते. हा निंद्य प्रकार आहे. आपणच आपला गट निर्माण करतो, आपणच आपल्या लेखकांवर आरोप करतो, आपणच आपल्या कार्यकर्त्यांची बदनामी करतो आणि आपणच पुन्हा आवेशात बोलतो- 'प्रतिगामी' शक्ती वाढत आहेत!' ही अजब तऱ्हा आहे. कोणीतरी दलित साहित्य संमेलन भरवतो, म्हणून दुसरा बौद्ध साहित्य संमेलन घेतो. तिसरा प्रबुद्ध साहित्य संमेलन भरवतो, चवथा परिवर्तन साहित्य संमेलन घेतो, पाचवा आंबेडकरवादी साहित्य संमेलन घेतो, सहावा विद्रोही साहित्य संमेलन घेतो, ह्यातून किती लेखक घडवले जातात? मग प्रतिवर्षी सालाबादप्रमाणे अशी संमेलने भरवण्याची स्पर्धा सुरू होते. अलीकडे तर मराठी साहित्य संमेलनाला विरोध म्हणून 'विद्रोही साहित्य संमेलन' भरवले जात आहे. काय क्रांतिकारक अजेंडा आहे? मृतवत झालेल्या मराठी साहित्याला विरोध तो काय करायचा? पु. ल. देशपांडेंना शिव्या दिल्या की, आपण फार मोठी क्रांती केली. असे त्यांना वाटत असते.

दलित साहित्यावर पु. ल. देशपांडे यांनी प्रेम केले आहे. पु. ल. देशपांडे, वि. स. खांडेकर, कुसुमाग्रज, गं. बा. सरदार, नरहर कुरुंदकर, भालचंद्र फडके, निर्मलकुमार फडकुले, सदा कऱ्हाडे अशा कितीतरी लेखकांनी दलित साहित्याचे समर्थन केलेले आहे. त्यांची आपण कदर केली पाहिजे. अन्यथा चुकीचा पायंडा

आणि चुकीचे संकेत रूढ होण्याचा धोका निर्माण होईल.

'दलित चळवळ ही नवबौद्धांची चळवळ आहे' अशा प्रकारची टीका झालेली आहे. पण अशी टीका दलित साहित्यावर झालेली नाही. अनेक जाती-जमातींच्या लेखकांनी लेखन करून दलित साहित्याचा प्रवाह समृद्ध केलेला आहे. दलितांचे विश्व हे दोन-चार जाती-जमातींपुरते सीमित नाही. ते अनेक जाती-जमातींचे आहे. आतापर्यंत काही जाती-जमातीच लिहू लागल्या आहेत. बोलू लागल्या आहेत. एकविसाव्या शतकाच्या उंबऱ्यावरही अनेक जाती-जमाती अज्ञानाच्या अंध:कारात चाचपडत आहेत. शिक्षणाचं लोण त्यांच्या दारापर्यंत अजून पोहोचलेलंच नाही. तो वर्ग अजून शिकायचा आहे. एकविसाव्या शतकात मराठीला एक नवा वाचकवर्ग मिळणार आहे. जो आजवर अक्षरशत्रू होता. 'अमृताशी पैजा जिंकणारी' मराठी भाषा महारा-मांगाची भाषा होईल. तिचे सोवळेपण संपेल. तिचे कमनीय प्रमाणरूप बिघडून जाईल. पारध्यांच्या पालावर ती खितपत पडून राहील. आदिवाश्यांची ती बटीक होईल. अनेक जाती-जमातींच्या बोलीने ती अशुद्ध होईल. मराठी सारस्वताच्या दरबारात भटक्या विमुक्तांची गाढवं येतील. कुत्री येतील. ज्ञानेश्वरांची मराठी भाषा कोल्हाटणीसारखी नाचेल. मसनजोग्यासारखी भीक मागेल आणि वेश्येसारखी छिनाल बनेल. तेव्हा तिला मी माझी भाषा म्हणेन.

मराठी भाषा ही एका प्रदेशाची भाषा आहे. आपल्याला सर्वप्रथम मराठीच्या डबक्याबाहेर पडावे लागेल. अन्य भारतीय भाषा शिकाव्या लागतील. इंग्रजीची कास धरावी लागेल. आपण मराठीतून लिहिण्याऐवजी हिंदी, इंग्रजीतून लिहिण्याचा प्रयत्न केला पाहिजे. आपल्या साहित्याला राष्ट्रीय आंतरराष्ट्रीय स्तरावर पोहोचवायचे असेल तर आपल्यातूनच उत्तम अनुवादक तयार झाले पाहिजेत. आपणच आपल्या साहित्याचा अनुवाद केला पाहिजे. पुढल्या काळात जगातले उत्तमोत्तम साहित्य सहजपणे वाचकांना उपलब्ध होणार आहे. तेव्हा आपली स्पर्धा ही जागतिक साहित्याबरोबरच असणार आहे. जगातले उत्तम दर्जाचे साहित्य म्हणूनच आपल्या लेखनाकडे पाहिले पाहिजे आणि त्याप्रकारचे लेखन केले पाहिजे. मराठी लेखकांकडे जितक्या लवकर दुर्लक्ष कराल आणि जागतिक साहित्याशी आपला सांधा जोडाल, तितके चांगले होईल. जगातल्या अनेक भाषांमध्ये शोषितांचे, पददलितांचे साहित्य आहे. त्या साहित्याशी आपले नाते सांगितले पाहिजे. समविचारी साहित्याचा अभ्यास केला पाहिजे. त्यांच्याशी आदानप्रदानाचे नाते ठेवले पाहिजे.

आजपर्यंत आपण केवळ प्रिंटमीडियासाठी लिहीत होतो. पुढल्या काळात इलेक्ट्रॉनिक मीडियाचा प्रभाव वाढणार आहे. माहिती-तंत्रज्ञानामुळे ज्ञानाच्या कक्षा रुंदावणार आहेत. विदेशी वाहिन्यांमुळे लोकांची आवडनिवड बदलणार आहे.

गाण्याच्या सी.डी. जशा बाजारात उपलब्ध होत आहेत, तशा जगातल्या उत्तम दर्जाच्या ग्रंथांच्या सी.डी. बाजारात येऊ लागतील. एका सी. डी.वर अनेक उत्तमोत्तम ग्रंथ जेव्हा उपलब्ध होऊ लागतील तेव्हा ग्रंथालयांचे भवितव्य धोक्यात येईल. ज्याला संगणकाची भाषा अवगत आहे, ज्याला जगातल्या वेबसाईट आणि वेबपेज माहीत आहेत, ज्याला सर्च इंजिनची सखोल माहिती आहे, त्यांच्या लेखनाचे स्वरूप आधुनिक असणार आहे. केवळ मनन आणि चिंतन या गोष्टी कधीकाळी महत्त्वाच्या होत्या. आजच्या जगात संगणकीय ज्ञान-विज्ञान हे साहित्यविश्वाला हादरे देत आहे. हे हादरे पचविण्याची ताकद आपल्यात असली पाहिजे. आपल्याला आपल्या जाणिवा आणि जागतिक वाङ्मयातील विविध प्रवाह आणि प्रयोग ह्याचे सतत भान ठेवावे लागणार आहे. जागतिकीकरणाच्या गदारोळात आपला आवाज क्षीण होण्याची भीती आहे. भोवतालच्या चंगळवादात आपल्या जाणिवा बोथट होण्याची शक्यता आहे. एका गोंधळलेल्या संक्रमण काळातून आपण जात आहोत. आपणच आपल्याला अनोळखी वाटू असे वातावरण निर्माण केले जात आहे. अशावेळी आपण आपल्या मुळांना घट्ट धरून ठेवले पाहिजे.

हजारो वर्षांपासून आपल्या कलेचं, साहित्याचं, संस्कृतीचं आणि भाषेचं शोषण झालं आहे. इथल्या प्रस्थापित समाजाला साहित्य आणि संस्कृतीची किती गरज आहे, हे मला माहीत नाही. मुळातच प्रस्थापित समाज हा साहित्य आणि संस्कृतीकडे भोगवादी दृष्टीने पाहात असतो. आपल्या समाजाला साहित्याची श्वासाइतकी गरज आहे. परिवर्तनाची प्राणाइतकी गरज आहे. 'अस्मितादर्श' हे त्रैमासिक गेली चार दशके परिवर्तनाचे मुखपत्र म्हणून चालले आहे. 'अस्मितादर्श' हे दलित साहित्याचे विद्यापीठ आहे. 'अस्मितादर्श'मुळेच मी लेखक म्हणून घडलो आहे. 'अस्मितादर्श' माझी जन्मभूमी आहे. गंगाधर पानतावणे सरांनी 'अस्मितादर्श' आर्थिक अडचणीत सापडल्याचे घोषित केले आहे. कोणत्याही समाजाच्या राजकीय चळवळी अडचणीत आल्या तर खूप काही नुकसान होत नाही. परंतु कोणत्याही समाजाच्या सांस्कृतिक चळवळी अडचणीत आल्या तर त्या समाजाच्या अध:पतनाला सुरुवात होते. कारण सामाजिक आणि राजकीय चळवळींचा मूलाधार ही सांस्कृतिक चळवळ असते. 'अस्मितादर्श' संकटात सापडणे ह्याचाच अर्थ आपल्या सामाजिक आणि राजकीय चळवळी धोक्यात येत आहेत, असा होतो. आपली सांस्कृतिक चळवळ गतिमान होण्यासाठी अस्मितादर्श काही झाले तरी बंद पडता कामा नये. रिपब्लिकन पक्षाची फाटाफूट झाली आहे. दलित पँथरसारखी विद्रोही संघटना नामशेष झाली आहे. दलित लेखकांमध्येही गट-तट पडले आहेत. हा अंधारून येण्याचा काळ वाटतो. आता आपण स्वयंप्रकाशित झाले पाहिजे आणि मोडकळीस

येत असलेल्या चळवळींना गती देण्याचा प्रयत्न केला पाहिजे. २१ वर्षांपूर्वी सन १९८० मध्ये उस्मानाबाद येथे भरलेल्या 'अस्मितादर्श' लेखक-वाचक मेळाव्यामध्ये मी कवी म्हणून माझी पहिली कविता वाचली होती. आज २१ वर्षांनंतर 'अस्मितादर्श' साहित्य संमेलनाचा अध्यक्ष म्हणून तुमच्याशी बोलतो आहे. आज माझा जो गौरव होतो आहे, त्याचे सर्व श्रेय इचलकरंजी इथल्या फुले-शाहू-आंबेडकर विचार मंचच कार्यकर्त्यांचे आहे. आपल्यातील फार मोठा सुशिक्षित वर्ग हा सत्ता आणि स्वार्थाच्या मागे धावत आहे. त्याला ज्ञानाच्या चळवळीविषयी काहीच देणे-घेणे नाही. तो दलित साहित्य वाचत नाही. त्याला 'अस्मितादर्श'चे नाव माहीत नसते. इतकेच काय, ह्या वर्गाला फुले-आंबेडकरांच्या चळवळीविषयी काहीच देणे-घेणे नसते. हा वर्ग चळवळीपासून फटकून वागतो आहे. ह्याला इचलकरंजी इथल्या फुले, शाहू, आंबेडकर विचार मंचातील सुशिक्षित मंडळी अपवाद म्हणता येईल. इचलकरंजीतल्या शासकीय कर्मचाऱ्यांनी एकत्र येऊन २४ वे अस्मितादर्श साहित्य संमेलन आयोजित केलेले आहे. विशेषत: आयु. बी. डी. कांबळे, अरविंद शिंदे, मनोहर धरणगुत्तीकर, भास्कर कांबळे आणि त्यांचे सहकारी मित्र ह्यांचे कितीही आभार मानले तरी थोडेच होतील. तुम्ही या शतकाच्या सुरुवातीला पेटवलेली मशाल ह्या शतकाच्या अंतापर्यंत धगधगत राहील, असा विश्वास वाटतो.

धन्यवाद!

(दि. २६ व २७ मे, २००१)

◆◆◆

२

७ वे अ. भा. आंबेडकरी साहित्य संमेलन, यवतमाळ

अध्यक्षीय भाषण, नोव्हेंबर २००३

मित्रांनो,

यवतमाळ इथल्या आंबेडकरी साहित्य व कला अकादमीचे मी अभिनंदन करतो. त्यांनी रुळलेली वाट मोडली आहे. गेल्या अनेक वर्षांत ज्यांनी अनेक वेळा साहित्य संमेलनाची अध्यक्षपदे भूषविली आहेत त्यांना या संमेलनाचे अध्यक्षपद न देता माझ्या सारख्या लेखकाला हे अध्यक्षपद दिले आहे. आता सर्वच क्षेत्रांत नवीन चेहरे स्थापित होणे आवश्यक आहे. याशिवाय आपल्याला आलेली मरगळ झटकून टाकता येणार नाही.

स्वातंत्र्योत्तर काळातल्या तमाम परिवर्तनवादी चळवळी ह्या देशाला मिळालेलं स्वातंत्र्य हे देशातल्या शेवटच्या माणसापर्यंत पोहोचविण्यासाठी झाल्या आहेत. त्याला दलित साहित्यही अपवाद नाही. दलित साहित्य ह्या देशातल्या माणसाच्या गुलामीविरुद्धच्या प्रतिकारातून प्रकट झाले आहे, स्वतंत्र भारतातही दलितांवर, आदिवासी, भटके, विमुक्तांवर अन्याय होतो आहे. दलित लेखकांनी त्याविरुद्ध आपलं वाङ्मयीन युद्ध सुरू केलं आहे.

दलित साहित्य विपुल प्रमाणात प्रकाशित झालं आहे. त्याचा अन्य भाषांमध्ये अनुवाद झाला आहे. दलित साहित्य अभ्यासक्रमात लागले आहे. त्याच्यावर संशोधन होत आहे. दलित साहित्यावर अनेक चर्चा झाल्या आहेत. परिसंवाद झाले आहेत. संपूर्ण भारतात दलित साहित्याची चळवळ सुरू झाली आहे. परदेशातही दलित साहित्याचा अभ्यास होतो आहे. हे इतके स्पष्ट असताना आज ह्या साहित्याचे नाव काय असावे? असे प्रश्न विचारले जात आहेत. असे प्रश्न विचारणाऱ्यांची मानसिकता तपासणे गरजेचे आहे.

अगदी सुरुवातीच्या काळापासून निरनिराळ्या नावांनी दलित साहित्य संमेलने झालेली आहेत. दलित साहित्य संमेलने, बौद्ध साहित्य संमेलने, अस्मितादर्श

लेखक-वाचक मेळावे आणि दलित नाट्य संमेलने जशी झाली आहेत; तशी अलीकडच्या काळात आंबेडकरवादी साहित्य संमेलनेही होताना दिसतात. ही सर्व नावे 'साहित्यवाचक' नसून 'संमेलनवाचक' आहेत. ही निरनिराळ्या साहित्य संमेलनांची नावे आहेत, निरनिराळ्या साहित्याची नव्हेत, हे लक्षात घेतले पाहिजे.

साहित्य संमेलनाच्या आयोजकांनी खुशाल साहित्य संमेलने घ्यावीत. निधी गोळा करावा. साहित्यिकांना जमा करावे, त्यांना खाऊ-पिऊ घालावे. त्यांच्या साहित्याची चर्चा करावी. पण आम्ही साहित्यिक जन्माला घालतो आणि त्याच्या साहित्याचे नामकरण करतो अशी शेखी मिरवू नये. संमेलने ही साहित्यिकांचा आणि त्यांच्या साहित्य सेवेचा गौरव करण्यासाठी असतात. हा रसिकांचा उत्सव असतो. एका सांस्कृतिक गरजेतून लेखक आणि रसिक एकत्र येतात. साहित्यावर उदंड प्रेम करणारी काही साहित्यवेडी माणसं एकत्र येऊन अशी खर्चिक संमेलने घेण्याचं धाडस करतात. अशा धाडसी रसिकांमुळेच साहित्य चळवळी चालतात. यवतमाळची आंबेडकरी साहित्य व कला अकादमी ही अशीच एक चळवळ आहे. आनंद गायकवाड, बळी खैरे, सतीश राणा, कवडू नगराळे, अरुण फुलझेले, आर. यू. नन्नावरे, गोपीचंद कांबळे, राजू ढोले अशी कष्ट उपसणारी कार्यकर्ता मंडळी पाहिली की आंबेडकरी चळवळीचे भवितव्य उज्ज्वल आहे, याची खात्री पटते.

दलित समाजात रसिक थोडे आणि कार्यकर्ते, नेते अधिक आहेत. कोणी मोर्चा काढून नेतृत्व करतो, तर कोणी संमेलन घेऊन. आता समाजात कार्यकर्ते निर्माण होत नाहीत, नेतेच निर्माण होत आहेत. इतक्या नेत्यांना नेतृत्व करण्यासाठी एक चळवळ जेव्हा पुरेशी ठरत नाही, तेव्हा चळवळीची वाटणी करावी लागते. वडिलांच्या मरणानंतर मुलांनी इस्टेट वाटून घ्यावी तशी चळवळीची वाटणी होत आहे. आपल्या बंगल्याचं हौसेनं जसं नाव ठेवावं, तसं आपल्या साहित्यिक कंपूचं हौसेनं नाव ठेवलं जात आहे आणि अशा नावाचा धीन गाजवण्यासाठी निरनिराळ्या नावांनी साहित्य संमेलने घेतली जात आहेत. स्मरणिका छापल्या जात आहेत. ह्यालाच मी वाङ्मयीन भरभराटीचा काळ मानतो. जितकी जास्त संमेलने होतील, तितकी जास्त निमंत्रणे लेखकाला मिळतील. जितके जास्त रसिक लेखकाला भेटतील, तितक्या जास्त साहित्यिक चर्चा होतील. म्हणून अनेक नावांनी अनेक संमेलने झालीच पाहिजेत. कारण गेली हजारो वर्षं आपल्या भाषा आणि बुद्धीचं शोषण झालेलं आहे. आता आपण मुक्तपणे व्यक्त झालं पाहिजे. मुक्तपणे व्यक्त होण्याच्या अनिवार ओढीतूनच आपण अनेक नावे धारण करत आहोत. आतापर्यंत आपण एकाच वाटेने जात होतो. आता त्याच्या चार वाटा झाल्या आहेत. त्यामुळे ह्या चौरस्त्यावर चालणाऱ्यांच्या मनात संभ्रम निर्माण होऊ शकतो. आपली सगळी

शक्ती अशा संभ्रमात विरून जाऊ शकते. आपण शक्य तितक्या लवकर अशा संभ्रमातून बाहेर पडले पाहिजे. क्रांतीकडे जाताना एकाच मळलेल्या वाटेने गेले पाहिजे असे नाही. हजार वाटा तुडविल्या पाहिजेत. काही जण वाट चुकतील, थकतील, म्हणून संभ्रात पडण्याचे कारण नाही. आपल्या तमाम वाटा एकाच दिशेने जाणाऱ्या आहेत. प्रज्ञासूर्याच्या दिशेने, जाती अंताच्या दिशेने, सामूहिक धर्मांतराच्या दिशेने, संपूर्ण क्रांतीच्या दिशेने.

आज समाजात एक विचित्र चित्र पाहायला मिळते. राजकीय आघाड्यांमुळे आपल्या देशातील राजकीय सत्ता हतबल आणि अस्थिर झाल्या आहेत. कधी नव्हे इतकी राजकीय हतबलता आपल्या देशात नांदत आहे. ह्या हतबलतेचा आणि अस्थिरतेचा फायदा घेऊन मूलतत्त्ववादी चळवळी उग्र आणि हिंस्त्र बनत आहेत. ह्या देशाचा इतिहास हा लढायांचा इतिहास आहे. स्वातंत्र्योत्तर काळात ह्या देशाला तीन युद्धे करावी लागली आहेत. युद्ध, जातीय दंगली आणि अतिरेकी कारवाया ह्यामुळे देशाला मोठी किंमत मोजावी लागली आहे. समाजातील ऐक्य, सामंजस्य, तणाव आणि असुरक्षितता ह्या वर्तमान नावाच्या रोगाची लक्षणे बनली आहेत. आपलं सामाजिक जीवन गुन्हेगारी आणि भ्रष्टाचाराच्या विळख्यात सापडले आहे. संपूर्ण राष्ट्र हिंसा, आक्रोश आणि मंदीच्या लाटेत सापडले आहे. एकीकडे वर्ल्ड ट्रेड सेंटरवर झालेला हल्ला असो किंवा भारतीय संसदेवर झालेला हल्ला असो, दुसरीकडे अमेरिकेने अफगाणिस्तान आणि इराकवर केलेले हल्ले असो ह्यामुळे संवेदनक्षम माणूस हादरून जाईल, असेच हे भयावह वातावरण आहे. आधुनिक विश्व हे सुसंस्कृत होत आहे की पाशवी बनत आहे हे कळत नाही. शस्त्रास्त्रांची चढाओढ आणि व्यापारी स्पर्धा ह्यामुळे जगाला एका छावणीचे आणि बाजारपेठेचे स्वरूप प्राप्त झाले आहे. जिथे राष्ट्राचे सार्वभौमत्व पणाला लागत आहे, तिथे सर्वसामान्य माणसाच्या अस्तित्वाचे काय? असा प्रश्न पडतो. ह्या व्यापारी जगात सगळ्यात स्वस्त भांडवल आपण होणार आहोत, हे लक्षात घ्या.

आर्य-अनार्यांपासून ते आजच्या सवर्ण-दलितांपर्यंतचा जो संघर्ष चालू आहे, तो सत्तासंघर्ष आहे. दलितांनी जेव्हा-जेव्हा आपल्या हक्क आणि अधिकारांची मागणी केली, तेव्हा-तेव्हा सवर्ण समाज आक्रमक आणि हिंस्त्र झाला आहे. सवर्णांना दलितांचा सत्तेतील वाटा मान्य नाही आणि आपल्याला सत्ता मिळवायची आहे.

सवर्ण समाज गावात राहावा म्हणून आम्ही गावाबाहेर राहिलो. ते चांगल्या घरात राहावेत म्हणून आम्ही झोपडीत राहिलो. त्यांची नावे मंगलमय असावीत म्हणून आम्ही आमची नावे अमंगल ठेवली. ते श्रीमंत राहावेत म्हणून आम्ही कुत्री, डुक्करे पाळली. पण आमच्या आयुष्यात आंबेडकर नावाचं वादळ आलं आणि

आम्ही बदलून गेलो. जागे झालो. आम्ही त्यांची साहित्यातील मक्तेदारी संपवली. आम्ही त्यांची चळवळीतील मक्तेदारी संपवली. आता आमचा मोर्चा राजसिंहासनाच्या दिशेने निघाला आहे. कारण आंबेडकर नावाचं वादळ आता साऱ्या देशात पोहोचलं आहे. आपण राज्यकर्ती जमात होण्यासाठी लिहीत आहोत, बोलत आहोत, हे लक्षात घ्या.

जोपर्यंत आपल्या देशात जातिव्यवस्था चिरंजीव आहे, तोपर्यंत ह्या देशात लोकशाही आहे असं कदापि म्हणता येणार नाही. जोपर्यंत ह्या देशात जातिधर्मावरून माणसामाणसात भेदभाव केला जातो तोपर्यंत ह्या देशातील संस्कृती महान आहे असे कदापि म्हणता येणार नाही. लष्कराच्या साहाय्याने राजकीय दहशतवादाचा बीमोड करता येऊ शकतो, पण सामाजिक दहशतवादाचा नाही. सामाजिक दहशतवादाचे मृत्युपत्र कलावंतच लिहू शकतो.

युद्धाचा भयानक परिणाम हा काही काळापुरताच मर्यादित असतो. दुसऱ्या महायुद्धात 'नागासाकी' आणि 'हिरोशिमा' शहरांवर अणुबाँब टाकून ह्या शहरांचा विध्वंस करण्यात आला. ही शहरे पुन्हा नव्याने उभी राहिली. युद्धात नष्ट झालेली व्यवस्था पुन्हा नव्याने उभी करता येते. एका युद्धापेक्षाही भयानक परिणाम एका ग्रंथामुळे होऊ शकतो. मनुस्मृतीसारखा विषारी ग्रंथ हा अणुबाँबपेक्षाही अधिक विध्वंसक असतो. मनुस्मृतीसारख्या विषारी ग्रंथाचे दुष्परिणाम आपण आजही भोगत आहोत. तेव्हा कलावंताने आपली लेखणी किती सामाजिक जबाबदारीने वापरली पाहिजे, हे लक्षात घेतले पाहिजे. राजकीय दहशतवादापेक्षा सामाजिक दहशतवाद हा अधिक क्रूर असतो. आपल्या देशापुढे आज राजकीय दहशतवादाने थैमान मांडले आहे. हा दहशतवाद आधुनिक आहे. अलीकडच्या काळातला आहे. सामाजिक दहशतवाद हा प्राचीन काळापासून अस्तित्वात आहे. हजारो वर्षांपासून दलितांची हत्या होते आहे, त्यांची घरे जाळली जात आहेत. ह्या सामाजिक दहशतवादाची गांभीर्याने दखल घेतली जात नाही. एखाद्या बाँबस्फोटामध्ये बस जाळली की त्याची आंतरराष्ट्रीय न्यूज होते, पण दलितांच्या झोपड्या जाळल्या तर त्याची साधी बातमीही येत नाही. आपल्या देशातला सामाजिक दहशतवाद हा देशाचे विभाजन करणारा आहे. देशातल्या एका मोठ्या लोकसंख्येला अस्पृश्य आणि जन्मत:च गुन्हेगार ठरवून हा देश महान कसा होऊ शकतो? गायीसारख्या जनावराला पवित्र मानणारी आणि माणसाला अपवित्र मानणारी संस्कृती श्रेष्ठ कशी असू शकते?

सामाजिक दहशतवादाचे अनेक चेहरे आहेत. हा दहशतवाद कधी दंगलीच्या रूपात, तर कधी महाआरतीच्या रूपात धमकावत असतो. हा दहशतवाद झुंडीच्या रूपात, सांस्कृतिक कार्यक्रमांच्या रूपात, कलावादी साहित्याच्या रूपात आणि शैक्षणिक अभ्यासक्रमांतून फोफावत असतो. इथे गंगेच्या शुद्धीकरणाची गरज नाही.

इथे गरज आहे शैक्षणिक अभ्यासक्रम शुद्ध करण्याची. कारण शैक्षणिक अभ्यासक्रम जातीय द्वेषाने ग्रासलेले आहेत. सामाजिक दहशतवाद हा स्वकियांनी स्वकियांचा केलेला जघन्य अपराध असतो. सामाजिक दहशतवाद समाजात दुही माजवतो. लोकांमध्ये असुरक्षिततेची भावना निर्माण करतो. लोकांना धर्मांध आणि आक्रमक बनवतो. ह्या दहशतवादाचे मूळ हे लोकांच्या धार्मिक भावनेत दडलेले असते. लोकांची अंधश्रद्धा ही ह्या दहशतवादाची खरी ताकद असते. हा दहशतवाद धर्माची ढाल पुढे करून लढत असतो. हा दहशतवाद नष्ट झाल्याशिवाय बंधुभाव निर्माण होणार नाही आणि ज्या राष्ट्राच्या जनतेमध्ये बंधूत्वाचा अभाव आहे, ती जनता दारूगोळ्याच्या कोठारासारखी असते, हे लक्षात घ्या.

महात्मा गांधीजींची झालेली हत्या असो किंवा बाबासाहेब आंबेडकरांच्या पुतळ्याची होणारी विटंबना असो, ह्या सामाजिक दहशतवादाच्या घटना आहेत. सामाजिक दहशतवादाचे उग्र रूप पाहून कलावंतावर दडपण येण्याची शक्यता असते. एक तर त्याला दहशतवादाविरुद्ध भूमिका घ्यावी लागते किंवा मौन पाळावे लागते. अशा वेळी जो मौन पाळतो तो मेल्यात जमा असतो. आंबेडकरवादी कलावंत कधीच मौन पाळू शकत नाही. दलितांच्या बाजूने उभे राहणे ही दलित लेखकांची पहिली कलात्मक कसोटी आहे. सामाजिक दहशतवादाविरुद्ध सुरू असलेल्या लढाईचे नाव आहे - आंबेडकरवाद. सामाजिक न्यायाची भाषा म्हणजे - आंबेडकरवाद. सर्वसामान्य माणसाच्या स्वातंत्र्याचा उद्गार म्हणजे -आंबेडकरवाद. दलित साहित्य म्हणजे ह्या देशाच्या सुंदर भवितव्याचे सौंदर्यशास्त्र आहे. आपण एका सुंदर भारताचे स्वप्न पाहात आहोत. आमच्या स्वप्नातला भारत हा जातिविहीन आहे. आमच्या स्वप्नातला भारत हा दलितांच्या तळहातावर उमललेल्या फुलासारखा आहे.

दलित साहित्याच्या वादळाला जन्म घालणाऱ्या पहिल्या पिढीतल्या लेखकांचे लेखन जवळजवळ थांबल्यात जमा झाले. त्यांनी वादळाला जन्म घातला. त्या वादळाचे वंशज आपण आहोत. हे वादळ घोंघावत ठेवण्याची जबाबदारी आपली आहे. नव्या दमाच्या लेखकांनी समकालीन जीवनाला भिडले पाहिजे. आता सार्वजनिक ठिकाणी दलितांना प्रवेश करण्यासाठी मज्जाव केला जात नाही. पण अधिकाराच्या जागेवर येण्यासाठी दलितांना मज्जाव केला जात आहे, हे लक्षात घ्या.

लोकनाथ यशवंत, अरूण काळे, आनंद गायकवाड, प्रज्ञा लोखंडे, युवराज गंगाराम, सागर जाधव, महेंद्र भवरे, सुरेखा भगत, शशिकांत हिंगोणेकर आणि कुमार अनिल ह्यांनी दलित कवितेला नवा चेहरा दिला आहे. अशोक पवारांनी दलित आत्मकथेला एका वेगळ्या वळणावर आणलं आहे, तर संजय पवारांनी दलित नाटकाला. हरी नरके, उत्तम कांबळे, मोतीराम कटारे, मनोहर जाधव,

हृषीकेश कांबळे, प्रदीप आगलावे आणि रामनाथ चव्हाण ह्यांनी आपल्या लेखणीने दलित साहित्य प्रवाही ठेवले आहे. बळी खैरे, आनंद गायकवाड आणि दिलीप सूर्यवंशी ह्यांची रेखाचित्रे भ. मा. परसवाळे आणि श्रीधर अंभोरे ह्यांची उंची गाठणारी आहेत. राष्ट्रीय स्तरावर दलित साहित्यामध्ये लक्ष्मण गायकवाड, शरणकुमार लिंबाळे, ओमप्रकाश वाल्मिकी, मोहनदास नैमिशराय, जयप्रकाश कर्दम, सूरजपाल चौहान, मलखानसिंह, कांच्या इलाई, जयंत परमार, बामा, सोहनलाल सुमनाक्षर, सुरेंद्र अज्ञात, धर्मवीर, कँवल भारती, श्यौराजसिंह बेचैन, जोसेफ मकवान आणि रमणिका गुप्ता ह्यांची नावे महत्त्वाची आहेत. दलित साहित्याला भारतीय स्तरावर नेण्याचे सर्व श्रेय दलित साहित्याच्या अनुवादकांचे आहे. सामाजिक बांधीलकीच्या भावनेतून अनेक अनुवादकांनी दलित साहित्याचा अनुवाद केला आहे. सूर्यनारायण रणसुभे, दामोदर खडसे, निशिकांत ठकार आणि संतोष भूमकर ह्यांची नावे मला महत्त्वाची वाटतात. राजेंद्र यादव, महिपसिंह आणि कमलेश्वरांनी दलित साहित्याची राष्ट्रीय स्तरावर बाजू घेतली आहे.

साहित्याच्या क्षेत्रात आपण एक दबदबा निर्माण केला आहे. आज संपूर्ण भारतामध्ये फार मोठ्या ताकदीने दलित साहित्याचा उदय होतो आहे. आंतरराष्ट्रीय स्तरावर दलित साहित्याविषयी उत्सुकता वाढली आहे. ओरिएंट लाँगमनने अर्जुन डांगळे ह्यांनी संपादित केलेले 'पायझन्ड ब्रेड' नावाचे पुस्तक प्रकाशित केले आणि दलित साहित्याला विश्वस्तरावर पोहोचविण्याचे कार्य केले. त्यानंतर मल्टिनॅशनल प्रकाशन कंपन्यांमध्ये दलित साहित्य प्रकाशित करण्याची स्पर्धा सुरू झाली. ऑक्सफर्ड युनिव्हर्सिटी प्रेसने शरणकुमार लिंबाळे ह्यांचे 'अक्करमाशी' इंग्रजीत आणले आहे. आता ऑक्सफर्डकडून जोसेफ मकवान ह्यांचे आत्मचरित्र येत आहे. विकिंगने नरेंद्र जाधव ह्यांचे 'आमचा बाप आणि आम्ही' आणि 'पेंग्विन'ने किशोर काळे ह्यांचे 'कोल्हाट्याचे पोर' ही पुस्तके इंग्रजीत प्रकाशित केली आहेत. सेज पब्लिकेशनने वसंत मून ह्यांची 'वस्ती' छापली आहे. कलकत्त्याच्या साम्य पब्लिकेशनने ओमप्रकाश वाल्मीकी ह्यांचे 'झूठन' इंग्रजीत छापले आहे. मॅकमिलनने तमिळ लेखिका बामा ह्यांचे 'कोरकू' प्रकाशित केले आहे. बलुतं, उपरा आणि उचल्या ही पुस्तके परदेशी भाषेत अनुवादित झाली आहेत. ओरिएंट लाँगमनकडून पुढल्या महिन्यात दलित साहित्यावरची तीन पुस्तके प्रकाशित होत आहेत. त्यात मराठीतल्या शरणकुमार लिंबाळे ह्यांच्या 'दलित साहित्याचे सौंदर्यशास्त्र' ह्या पुस्तकाचाही समावेश आहे. आंतरराष्ट्रीय स्तरावर एलिनार झेलिएट, गेल आमवेट, अलोक मुखर्जी आणि अरूण प्रभा ही मंडळी दलित साहित्याचा प्रचार करत आहेत. आजपर्यंत ह्या देशाच्या सीमेमध्ये दडपून ठेवलेले दलितांचे दु:ख विश्वापुढे खुले होत आहे. ह्या देशाच्या

चारित्र्यावर पडलेले जातीयतेचे काळेकुट्ट डाग जगाला दिसणार आहेत. आपल्या देशावरील जातीयतेचा कलंक मिटल्याशिवाय हा देश सुंदर दिसणार नाही. जाति व्यवस्थेविरुद्ध बोलणे म्हणजे आपल्या राष्ट्राच्या ऐक्याची आणि सौंदर्याची भाषा बोलणे होय.

दलित साहित्याचा खरा वाचक अजूनही अज्ञानाच्या अंधकारात चाचपडत आहे. दलित, आदिवासी, भटके-विमुक्त ह्यांच्या झोपडीपर्यंत अजूनही शिक्षणाचे लोण पोहोचले नाही. दलितांमध्ये जेव्हा संपूर्ण साक्षरतेचा प्रसार होईल, तेव्हा आपला वाचक वर्ग तयार होईल. ज्यांच्यासाठी आपण लिहीत आहोत ते अजूनही अक्षरशत्रूच आहेत. वैद्यकीय शिक्षणक्रमाला प्रवेश मिळत नाही म्हणून संपूर्ण महाराष्ट्र ढवळून निघतो; पण ज्यांच्या झोपड्यांपर्यंत अजूनही प्राथमिक शिक्षण पोहोचले नाही, त्यांच्यासाठी मात्र कोणीच बोलत नाही. हा दुटप्पीपणा आहे.

क्रीडाक्षेत्रात तर उच्चवर्णीयांचीच मक्तेदारी आहे. क्रिकेटसारखा लोकप्रिय खेळ घेतला तर, खेळाडूंची नावे काय आहेत? गावस्कर, तेंडुलकर, आगरकर, कानिटकर, वेंगसरकर, जडेजा, गांगुली. अशा आडनावांमध्ये कांबळे आणि बनसोड कधी चमकणार आहेत. मसराम आत्राम कधी चमकणार आहेत? बॉक्सिंगच्या क्षेत्रात निग्रोंचे जे वर्चस्व आहे, तसे वर्चस्व आपण कुठल्याच खेळात मिळवले नाही. राजकारणाचा खेळही आपल्या पुढाऱ्यांना नीट खेळता येत नाही.

मुस्लिम कलावंतांनी भारतीय कलेला फार मोठी देणगी दिलेली आहे. बिस्मिल्ला खाँ, दिलीपकुमार, एम. एफ. हुसैन, जब्बार पटेल, शबाना आझमी, अमीर खान, सलमान खान आणि शाहरूख खान ही भारतीय कलेच्या क्षेत्रातील अग्रगण्य नावे आहेत. आपण लोककलेचे जनक आहोत. चळवळीच्या रेट्यापुढे आपण लोककला सोडून दिली. डोंबारी, वाघ्या-मुरळी, मसनजोगी, बूरबूर पोचम्मा, पोतराज, गोंधळी आणि रायरंद ह्यांनी लोककला जोपासली. कोल्हाटी जमातीने तर लोककलेसाठीच आपलं जीवन वाहिलं आहे. अन्नासाठी मोताद असलेल्या समाजाच्या कलेकडे भीक मागण्याचं साधन म्हणून पाहिलं गेलं. मित्रांनो, आपली कला असो, साहित्य असो, चळवळ असो किंवा मतदान असो, हे विकत घेऊ शकतो ही सर्वांची समजूत खोटी ठरवू या आणि त्यासाठीच आज आपण एकत्र जमलो आहोत.

आधुनिक भारताच्या जडण-घडणीत आपण मागे राहून चालणार नाही. आपण सर्वच क्षेत्रात अतिक्रमण केले पाहिजे. देशापुढील समस्या आपल्यालाही भेडसावणाऱ्या आहेत. आपण अतिरेक्यांविरुद्ध बोलू या. आपण भ्रष्टाचाराविरुद्ध बोलू या. देशात अशांती माजवणाऱ्या संघ परिवाराविरुद्ध बोलू या. ज्ञानविज्ञानाच्या क्षेत्रातही आपलं पाऊल रोवू या. केवळ राखीव जागा ह्या आपलं लक्ष्य असता

कामा नये. संपूर्ण आधुनिक भारतावर आपण नजर केंद्रित करू या. आता ध्यानस्थ बुद्धानेही डोळे उघडावेत म्हणून कविता लिहूया. जय भीम!

    (दि. ७ ते ९ नोव्हेंबर, २००३)

♦♦♦

३

४५ वे अंकुर मराठी साहित्य संमेलन, बार्शी
अध्यक्षीय भाषण, ६ फेब्रुवारी २०१०

अंकुर साहित्य संमेलनाचा अध्यक्ष म्हणून माझी मतं मांडताना मला विशेष आनंद होतो आहे. मला माझे उमेदवारीचे दिवस आठवतात. लेखक होण्यासाठी मी घेतलेले कष्ट आठवतात. माझ्या लेखनाचा सराव आठवतो. माझा अभ्यास आठवतो. उमेदवारीच्या काळात माझं साहित्य छापणारी मासिके आठवतात. साप्ताहिके आठवतात. दिवाळी अंक आठवतात. दैनिकांच्या रविवारच्या आवृत्त्या आठवतात. माझे साहित्य संपादकांकडे पाठवल्यानंतर केलेली प्रतीक्षा आठवते. साहित्य प्रकाशित झाल्यानंतर झालेला आनंद आठवतो. गेली तीन दशके मी लिहितोय, वाचतोय.

मी ऐंशीनंतर लिहायला लागलो. माझ्या आरंभाचा काळ हा स्वातंत्र्यानंतर भ्रमनिरास झालेल्या पिढीचा काळ होता. स्वातंत्र्य मिळाले, पण आमचे प्रश्न सुटले नाहीत; उलट ते जटील झाले- अशी मानसिकता असलेल्या पिढीचा हा काळ होता. ह्या काळात नव लेखक लिहीत होते. ग्रामीण लेखक लिहित होते. दलित लेखकही लिहू लागले होते. नवलेखकांनी प्रस्थापित वाङमयाविरुद्ध चीड व्यक्त केली. ही चीड मराठी साहित्यात अनोखी होती. नवलेखकांनी बिनधास्तपणे आणि आपल्या मनाला वाटेल ते मोकळेपणे मांडले. साहित्यातील सत्य, शील आणि सुंदर ह्या वाङ्मयमूल्यांना हादरे देणारी ही अभिव्यक्ती होती. नवलेखकांनी मराठी साहित्याच्या तुंबालेल्या व शेवाळलेल्या पाण्याला नवी वाट करून दिली आणि मराठी साहित्याचा प्रवाह धो-धो वाहू लागला. नवलेखकांनी मराठी भाषेचा आणि साहित्याचा स्वरच बदलला. पारंपरिक चौकटीत बंदिस्त असलेल्या साहित्याला त्यांनी चव्हाट्यावर आणले. लघुनियतकालिकांनी हे काम नेटाने केले. ह्याच काळात ग्रामीण साहित्याने आपली कात टाकली. स्वातंत्र्योत्तर काळातील रोमँटिक ग्रामीण साहित्यापेक्षा स्वातंत्र्योत्तर काळातील ग्रामीण साहित्य हे अधिक वास्तवनिष्ठ होते, त्याचे कारण हा लेखक प्रत्यक्ष खेड्यात राहणारा होता. महानगरात राहून ग्रामीण

साहित्य लिहिणाऱ्याची सद्दी संपली. खेड्यापाड्यांत राहणाऱ्या लेखकांची चर्चा होऊ लागली. ह्याच काळात मार्क्सवादी साहित्याचा जोम होता. डावा विचार सशक्त होता. दलित साहित्यही ह्याच काळात उदयाला आले. माझ्यापूर्वीचा काळ हा असा होता.

मी लिहू लागलो,तो काळ चळवळीने रसरसलेला होता. ह्या काळात युक्रांदची चळवळ होती. दलित पँथर तर झंझावातासारखी वाढत होती. नक्षलवादी चळवळीचंही कुतूहल होतं. स्वयंसेवी संस्थांचं सामाजिक कार्याचं जाळं पसरत होतं. शिवसेना आणि अ. भा. वि. प. प्रतिस्पर्ध्यासारखी वाढत होती. अशा चळवळींनी रसरसलेल्या काळात मी लिहू लागलो. मराठवाडा विद्यापीठाला डॉ. बाबासाहेब आंबेडकरांचे नाव द्यावे म्हणून जी नामांतराची चळवळ झाली, ह्या चळवळीने माझ्यातील लेखकाला ऊर्जा दिली. नामांतराची चळवळ झाली नसती, तर मी दलित लेखक झालो नसतो. चळवळीमुळे मी लिहिले. चळवळीने मला रसद पुरवली. चळवळ गतिमान झाले की, माझे साहित्य गतिमान व्हायाचे. चळवळ मंदावली की माझे साहित्य मंदावायचे. चळवळ स्थिरावली, आवर्तात अडकली की, माझे लेखनही आवर्तात सापडायचे. मी लिहायला लागलो, हा संबंध काळ नव्या वाङ्मयप्रवाहांच्या उदयाचा होता. मी लेखक म्हणून वाढत होतो, त्याचवेळी अवतीभवती नवे वाङ्मयप्रवाह वाढत होते. स्त्रीवादी लेखनाची झपाट्याने चर्चा होत होती. भटक्या-विमुक्त आणि आदिवासी जमातींतल्या लेखकांचे लेखन थक्क करणारे होते. मुस्लिम साहित्य, ख्रिस्ती साहित्य असेही वाङ्मय चर्चित होऊ लागले. जसजसा शिक्षणाचा प्रसार-प्रचार होत होता, जस-जसा लोकशाहीचा प्रसार-प्रचार होत होता; जस-जसा शोषितांच्या चळवळीचा प्रसार आणि प्रचार होत होता, तसतसे अनेक सामाजिक स्तरांतून नवे लेखक उदयाला येत होते. ह्या नव्या लेखकांनी आपल्या नव्या वाटा धुंडाळल्या. आपले नवे अनुभव साहित्यात मांडले. त्यामुळे मराठी साहित्याची श्रीमंती वाढली.

स्वातंत्र्योत्तर काळात मराठी साहित्यात असे प्रवाह निर्माण झाले. त्यामध्ये ग्रामीण साहित्य, दलित साहित्य आणि स्त्रीवादी साहित्य ह्यांचीच विपूल चर्चा झालेली दिसते. ग्रामीण साहित्य शेती-शिवारांचे आणि शेतकऱ्यांचे प्रश्न घेऊन अवतरले, दलित साहित्य जातिव्यवस्थेच्या विध्वंसाची भूमिका घेऊन व्यक्त झाले, तर स्त्रीवादी साहित्य स्त्रीमुक्तीचा विचार घेऊन प्रकट झाले. नव्या प्रवाहांनी मराठी साहित्याचे क्षितिज विस्तारले. अभिरुचीला नवे धुमारे फुटले. पठडीतल्या समीक्षेला नवा पवित्रा घ्यावा लागला. प्रकाशकांनीही ह्या नव्या प्रवाहांची चांगली दखल घेतली. एकवेळ दलिताला आपल्या दारी उभं केलं जात नाही, पण दलितांनी

लिहिलेली पुस्तके मात्र वाचकांच्या माजघरापर्यंत पोहोचली. दलित साहित्यामुळे दलित लेखकाला दलितांच्या समस्या सवर्ण समाजाच्या मना-मेंदूपर्यंत पोहोचवता आल्या. सवर्ण समाजाने दलित साहित्याचं मनापासून स्वागत केलं. दलित साहित्याचं स्वागत सवर्ण समाज करत असला, तरी त्यांच्या मनात दलित समस्यांविषयी अजून अढी असल्याचे दिसते. काही दिवसांपूर्वी भूम तालुक्यात चोरीच्या आरोपावरून निरपराध पारध्याचा निर्घृण खून झाला. मंगळवेढा तालुक्यात चोरीच्या आरोपावरून मातंग समाजाच्या कुटुंबाला बेदम मारहाण झाली. मातंग जातीच्या माणसाला उकळत्या तेलातून पैसा काढायला लावले. औरंगाबादमध्ये पारध्यांची सगळी वस्तीच जाळून खाक करण्यात आली. ह्या सगळ्या घटना पाशवी आहेत. त्यांचा निषेध झाला पाहिजे. मराठी लेखक झुंडशाहीविरुद्ध बोलत नाही. समाजात घडणाऱ्या अन्याय-अत्याचाराविरुद्ध बोलत नाही. मराठी साहित्य लेखकाला वर्षातून एकदाच कंठ फुटतो. तो सालाबादप्रमाणे दर वर्षी मराठी संमेलनाच्या अध्यक्षपदाच्या निवडणुकीच्या वेळीच बोलतो. मला कधी कधी वाटतं, आपल्यातल्या लेखकाचा मृत्यू झाला आहे; आपल्यात केवळ एक कारकून शिल्लक उरला आहे.

मी मराठीतल्या नव्या प्रवाहांविषयी बोलत होतो. ह्या प्रवाहांनी मराठी वाङ्मयाचं काही भलं-बुरं केलं असेल, पण लिहिणाऱ्या कलावंतांची संवेदनशीलता मात्र एकेका प्रवाहात डांबून टाकल्याचे दिसते. नवोदित दलित लेखक आंबेडकरी विचारांची स्वप्नं पहाताना दिसतो, नवोदित ग्रामीण लेखक केवळ खेड्यापाड्यांविषयीच विचार करताना दिसतो, तर नवोदित लेखिका स्त्रीमुक्तीच्या विचाराने भारावलेल्या दिसतात. ह्याविषयी माझी तक्रार नाही. दलितांविषयी दलित चांगलं लिहू शकतो. स्त्रीविषयी स्त्री चांगलं लिहू शकते. शेतकऱ्याचा मुलगा शेतीविषयी चांगलं लिहू शकतो. असे लेखन करणाऱ्यांची आपण स्तुती केली आहे. दलितांनी केवळ दलितांवरच लिहायाचं, स्त्रियांनी केवळ स्त्रियांविषयीच लिहायचं, ग्रामीण लेखकांनी केवळ खेड्यांविषयी लिहायचं- हे मला पटत नाही. गेली अनेक वर्षे असे घडत आहे. हे लोण खूप तळापर्यंत पोहोचलं आहे. दलित विद्यार्थी दलित साहित्यावर संशोधन करतो, ग्रामीण भागातला विद्यार्थी ग्रामीण साहित्यावर संशोधन करतो, तर मुली स्त्रीवादी साहित्यावर संशोधन करतात. हे इथपर्यंतच थांबलेलं नाही. दलित साहित्याची संमेलनं दलित भरवत आहेत, ग्रामीण माणसं ग्रामीण साहित्याची संमेलने भरवत आहेत, तर स्त्रियांची संमेलने स्त्रिया भरवत आहेत. समाजाच्या हिताच्या आणि परिवर्तनाच्या ह्या घटना आहेत. प्रत्येक वंचित घटकाने आपल्या मुक्तीसाठी दाही दिशांतून प्रयत्न केला पाहिजे आणि अशा प्रयत्नाचे आपण समर्थनच केले पाहिजे.

मराठी वाङ्‌मयात निर्माण झालेल्या नव्या प्रवाहांमुळे नवा विचार करणारा, नवे लिहिणारा, नवे संशोधन करणारा जो नवोदित वर्ग होता; त्याच्या आकलनावर आणि अभिव्यक्तीवर मर्यादा आल्या. मी नवोदित होतो, तेव्हा मला दलित लेखक व्हायचं होतं. गेली तीस वर्षे मी दलित लेखक म्हणून लिहितोय. आज अंकुर साहित्य संमेलनाचा अध्यक्ष म्हणून बोलताना मात्र थोडा वेगळा सूर लावतोय. सगळ्या नव्या पिढीला मला हाक द्यायची आहे. मित्रांनो, आपल्या जातीशिवाय इतरही जाती ह्या देशात आहेत, हे लक्षात घ्या. आपल्या प्रश्नांबरोबरच इतरांचेही प्रश्न आहेत, हे लक्षात घ्या. आपले प्रश्न आपल्या जातीचे प्रश्न, आपल्या चळवळीचे प्रश्न असे ते सुटे नसतात. आपले प्रश्न अनेकांशी निगडित आहेत, हे लक्षात घ्या. आपण ज्या काळात राहातो, ज्या समाजात राहातो, ज्या राज्यात राहतो, ज्या राष्ट्रात राहतो; त्याच्याशी आपण करकचून बांधलेले आहोत, हे लक्षात घ्या. ह्या देशावर होणारे दहशतवादी हल्ले, ह्या देशाला मुळापासून पोखरलेला भ्रष्टाचार, या देशातल्या जनतेची दिशाभूल करणारी धर्मांध भावना, इथल्या सामान्य माणसाला लाही-लाही करणारी महागाई, बेसुमार वाढणारी लोकसंख्या आणि गुन्हेगारी यांविषयी नव्या पिढीने गांभीर्याने विचार करण्याची गरज आहे. भ्रष्टाचाराविरुद्ध रान पेटवणारे अण्णा हजारे, आदिवासींच्या आयुष्यासाठी झुंजणाऱ्या मेधा पाटकर आणि सगळ्या समाजाला अंधश्रद्धेतून बाहेर काढण्याचा प्रयत्न करणारे नरेंद्र दाभोलकर हे मला आदर्श वाटतात.

हाती शस्त्र घेऊन रणांगणावर लढतानाही माघार घेता येते; पण एकदा हाती लेखणी घेतली, तर ह्या क्षेत्रातून कधीच माघार घेता येत नाही. परिणामाची पर्वा न करता, किंमत चुकवण्याची तयारी ठेवून, धाडसाने लिहिण्याची आज गरज आहे. मराठी लेखकांमधले धाडस कमी होते आहे, मला अनेक वेळा अशी शंका वाटते. समाजामध्ये आक्रोश वाढला आहे. सामाजिक मन झुंडशाहीत परावर्तित होत आहे. समाजात वावटळीसारख्या उठणाऱ्या झुंडींना लोकमान्यता मिळत आहे. 'लोकांची उत्स्फूर्त प्रतिक्रिया' अशा गोंडस नावाखाली ह्या झुंडी मिरवत आहेत. कधी धर्माच्या नावाखाली, कधी प्रदेशाच्या नावाखाली, कधी भाषेच्या नावाखाली समाजात तणाव निर्माण करण्याचे प्रयत्न होत आहेत. मित्रांनो, अशा परिस्थितीत स्वच्छ विचार करणं, धर्मनिरपेक्ष लोकशाहीच्या बाजूनं उभं राहणं, महान भारताच्या उभारणीत सामाजिक न्यायावर उभी असलेली कणखर भूमिका घेणं- हे आपल्याला जमलं पाहिजे.

स्वातंत्र्योत्तर काळात लिहिणं खूप सोपं होतं. बंडखोर विचाराचं उत्साहानं स्वागत करणारा तो काळ होता. आपल्या संविधानाने प्रत्येकाला विचारस्वातंत्र्याचा

हक्क दिला आहे. ह्या हक्कावर अनेकवेळा गदा आली आहे. विचार स्वातंत्र्यावर निर्बंध घातले गेले. सत्तेविरुद्ध बोलणाऱ्यांना गजाआड डांबण्यात आलं. पण आजचा काळ भयावह आहे. आज विचारस्वातंत्र्याची गळचेपी केली जात नाही, तर स्वतंत्र विचार मांडणाऱ्याची त्याची हत्या केली जात आहे, त्याच्यावर हल्ले होत आहेत. मला घरातही अनेक वेळा असुरक्षित वाटू लागले आहे. मित्रांनो, समाजात वाढणाऱ्या दहशतीविरुद्ध धीटपणे लिहिण्याची गरज आहे. केवळ करमणुकीसाठी लिहिणे मला मान्य नाही. करमणुकीसाठी लिहिणाऱ्याचा मी अनादर करत नाही. रंजनवादी साहित्याला मी हीणकस मानत नाही. आपल्यापुढे इतके जळते प्रश्न असताना आपण हास्यविनोदासाठी लिहावं, हे बुद्धीला पटत नाही. गुदगुल्या केल्या की माणूस हसतो, त्यासाठी साहित्याची काय गरज? माणसाच्या करमणुकीसाठी प्रसार माध्यमं आहेत. मला वाटतं, समाजाच्या परिवर्तनाबाबत आपली जबाबदारी अधिक आहे. लेखक हा विचारांवर जगतो, स्वप्नांवर जगतो. लोकांना विचार देणे आणि स्वप्ने देणे, हा आपल्या लेखनाचा धर्म असला पाहिजे.

दलित लेखकांनी आपल्या समस्यांविषयी लिहिलेच पाहिजे. ती ऐतिहासिक गरज आहे. पण त्याचबरोबर राष्ट्रीय प्रश्नांवरही बोललं पाहिजे. ग्रामीण लेखकांना केवळ शेती शिवाराचा विचार करून चालणार नाही. आपला प्रत्येक प्रश्न राजकारणाशी निगडित आहे. नव्या पिढीने राजकारणाचा ध्यास घेतला पाहिजे. आपलं लेखन हे राजकीय कागदपत्र आहे, अशी समजूत करून घेतली पाहिजे. सर्वसामान्य माणसाच्या हक्काची सनद म्हणून आपल्या कलाकृतीकडे पाहिले पाहिजे.

ग्रामीण लेखक महात्मा गांधीजींना आपले प्रेरणास्थान मानत होते. अलीकडे महात्मा फुल्यांनाही त्यांनी स्वीकारलेलं दिसतं. परंतु बाबासाहेब आंबेडकरांचा स्वीकार करण्यास त्यांना संकोच वाटतो. कुठल्याही सुबुद्ध नागरिकाला सर्वप्रथम जातिव्यवस्थेच्या विरोधात बोलावे लागणार आहे. आपण जातीच्या डबक्यात राहत आहोत. ह्या घाणीविरुद्ध आपण बोलणार नसू, तर आपण कलावंत कसले? ग्रामीण आणि स्त्रीवादी लेखकांनी सर्वप्रथम जातिव्यवस्थेविरुद्ध बोलणे गरजेचे आहे. केवळ दलित लेखकांनीच जातिव्यवस्थेविरुद्ध बोलावे आणि इतरांनी मौन बाळगावे, हा प्रकार म्हणजे सृजनाच्या क्षेत्रातला जघन्य अपराधच आहे.

मी स्वातंत्र्योत्तर काळात भ्रमनिरास झालेली पिढी पाहिली. मी चळवळींनी रसरसलेला काळ पाहिला. मी बाबरी मशिदीच्या विध्वंसाने, मुंबईतल्या बॉम्बस्फोटाने आणि गुजरातमधल्या दंगलीने हताश झालो. मी एकविसाव्या शतकाचे स्वागत करताना भांबावलो. एकविसाव्या शतकातले पहिले दशक संपत आले आहे. आता संक्रमणकाळ संपल्यात जमा आहे. आता एकविसाव्या शतकाविषयी, ह्या शतकाच्या

भवितव्याविषयी भूमिका घेण्याची वेळ आली आहे. मित्रांनो-थांबा, थोडा विचार करा आणि मगच आपल्या वाङ्मयीन प्रवाहाचे वारसदार बना. आपल्याला संपूर्ण समाजाविषयी लिहावयाचे आहे. समाजाच्या समग्र हालचालीविषयी लिहायचे आहे. तळागाळात उफाणलेल्या निखाऱ्याविषयी लिहायचे आहे मित्रांनो, सध्या मराठी साहित्याकडे साऱ्या जगाचे डोळे लागले आहेत. मराठीत निर्माण झालेले दलित साहित्य अन्य भाषांत अनुवादित होत आहे. त्याची अन्य भाषांतही चर्चा होत आहे. मराठीतले दलित साहित्य सगळ्या भारतीय लेखकांना आकर्षित करत आहे. मला वाटते, हा मराठीचा ठेवा आहे.

कर्जबाजारी झालेल्या शेतकऱ्यांच्या आत्महत्यांनी महाराष्ट्र ढवळून निघाला. पुन्हा एकदा विद्यार्थ्यांच्या आत्महत्यांनी आपल्याला हादरे बसले आहेत. देशातल्या सगळ्याच विद्यापीठांना गुणवत्तेच्या भुताने झपाटलेले आहे. देशातल्या सगळ्यात विद्यापीठांच्या कुलगुरूंना एकत्र केलं पाहिजे. त्यांना गावाच्या चावडीवर नेलं पाहिजे. त्यांच्यापुढे सुशिक्षित बेकारांची झुंड उभी राहिली पाहिजे आणि त्यांनी जाब विचारला पाहिजे, "अरे गाढवांनो! तुम्ही आम्हाला कसलं शिक्षण दिलंत?" ज्यांची मुलं परदेशात शिकतात, ते ह्या देशाचं शैक्षणिक धोरण ठरवतात. ज्यांची मुलं कॉन्व्हेंटमध्ये शिकतात, ते मायबोलीविषयी गळा काढतात. हे सगळे ढोंग आहे. ज्यांना पाटीपेन्सिल घ्यायला पैसा नाही, ज्यांच्याकडे अंगात घालायला गणवेश नाही, जे फी भरायला पैसा नाही म्हणून शाळा सोडतात, ज्यांना शिकण्याची संधीच मिळत नाही; अशांचे आपण काय करणार आहोत? मूठभर गुणवत्ताधारक निर्माण करण्यासाठी सगळी शिक्षणव्यवस्था आपण वेठीस धरणार आहोत का? विषय कोणते असावेत, त्याची पुस्तके किती असावेत, त्याचा अभ्यास किती असावीत ह्याचा कधी गांभीर्याने विचार होणार आहे का? बोजड अभ्यासक्रम विद्यार्थ्यांवर लादून त्यांना गुणवत्तेच्या शर्यतीत मुक्या जनावरांसारखे हाकलले जात आहे. ह्या जीवघेण्या स्पर्धेमुळे विद्यार्थी आत्महत्या करत आहेत. ज्या समाजात विद्यार्थी आत्महत्या करतात, तो समाज बधिरतेने ग्रासलेला असतो. कुठल्याही तरी विद्यार्थ्याला आत्महत्या करायला लागू नये अशी शिक्षणप्रणाली निर्माण झाली पाहिजे. मी हे ह्यासाठी बोलतोय की, नवोदित लेखक आणि सुशिक्षित बेकारी ह्यांचं अतूट नातं आहे. आपण सुशिक्षित बेकारीविषयी बोललं पाहिजे, असे मला वाटते. मला सुशिक्षित बेकारांकडून खूप अपेक्षा आहेत. हा वर्गच देशाला ठिकाणावर आणू शकेल.

मराठी लेखकाच्या लेखनाविषयी तक्रार न करता मराठी वाचकाने त्याचे लेखन वाचले आहे. पण आता काळ बदलला आहे. भारतीय भाषांतल्या अनेक

लेखकांची पुस्तके मराठी वाचकांना आपल्या मातृभाषेत उपलब्ध होत आहेत. परदेशातल्या उत्तम लेखकाचं लेखन मराठीमध्ये भाषांतरित होत आहे. अनुवादित साहित्याचा वाचक वाढतो आहे. मराठी लेखकांचा वाचकवर्ग त्यांच्यापासून निसटतो आहे. आज वाचक चोखंदळ झाला आहे. जग आणि जीवन समजून घेण्यासाठी तो वाचतो आहे. त्याला उत्तम प्रकारचे साहित्य बाजारातून मिळत आहे. आता मराठी लेखकाची स्पर्धा अन्य भाषांतल्या श्रेष्ठ लेखकांबरोबर होणार आहे. पुढल्या काळात हे आव्हान निर्माण होऊ शकते. नवोदितांनी ह्याचा गांभीर्याने विचार केला पाहिजे. केवळ प्रवाहपतित होऊन किंवा पूर्वसूरींचे अनुकरण करून आपण उत्कृष्ट प्रकाराचं साहित्य निर्माण करू शकत नाही. उत्तम लिहिण्यासाठी उत्तम जगावं लागतं आणि उत्तम वाचावं लागतं. लेखन करणं हा छंद नाही किंवा हौस नाही. लेखनाकडे मी परिश्रम म्हणून पाहतो. नवोदितांनी उत्तम प्रकारची उमेदवारी केली पाहिजे. उमेदवारीचा काळ जितका धकाधकीचा, धगधगीचा; तितका महत्त्वाचा असतो. आपला कस आणि कौशल्ये पणाला लागली पाहिजेत. नवोदितांनी थोरांचं मार्गदर्शन घेतलं पाहिजे. आपल्या लेखनाविषयी मित्रांमध्ये चर्चा केली पाहिजे. इतर नवोदित लेखकाचं प्रकाशित होणारं साहित्य मनापासून वाचलं पाहिजे. चांगल्या कलाकृतींचा अभ्यास केला पाहिजे. सतत लिहितं राहिलं पाहिजे. उमेदवारीच्या काळात आपण जितकी पायाभरणी करू, तितकी कमीच असते. उमेदवारीच्या काळात घेतलेले कष्टच भविष्याला आकार देत असतात. आपल्या क्षेत्रात आपला ठसा उमटवायचा आहे, ही जाणीव असणे गरजेचे आहे; त्याशिवाय झपाट्याने लिहून होणार नाही. कलेचा प्रांत स्वायत्त नसतो. कला ही समाजाशी बांधील असते. कलेचा जन्म आभाळातून होत नाही. कलेचा जन्मदाता माणूस असतो आणि हा माणूस समाजाचे अविभाज्य अंग असतो. आजवर आपण सूर्य-चंद्राविषयी लिहिले. ताऱ्या-वाऱ्यांविषयी लिहिले. राजे-महाराजांविषयी लिहिले. मध्यम वर्गाच्या करमणुकीविषयी लिहिले. आता समाजातल्या शेवटच्या घटकाच्या शोषणाविरुद्ध लिहिण्याची गरज आहे. सामान्य माणूस आपल्या साहित्याचा विषय झाला पाहिजे आणि ह्या सामान्य माणसाला आपल्या साहित्याने जगण्याचे स्वप्न दिले पाहिजे.नवी पिढी राजकारणात येत आहे. तरुणांकडे सत्ता सोपवण्याची चर्चा होत आहे. आपल्या देशातला तरुणवर्ग मोठा आहे. समाजातली तरुणाई हे राष्ट्राचं चैतन्य असतं. ह्या तरुणवर्गातूनच नवोदित लेखक उदयाला येत असतात. हजारो वर्षांच्या प्राचीन परंपरेला नवं कोरं पानं जोडण्याचं काम नवोदित लेखक करत असतो. नवोदित लेखक साचलेल्या साहित्यात वादळ उठवत असतो. साहित्याची दिशा बदलण्याचे काम नवोदित लेखक करत असतो. साहित्याला नवा चेहरा देण्याचं काम नवोदित लेखक करत असतो. ज्या भाषेत अशा नवोदित

लेखकांची संख्या अधिक असते, ती भाषा आणि त्या भाषेतलं साहित्य समाजाचं सांस्कृतिक नेतृत्व करत असतं. मराठी साहित्य संमेलनात होणाऱ्या ठरावांमुळे मराठी भाषा विकसित होत नसते; ती नवोदितांच्या उमेदवारीमुळे विकसित होत असते. त्यामुळे मराठी भाषेतल्या नवोदितांना प्रोत्साहन देण्याचे काम जाणीवपूर्वक झाले पाहिजे. प्रत्येक सार्वत्रिक निवडणुकीतून जसे नवे नेतृत्व उदयाला येते, तसे प्रत्येक साहित्य संमेलनातून नवोदित लेखक पुढे आले पाहिजेत. नव्या अंकुरांना स्थान देणाऱ्या साहित्य संमेलनाची थोरवी ही अ. भा. मराठी साहित्य संमेलनापेक्षाही दांडगी असते. ह्या मंचावर उगवत्या सूर्याला नमस्कार केला जातो, त्या मंचावर मावळत्या सूर्याला नमस्कार केला जातो.

मित्रांनो,

खुराड्यात कोंडलेले कोंबडे आरवण्यासाठीच आजवरचे सूर्य उगवले. हा सूर्य उगवण्याची दिशा निश्चित केलेली होती आणि मावळण्याचीही दिशा निश्चित केलेली होती. आता आपण उत्तरेतून उगवू या, दक्षिणेतून उगवू या, दहा दिशांतून उगवू आणि लोकांच्या अभिरुचीविषयी बोलू या.

लोकांची उत्तम अभिरुची कोणती असते, हे मी सांगायला नको. लोक त्यांच्या प्रश्नांची चर्चा ऐकण्यासाठी उत्सुक असतात. त्यांच्या प्रश्नांची चर्चा करू या. लोकांचे प्रश्न हे आपल्या साहित्याचे विषय झाले पाहिजेत. आपली कला म्हणजे लोकांविषयी प्रकट केलेली श्रद्धा होय. लोक विठ्ठलासारखे आहेत, आपण वारकऱ्यांसारखे आहोत. आपण विठ्ठल होण्याचा आणि लोकांना वारकरी करण्याचा हजारो वर्षांपासून होत असलेला गुन्हा आपण ह्यापुढे करू नये, एवढीच माझी विनंती आहे.

अ. भा. साहित्य संमेलनासारखा खर्चिक प्रयोग दर वर्षी आयोजित केला जातो आणि तो यशस्वीही होतो. साहित्य संमेलन यशस्वी व्हावे, म्हणून समाजाच्या सर्वच स्तरांतले लोक झटतात. राज्यकर्त्यांचाही उत्साह दांडगा असतो. मराठी लेखक म्हणून मला ह्यात समाधान वाटते. मराठी समाज साहित्यावर किती उदंड प्रेम करतो, ह्याची ही साक्ष आहे. ह्याशिवाय राज्यभरात अनेक संमेलने आयोजित केली जातात आणि त्यांची यशस्वी सांगता होते. मराठी संस्कृतीचं हे जिवंतपण आहे. साहित्य संमेलने ही वाचकांसाठी आयोजित केली जातात. ह्यांमध्ये लेखक हा निमित्तमात्र असतो. वाचकांच्या उत्तम प्रतिसादाचे ठिकाण म्हणून मी साहित्य संमेलनांकडे पाहतो. संमेलनांमुळे वाचकांचा प्रतिसाद, वाचकांची गरज आणि वाचकांचा कल जाणून घेण्याची संधी लेखकांना मिळत असते. लेखक आपल्या वाचकांना भेटतो. ग्रंथव्यवहाराचे त्याला ज्ञान मिळते. अनेक लेखक मित्रांच्या भेटीगाठी घेतात. ह्याहीपेक्षा

संमेलनाच्या निमित्ताने त्यांची आणि लोकांची नाळ जुळत असते, हे मला महत्त्वाचे वाटते.

साहित्य संमेलनाचं आयोजन करणाऱ्या मंडळींविषयी मला खूप आदर वाटतो. ही मंडळी साहित्य संमेलनाचे आयोजन करण्यासाठी प्रचंड राबतात. संमेलनाला लोकांचा मोठा प्रतिसाद मिळतो, पण तितकी आर्थिक मदत मिळतेच असे नाही. महाराष्ट्रात संमेलन भरवणाऱ्या कार्यकर्त्यांची एक जमात आहे. ही माणसं मला खूप मोलाची वाटतात. अनेकांची टीका सहन करून, अपमानाचे टोमणे ऐकून, पदरमोड करून साहित्य संमेलन आयोजित करण्याचा वेडा अट्टहास करणाऱ्या साहित्यप्रेमी मंडळींमुळे आज आपण एकत्र आलो आहोत. संमेलनासाठी राबणाऱ्या हातांचे आभार मला जाहीरपणे मानायचे आहेत. प्रा. लक्ष्मण मस्के, श्री. भरतकुमार मोरे, डॉ. बी. वाय. यादव, प्राचार्य मधुकरराव फरताडे आणि श्री. हिंमत शेकोकार ह्यांचा मी गौरवाने उल्लेख करतो. ह्या मंडळींमुळे आपण आज एकत्र आलो आहोत. दोन माणसांतील नातेसंबंधाची व्याख्या करण्यासाठी, समाजजीवनाची रीत ठरवण्यासाठी, जग आणि जीवनातील विधायक वृत्ती जतन करण्यासाठी, माणसाला त्याच्या गुलामीची जाणीव करून देण्यासाठी, भाषा आणि संस्कृतीच्या संवर्धनासाठी, विश्वाच्या भूत-भविष्य आणि वर्तमानाचे चरित्र वर्णन करण्यासाठी वाङ्मयाची गरज आहे. लेखकाचा शब्द हा काळाचा उद्‌गार असतो. कुणाला अज्ञानी ठेवून, कोणाची मुस्कटदाबी करून, कोणाची हत्या करून हा उद्‌गार नष्ट करता येत नाही. समाजातल्या कुठल्याही अपप्रवृत्तीपुढे बुद्धी गहाण न टाकता, कुठल्याही मस्तवाल सत्तेची हुजगिरी न करता, कुठल्याही आमिषाला बळी न पडता; आपल्या अनुभवांशी प्रामाणिक राहून सत्याचा उच्चार करता येत असेल, तरच लिहावे असे मी मानतो. नवोदितांच्या लेखनात हे साहस असते, ही बंडखोरी असते. म्हणून मी नवोदितांच्या लेखनाचे स्वागत करतो. मला महान ग्रंथ वाचण्यापेक्षा नवोदितांची हस्तलिखिते वाचताना अधिक आनंद होतो.

मित्रांनो, मागच्या लेखकांनी आपल्या कंपूशाही निर्माण करण्यासाठी आपली लेखणी झिजवली. आपले गट केले, आपले मठ केले. आपला संप्रदाय केला, आपला शिष्यपरिवार तयार केला. आपण वाङ्मयातल्या मठांना आणि मक्तेदारीला नाकारणार आहोत, हे लक्षात ठेवा. आपण आपला प्रकाश होऊ या. धन्यवाद!

◆◆◆

४

१२ वे अ.भा. आंबेडकरवादी साहित्य संमेलन, नांदेड अध्यक्षीय भाषण, १२ मार्च २०११.

आज यशवंतराव चव्हाण ह्यांची जयंती आहे. त्यांना मी विनम्र अभिवादन करतो. आधुनिक महाराष्ट्राचे शिल्पकार म्हणून त्यांचा गौरव केला जातो. पुरोगामी विचारांचा नेता म्हणून यशवंतराव चव्हाण ह्यांच्या कार्याकडे पाहिले जाते. त्यांनी आपल्या काळात बौद्धांना सवलती दिल्या. महाराष्ट्र शासनाने बौद्धांना सवलती दिल्यामुळे बौद्धांच्या आरक्षणाचा प्रश्न मार्गी लागला आणि धर्मांतराचा मार्ग मोकळा झाला. दलितांना सत्तेत सहभागी करून घेतले पाहिजे ह्या भावनेतून यशवंतराव चव्हाणांनी 'काँग्रेस-रिपब्लिकन युती झाली पाहिजे' अशी भूमिका घेतली. त्यामुळे गेली अनेक वर्षे दलित जनता काँग्रेसबरोबर राहिली. रिपब्लिकन पक्ष सत्तेत राहिल्यामुळे दलित समाजात राज्यकर्ते होण्याची महत्वकांक्षा वाढीस लागली. 'दलितांनी सत्ताधारी झाले पाहिजे.' ह्या बाबासाहेबांच्या संदेशाची प्रचिती आली. रिपब्लिकन पक्ष सत्तेबरोबर राहिल्यामुळे दलितांचे प्रश्न मार्गी लागले. दलितांच्या सत्तेतील सहभागामुळे त्यांच्याकडे उपमर्द आणि उपेक्षेने पाहाण्याची वृत्ती बदलली. रिपब्लिकन पक्षाची काँग्रेसबरोबर असलेली युती आणि दलित जनतेचे काँग्रेसला मिळालेले पाठबळ ह्यामुळे राज्यात प्रदीर्घ काळ धर्मनिरपेक्ष सत्ता सत्तेवर राहू शकली. अलिकडे वेगळे वारे वाहू लागले आहेत. 'भीमशक्ती आणि शीवशक्ती एकत्र आली पाहिजे.' असा विचार सुरू झाला आहे.

मायावतीने भाजपबरोबर युती केली ह्या मुद्यावर आपण सतत बहुजन समाज पक्षावर टीका करत असतो. आता आपण मायावतीच्या दिशेने जाण्याचा विचार करत आहोत. समाजातून अशी एक प्रतिक्रिया येते आहे. नामदेव ढसाळ सारखे बंडखोर कवी शिवसेनेबरोबर गेले आणि संपले. काही दलित लेखक समरसता मंचावर गेले म्हणून त्यांच्यावरही चौफेर टीका झाली. हा ताजा इतिहास आहे. अलिकडे रामदास आठवले ह्यांनी शिवसेना प्रमुखांची भेट घेतली. आणि

महाराष्ट्रात भीमशक्ती आणि शीवशक्ती एकत्र येण्याचा विचार सुरू झाला आहे.

रिपलिब्कन पक्षाला शिवसेनेच्या दारात जाण्याची गरज का निर्माण झाली? ह्याविषयी दलित नेत्यांनी आत्मपरीक्षण करणे गरजेचे आहे. काँग्रेस-राष्ट्रवादी पक्षांनी रिपब्लिकन पक्षाला वापरून फेकून दिले आहे. अशी प्रतिक्रिया अनेक दलित कार्यकर्त्यांमधून ऐकायला मिळते आहे. ही नैराश्यातून आलेली प्रतिक्रिया आहे. मुळात रिपब्लिकन पक्ष निष्प्रभ झाला आहे. गटबाजीमुळे ह्या पक्षाची वाताहत झाली आहे. रिपब्लिकन पक्षाची वाताहत का झाली? बाबासाहेब आंबेडकरांच्या स्वप्नातील रिपब्लिकन पक्ष अस्तित्वात का येऊ शकला नाही? रिपब्लिकन पक्ष एका जातीपुरताच मर्यादित का राहिला? ह्या सगळ्या प्रश्नांची उत्तरे दलित नेतृत्वाला द्यावी लागतील. गटबाजीमुळे रिपब्लिकन पक्षाची शक्ती क्षीण झाली आहे. त्यामुळे दुर्बल पक्षाला जी वागणूक दिली जाते, ती वागणूक काँग्रेस-राष्ट्रवादीकडून दिली जात आहे. रिपब्लिकन पक्षातल्या गटातटांमुळे दलित जनताही उदासिन झाली आहे. रिपब्लिकन पक्षाच्या नेत्तृत्वाने ह्याचा गांभीर्याने विचार केला पाहिजे. बाबासाहेब आंबेडकरांच्या स्वप्नातील रिपब्लिकन पक्ष निर्माण झाला, तर दलित नेत्यांना दारोदारी फिरावे लागणार नाही.

मराठवाडा विद्यापीठाला डॉ. बाबासाहेब आंबेडकरांचे नाव द्यावे म्हणून दलित जनता रस्त्यावर आली. रिडल्सच्या प्रश्नावर दलित जनता रस्त्यावर आली. खैरलांजी हत्याकांडाच्या विरोधात दलित जनता रस्त्यावर आली. असे भावनिक ऐक्य प्रत्येक निवडणुकांच्यावेळी दिसले पाहिजे आणि मतदानासाठी मोठ्या संख्येने दलित जनता रस्त्यावर आली पाहिजे. 'बुद्ध विहार बांधून द्या,' 'समाज मंदिर बांधून द्या,' 'प्रत्येक मताला पाचशे रुपये द्या' अशा प्रकारचे सौदे मतापोटी होता कामा नयेत. देशातील दलित जनता माहराष्ट्रातल्या दलित चळवळीकडे आस्थेने आणि आशेने पाहाते आहे. सत्तेची भागीदारी मिळावी म्हणून प्रयत्न झाले पाहिजेत परंतु आंबेडकरी चळवळीचा रथ चुकीच्या दिशेने ओढला जाणार नाही ह्याची प्रत्येकाने खबरदारी घेतली पाहिजे.

बाबासाहेब आंबेडकर आपली यशोगाथा आहेत. आपला आदर्श आहेत. बाबासाहेबांनी 'शिका' म्हटलं; आपण शिकलो. पण अजून फार मोठा समाज शिक्षणापासून वंचित आहे. ज्ञानविज्ञान त्यांच्यापर्यंत पोहचेलच नाही. अजूनही खेड्यापाड्यातले दलित, भटके, विमुक्त आणि आदिवासी लोक चौदाव्या शतकातले जीवन जगत आहेत. अन्यायाचा शिकार होत आहेत. बाबासाहेबांनी 'संघटित व्हा' म्हटले. आपण संघटित झालो. अजूनही फार मोठा वर्ग असंघटित आहे. अनेक दलितांमधल्या जाती-जमाती दलित चळवळीपासून चार हात दूर राहाणे पसंत

करतात. ह्या सगळ्यानांच संघटनेचं महत्त्व कळत नाही असे नाही. पण त्यांना बौद्धांचे नेत्तृत्व नको आहे. ह्या सगळ्यांनाच संघटित करण्याचे पर्याय धुंडाळले पाहिजेत. बाबासाहेबांनी 'संघर्ष करा' म्हटले. आपण खूप संघर्ष केला. लढलो. नामांतरासाठी पंधरा वर्षे संघर्ष केला. मंडल आयोगासाठी संघर्ष केला. रिडल्ससाठी संघर्ष केला. खैरलांजीसाठी संघर्ष केला. अजूनही संघर्ष करावाच लागणार आहे. सामाजिक क्रांतीचे चक्र आसासह पूर्ण फिरवण्यासाठी लढावेच लागणार आहे. आपापसातला संघर्ष कमी करावा लागणार आहे. दलित लेखकांनी आपल्या लेखनासाठी ही क्षेत्रे निवडली पाहिजेत. दलितांची होणारी अवहेलना, दलितांविषयी केला जाणारा भेदभाव, दलितांवर होणारे अन्याय-अत्याचार ह्याविषयी आपण लिहिलेच पाहिजे. पण त्याचबरोबर वाढती लोकसंख्या, वाढती बेकारी, वाढती महागाई, वाढता भ्रष्टाचार आणि वाढता दहशतवाद ह्याविषयी आपल्याला लिहावं लागणार आहे. आपल्याला ह्या ज्वलंत प्रश्नांविषयी बोलावेच लागणार आहे.

जातिव्यवस्था हा आपल्या राष्ट्रावरचा कलंक आहे. आपल्या राष्ट्रावरचा हा कलंक मिटला पाहिजे आणि आपले राष्ट्र सुंदर दिसले पाहिजे, असे सर्वांना मनापासून का वाटत नाही? केवळ दलितांनीच ह्या जातिव्यवस्थेविरुद्ध लढत राहिल्याने ही व्यवस्था नष्ट होणार आहे का? जातिव्यवस्था ही राष्ट्रीय समस्या नाही का? जातिव्यवस्था हा आपल्या राष्ट्रावरचा कलंक असेल आणि हा कलंक नष्ट करण्यासाठी दलित लढत असतील, तर त्यांच्याविरोधात हल्ले का होतात? हे राष्ट्र सुंदर व्हावे, हे दलितांचे स्वप्न आहे. आंबेडकरी विचार हा आपल्या राष्ट्राचा सौंदर्यविचार आहे. जोवर जातिव्यवस्था जिवंत आहे, तोवर दलित साहित्य संपणार नाही. जाती-अंतासाठी दलित साहित्याचा उदय झाला आहे. जाती-अंताची लढाई म्हणजे दलितांच्या सामाजिक स्वातंत्र्याची लढाई होय. जोवर दलितांना सामाजिक स्वातंत्र्य मिळणार नाही, तोवर त्यांना निर्विघ्नपणे राजकीय स्वातंत्र्य उपभोगता येणार नाही. दलितांच्या मुक्तीचा आशय म्हणजे दलित साहित्य होय.

दलित साहित्याला चळवळीचे अधिष्ठान होते. जेव्हा जेव्हा दलित चळवळ अग्रेसर होती, तेव्हा तेव्हा दलित साहित्यही मोठ्या प्रमाणात प्रकाशित होत होते. दलित साहित्य ही एक चळवळ आहे. दलित कलावंत एक कार्यकर्ता आहे. त्याचे शब्द हे त्याचे शस्त्र आहे. आज दलितांकडे दलित तरुणांची दलित पँथरसारखी लढाऊ संघटना नाही. दलितांचे सामाजिक प्रश्न संपले आहेत का? दलितांच्या सामाजिक प्रश्नांवर लढण्यासाठी स्वतंत्र अशा संघटनेची गरज नाही का? दलितांचे राजकीय प्रश्न संपले आहेत का? दलितांच्या राजकारणासाठी प्रभावी अशा रिपब्लिकन पक्षाची गरज नाही का? ह्याचे उत्तर कोण देणार? दलितांचे प्रश्न हे राष्ट्रीय प्रश्न

का होत नाहीत? दलितांना राष्ट्रीय नेतृत्व का मिळत नाही? दलितांचा एक राष्ट्रीय पक्ष का निर्माण होऊ शकत नाही? अर्थात, जिथं रिपब्लिकन पक्षाचे चार गट एक होऊ शकत नाहीत, तिथं राष्ट्रीय पक्ष का निर्माण होत नाही, असा प्रश्न विचारणे ही वेडेपणाचे ठरेल.

दलितांच्या सामाजिक आणि राजकीय चळवळीचा महापूर ओसरला आहे. वादळ शांत झाले आहे. आभाळ निरभ्र झाले आहे. अशा निरभ्र वेळी नवोदित दलित लेखकांच्या अनावर ऊर्मी उफाळून येवोत, अशी मी सदिच्छा व्यक्त करतो.

बाबासाहेब आंबेडकरांच्या विचारांचा व कार्याचा प्रचार-प्रसार करण्याचे काम रिपब्लिकन पक्षाने केले. दलित पँथरनेही केले. पण त्यांचे कार्य दलित साहित्याइतके प्रभावी ठरले नाही. रिपब्लिकन पक्षापेक्षा आणि दलित पँथरपेक्षाही दलित साहित्याने आंबेडकरी विचार व कार्याचा प्रचार-प्रसार अधिक केलेला आहे. केवळ मराठीतच नाही, तर संपूर्ण भारतीय भाषांमध्ये दलित साहित्याचे आंदोलन सुरू झाले आहे आणि ते भारताबाहेरही पोहोचले आहे. दलितांमधल्या अनेक जाती-जमातींतले लेखक दलित साहित्य लिहू लागले आहेत. बाबासाहेब आंबेडकरांचे स्वप्न सर्वदूर पसरवण्याचे महान कार्य दलित साहित्याने केले आहे. ज्याप्रमाणे रिपब्लिकन पक्ष व दलित पँथरला स्वार्थ अन् गटबाजीने पोखरले; त्याप्रमाणे दलित साहित्याची हानी झाली नाही. जे लेखक स्वार्थात अडकले, गटबाजीचे राजकारण करत राहिले; ते लेखक म्हणून नष्ट झाले. त्यांचे लेखन थांबले, त्यांचा प्रभाव नष्ट झाला. दलित साहित्य थांबले नाही, नष्ट झाले नाही. ते वाट हरवले नाही. ते गटातटांत विभागले गेले नाही. दलित लेखकांचे गट निर्माण झाले. दलित लेखकही आपल्या जातीच्या, गटाच्या ढाली घेऊन लढले. खरा आंबेडकरवादी मीच, म्हणून त्यांनी थयथयाटही केला. दलित लेखकांच्या 'मी-तू'च्या लढाईपासून दूर असलेल्या लेखकांनी आपलं लेखन सुरूच ठेवलं. ते ह्या सुंदोपसुंदीत पडले नाहीत. दलित साहित्याच्या प्रवाहात अनेक नवीन दलित लेखक भर टाकत राहिले. नवोदितांनी सकस लेखन केल्यामुळे दलित साहित्याचा प्रवाह विस्तारला. आज दलित साहित्य सातासमुद्रापलीकडे पोहोचले आहे. हा प्रवाह कुंठित का झाला नाही? ह्याचे सर्व श्रेय नवोदित दलित लेखकांना द्यावे लागेल. त्याचप्रमाणे दर वर्षी दलित साहित्याची संमेलने आयोजित करणाऱ्या मंडळींनाही द्यावे लागेल. ह्या सर्वांनी दलित साहित्याची वाटचाल चालू ठेवण्याचं काम केलं आहे.

वेद-पुराणांनी दलित समाजाची प्रचंड बदनामी केलेली आहे. दलितांना अभद्र आणि अस्पृश्य ठरवलं आहे. हा आमच्यावरचा कलंक आहे; तो आम्हालाच मिटवावा लागणार आहे. एक तर, ह्या हिंदू धर्मातल्या जातिव्यवस्थेविरुद्ध तीव्र

लढा द्यावा लागणार आहे किंवा जातिव्यवस्थाप्रधान असलेल्या हिंदू धर्माचा त्याग करून बाबासाहेब आंबेडकरांनी दिलेल्या बौद्ध धम्माचा स्वीकार करावा लागणार आहे. जातिव्यवस्थेविरुद्ध उगारलेले एकमेव हत्यार म्हणजे धर्मांतर होय. महाराष्ट्रातल्या बौद्धांनी आपल्यापुरता हा प्रश्न मिटवला आहे.

महाराष्ट्रातल्या आंबेडकरप्रेमी जनतेनं सामाजिक क्रांतीचं नेतृत्व केलं आहे आणि त्याचे परिणामही भोगले आहेत. दलित साहित्य हे क्रांतिकारी समाजाचे अपत्य आहे. लोकशाहीर अण्णाभाऊ साठे ह्यांच्या लेखनात क्रांतीच्या ठिणग्या प्रज्वलित होताना दिसतील. शिक्षणाचा आणि लोकशाहीचा जसजसा प्रसार होतो आहे तसतसे अनेक सामाजिक स्तर जागृत होत आहेत. अनुसूचित जाती व जमाती जाग्या झाल्या आहेत आणि त्यांच्यामधून नवीन लेखक उदयाला येत आहेत. अशोक पवार आणि संतोष पवार हे भटक्या-विमुक्त जमातीतले आजचे आघाडीचे दलित लेखक आहेत. दलित साहित्याला बहुचर्चित करण्याचं श्रेय नामदेव ढसाळ, बाबूराव बागूल, दया पवार ह्या बौद्ध लेखकांना आणि लक्ष्मण माने, लक्ष्मण गायकवाड ह्या भटक्या-विमुक्त जमातींच्या लेखकांना द्यावे लागेल. लक्ष्मण माने ह्यांनी बौद्ध धर्माचा स्वीकार केला असला, तरी त्यांनी भटक्या-विमुक्तांचे केलेले प्रतिनिधित्व कधीही विसरता येणार नाही.

'दलित साहित्याचे योगदान काय?' ह्या प्रश्नाला ह्यापूर्वी उत्तरे दिलेली आहेत. दलित साहित्याने मराठी भाषेला नवीन शब्द दिले. मराठी साहित्याला नवा नायक दिला, मराठी वाचकांना नवीन अनुभव दिले. मराठी अभिरुचीला अंतर्मुख केले. मराठी साहित्य-समीक्षेचे क्षितिज विस्तारले. जीवनवादाची कक्षा रुंदावली. दलित साहित्याच्या प्रभावामुळे ग्रामीण साहित्य आणि स्त्रीवादी साहित्याला नवी झळाळी मिळाली. दलित साहित्यामुळे पांढरपेशा वर्गाला दलित समाजाचे प्रश्न कळाले. शालेय आणि विद्यापीठीय अभ्यासक्रमात दलित साहित्याचा समावेश झाल्याने नव्या पिढीला दलितांवर होणाऱ्या अन्याय-अत्याचारांची जाणीव झाली. त्यामुळे दलित आणि दलितेतरांमध्ये भावनिक सामंजस्य निर्माण व्हायला मदत झाली. दलित साहित्याच्या भाषांतरामुळे भारतीय भाषांत दलित साहित्याची निर्मिती होऊ लागली. त्यामुळे राष्ट्रीय स्तरावर दलितांचं साहित्य उदयाला आलं. मराठीतल्या दलित साहित्याने अन्य भाषांतले वाचक, संशोधक, लेखक, अनुवादक आणि प्रकाशकांचे लक्ष वेधून घेतले. त्यामुळे मराठी साहित्यातील समृद्धीची चर्चा झाली. स्वातंत्र्योत्तरकाळातला एक महत्त्वाचा वाङ्मयप्रवाह म्हणून दलित साहित्याची समीक्षा झाली. हे दलित साहित्याचे योगदान म्हणता येईल.

दलित साहित्याच्या प्रवाहाने मात्र अनेक जाती-जमातींच्या लेखकांना आपल्यात

सामावून घेतले आहे. शंकरराव खरात, प्र. ई. सोनकांबळे आणि यशवंत मनोहरांसारख्या बौद्ध लेखकांनी दलित साहित्य समृद्ध केलं आहे. लक्ष्मण माने, लक्ष्मण गायकवाड, वैजनाथ कळसे, अशोक पवार ह्यांसारख्या भटक्या-विमुक्त जमातींच्या लेखकांनी सकस दलित साहित्याची निर्मिती केली आहे. भुजंग मेश्राम, वाहारू सोनवणे आणि नजूबाई गावित अशा आदिवासी लेखकांच्या लेखनाला 'दलित साहित्य' म्हणून ओळखले गेले. माधव कोंडविलकर, राम दोतोंडे, लहू कानडे आणि ना. म. शिंदे ह्या चर्मकार समाजातल्या लेखकांच्या पुस्तकांची चर्चा 'दलित साहित्य' म्हणूनच करण्यात आली. उत्तम बंडू तुपे, नारायण कांबळे ह्या मातंग समाजातल्या लेखकांनी दलित साहित्याला चर्चित केलेले आहे. दलित साहित्य हे दलितांच्या सांस्कृतिक ऐक्याची ओळख आहे, हे लक्षात घेतले पाहिजे. दलित साहित्याची सर्वच जातींतल्या वाचकांनी भरभरून स्तुती केली आहे. असे असले, तरी दलित साहित्यातला माणूस अजूनही उपेक्षितच आहे, हे लक्षात घेतले पाहिजे.

दलित साहित्य हे स्वातंत्र्याच्या आकांक्षेने व्यक्त झाले आहे. स्वातंत्र्याची आकांक्षा ही राजकीय प्रेरणेतून जन्माला येते. राजकीय आकांक्षेने प्रेरित झालेला समाज जागृत असतो. असा समाज 'शासनकर्ती जमात होण्याचे' स्वप्न पाहत असतो. त्यामुळेच 'शासनकर्ती जमात होण्याचे' स्वप्न पाहणाऱ्या समाजाचे साहित्य संपले आहे का? चळवळ संपली आहे का? अशा प्रश्नांची चर्चा करणे आवश्यक ठरते. गेल्या 'साठ-पासष्ट वर्षांत' भारतीय लोकशाहीमध्ये दलित जनता एक निर्णायक राजकीय शक्ती म्हणून उदयाला येत आहे की नाही, ह्याची चर्चा करावी लागेल. सामाजिक ध्रुवीकरणाची गती लोप पावत आहे का? सामाजिक अभिसरणासाठी दलितांमधल्या बुद्धिजीवींनी काय भूमिका घेतली आहे, ह्याचीही चर्चा करावी लागेल. आणि अशा विधायक चर्चेसाठी आंबेडकरवादी साहित्य संमेलनांची गरज आहे.

आंबेडकरवादी साहित्य संमेलनांमुळे सामाजिक समतेचा विचार लोकांमध्ये रुजवता येतो. सामाजिक परिवर्तनासाठी लिहिणाऱ्या लेखकांचा आत्मविश्वास उंचावता येतो. सामाजिक न्यायासाठी ठिकठिकाणी सुरू असलेल्या लढ्यांच्या स्थितिगतीचा विचार करता येतो. दलित समाजामध्ये विचारमंथनाच्या प्रक्रियेला गती देता येते. दलितेतर समाजाशी सुसंवाद साधण्याचे एक सांस्कृतिक साधन म्हणून आंबेडकरवादी साहित्य संमेलनाच्या आयोजनाचा वापर करता येऊ शकतो. म्हणून आंबेडकरवादी साहित्य संमेलने होणे, ही सामाजिक गरज आहे.

दलितांना आणि स्त्रियांना संधी मिळाली, की ते संधीचं सोनं करतात, असे चित्र आहे. भारतीय दलितांनी राष्ट्राच्या उभारणीत आपला वाटा उचलेला आहे.

दलितांच्या सांस्कृतिक गुणवत्तेचं प्रतीक म्हणून मी दलित साहित्याकडे पाहतो. महाराष्ट्रातल्या दलितांनी भारतातल्या दलितांना दिशा दाखवण्याचा प्रयत्न केला आहे. फुले-आंबेडकरांचे तत्त्वज्ञान हे सामाजिक क्रांतीचे तत्त्वज्ञान आहे. संपूर्ण भारतातल्या शोषितांच्या चळवळींना ह्या तत्त्वज्ञानाने भक्कम अधिष्ठान दिलेले आहे. सुशीलकुमार शिंदे, गंगाधर पानतावणे, रामदास आठवले, रा. सू. गवई, प्रकाश आंबेडकर, जोगेंद्र कवाडे, लक्ष्मणराव ढोबळे, सुखदेव थोरात, भालचंद्र मुणगेकर, नरेंद्र जाधव, बाळकृष्ण रेणके, रत्नाकर गायकवाड, रावसाहेब कसबे आणि उत्तम कांबळे ह्यांनी आपल्या क्षेत्रात आपला ठसा उमटवला आहे

गेल्या साठ-पासष्ट वर्षांत दलितांनी केलेल्या प्रगतीचा हिशेब आपल्याला द्यावा लागेल. दलितांच्या यशोगाथा लोकांपुढे मांडाव्या लागतील. राखीव जागांमुळे आणि लोकशाहीमुळे दलितांची जी प्रगती झाली, त्याची सकारात्मक उजळणी करावी लागेल. अन्यथा, दलितांच्या भावी पिढ्यांमध्ये नैराश्याचे वातावरण निर्माण होईल आणि दलितेतरांमध्ये राखीव जागांविरोधी असंतोष निर्माण होईल. दलितांमधल्या सुशिक्षितांनी दलित समाजाचं सकारात्मक चित्र उभं करण्याचा प्रयत्न केला पाहिजे. आंबेडकरवादी साहित्याची संमेलने आयोजित करण्यामागे हाच उद्देश आहे.

राखीव जागांमुळे दलितांचा किती उद्धार झाला ह्याचा एकदा लेखाजोखा झाला पाहिजे. राखीव जागांमुळे दलितांचे सर्वच प्रश्न सुटतात का, ह्याचाही विचार झाला पाहिजे. राखीव जागांमुळे दलितांमध्ये एक मध्यमवर्ग निर्माण होतो आहे. सामाजिक न्यायाच्या लढ्यामध्ये हा मध्यमवर्ग कोणती भूमिका घेतो, हे महत्त्वाचे आहे. हा मध्यमवर्ग समाजापासून दूर जात आहे, चळवळीपासून फटकून वागत आहे, अशा प्रकारचा अपप्रचार होतो आहे. भारतीय संविधानाने सामाजिक न्यायासाठी प्रदान केलेल्या राखीव जागांवर काम करणाऱ्या प्रत्येकाला सामाजिक बांधिलकीच्या भावनेतून काम करावे लागणार आहे.

हजारो वर्षे अज्ञानाच्या अंधकारात चाचपडणाऱ्या दलित समाजाचा जागृत घटक म्हणून दलितांमधल्या सुशिक्षित वर्गाकडे मी पाहतो. एकविसाव्या शतकातही अनुसूचित जाती-जमाती ज्ञान-विज्ञानापासून कोसों मैल दूर आहेत. ह्या निरक्षर दलितांप्रति आपले काय देणे आहे, हे समजून घेण्याची गरज आहे. दलितांमधल्या वंचित घटकाच्या विकासाविषयी आणि जागृतीविषयी बघ्याची भूमिका घेता येणार नाही. शासनाने दलितांच्या कल्याणाविषयी सुरू केलेल्या योजनांच्या निधीमध्ये गैरव्यवहार होतो. दलितांच्या विकासकामांसाठी उपलब्ध करून दिलेला निधी खर्च केला जात नाही. खर्च झाला असेल, तर हा निधी अन्यत्र वळवलेला असतो. हा प्रशासकीय जातिवाद आहे. प्रशासनात आणि शासनात मनुवादी आहेत, हे विसरून

चालणार नाही. दलितांच्या कल्याणाच्या योजना हडप केल्या जात आहेत, ह्याविषयी दलितांमधल्या सुशिक्षितांनी जागं होण्याची गरज आहे. सामाजिक कार्यकर्त्यांनी वंचितांची बाजू घेण्यासाठी माहितीच्या अधिकाराचा वापर केला पाहिजे.

भारतीय संविधानाने दलितांसाठी राखीव जागांची तरतूद केलेली आहे. पण इथल्या चाणाक्ष जातिवादी प्रशासनाने अनेक वर्षे राखीव जागा भरल्याच नाहीत. योग्य उमेदवार मिळत नाहीत म्हणून ह्या जागा रिकाम्या ठेवल्या आणि त्या जागी खुल्या वर्गातल्या उमेदवारांना संधी दिली. शासनाला ह्यासाठी कायदा करावा लागला. आजही अनुशेष भरला जात नाही. राखीव जागांवर भरलेल्या उमेदवारांचा अनेक प्रकारे छळ केला जातो. त्यांना काम दिले जात नाही. त्यांना अधिकार दिले जात नाहीत. अडचणीच्या ठिकाणी त्यांची बदली केली जाते. त्यांच्यामागे चौकश्या लावल्या जातात. त्यांचे गोपनीय अहवाल वाईट लिहिले जातात. त्यांना 'सरकारचे जावई' म्हणून हिणवले जाते. प्रशासनातला हा जातिवाद गावगाड्यातल्या जातिवादापेक्षाही भयंकर आहे. दलित चळवळीने केवळ वर्गणी वसूल करण्याइतपतच दलित कर्मचाऱ्यांशी संबंध ठेवला आहे. चळवळीने दलितांमधल्या मध्यमवर्गाचे प्रश्न जाणून घेतले पाहिजेत. दलितांमधून वर येणारा वर्गच ठेचला जात असेल, तर त्याचा कैवार घ्यावा लागेल.

दलित समाजातल्या सुशिक्षित बेकारांच्या प्रश्नांचा गांभीर्याने विचार केला जात नाही. दलित तरुण फार मोठ्या संख्येने पारंपरिक शिक्षणाच्या दावणीला बांधले जात आहेत. आधुनिक उद्योगधंद्यांमध्ये नोकरी मिळवण्यासाठी लागणारी कौशल्ये ह्या सुशिक्षित दलित बेकारांकडे नाहीत. ही बेकारी वाढतच जात आहे. जातीची खोटी प्रमाणपत्रे देऊन दलितांच्या राखीव जागांवर दरोडा घालण्याचा प्रयत्न होतो आहे. वाढती लोकसंख्या, वाढता भ्रष्टाचार, वाढती महागाई, वाढती बेकारी आणि वाढती हिंसा ह्यांचा सर्वाधिक वाईट परिणाम दलितांवर होतो आहे. दलितांच्या रोजीरोटीचे प्रश्न बिकट झाले आहेत. कांद्याचा भाव वाढला की सरकार गडबडते. तिकडे दलित-आदिवासींना पिण्याच्या पाण्यासाठी वणवण फिरावे लागते. परंतु शासनाला दलितांचे प्रश्न कधी महत्त्वाचे वाटलेच नाहीत.

दलित साहित्यामध्ये दलित लेखकांची गटबाजी आहे. गटबाजी असणे, हे जिवंतपणाचे लक्षण आहे. हजारो वर्षांनंतर मुक्तपणे श्वास घेण्याची संधी मिळालेल्या समाजात अनेक स्वर उमटणे, हे नैसर्गिकच आहे. परंतु दलितांच्या सामाजिक, राजकीय हिताचा जेव्हा प्रश्न येतो, तेव्हा ह्या गटाने विधायक भूमिका घेणे आवश्यक आहे; तसे घडताना दिसत नाही. एक गट दुसऱ्या गटाला शत्रू समजून वागताना दिसतो. त्यामुळे गटातटांचे नुकसान होत आहे. गटाधिपतींनी हे ओळखण्याची

गरज आहे. दलित चळवळीची समाजातली विश्वासार्हता नष्ट होत आहे. ह्याचाही नेतृत्वाने विचार करण्याची वेळ आली आहे. संपूर्ण दलित चळवळ नामशेष होण्याचे भय वाटावे, अशी परिस्थिती आहे.

देशाने शिखांचा दहशतवाद पाहिला, मुस्लिमांचा दहशतवाद पाहिला, हिंदुत्ववाद्यांचाही दहशतवाद पाहिला; पण दलितांनी कधीच दहशतवादी कृत्ये केली नाहीत. दलित चळवळीने 'युद्ध नको, बुद्ध हवा', हीच भूमिका घेतलेली आहे. ह्या देशात सर्वाधिक पिडलेला आणि नाडलेला दलितच आहे. ह्या देशात सर्वाधिक अवहेलना आणि विटंबना दलितांची झाली आहे. परंतु, दलित कधीच सूडबुद्धीने वागले नाहीत किंवा त्यांनी आत्मघातकी कारवायाही केल्या नाहीत. दलितांनी लोकशाहीचा आदरच केलेला आहे. ह्याचे कारण बाबासाहेबांनी स्वीकारलेला बौद्ध धम्म आणि त्यांनी लिहिलेली घटना ह्यामध्ये सापडते. दलित चळवळीला अहिंसेच्या आणि लोकशाहीच्या मार्गाने नेणाऱ्या ह्या घटना आहेत. दलित साहित्यातला विद्रोह हा रचनात्मक आहे. तो बंधुतेसाठी व्यक्त झाला आहे. गोहत्या होऊ नये म्हणून हिंदुत्ववादी ओरडत असतात. गोमातेची हत्या त्यांना पाप वाटते. पण, मालेगावला माणसं मारली, हैदराबादला माणसं मारली, अजमेरला माणसं मारली, समझोता एक्सप्रेसमध्ये माणसं मारली, खैरलांजीमध्ये माणसं मारली; त्याचं हिंदुत्ववाद्यांना काहीच वाटत नाही. जातिवाद्यांना गाईचे मूत्र पवित्र वाटते आणि दलितांचा स्पर्श अपवित्र वाटतो; ही विकृती नव्हे काय?

दलित लेखकांनी स्त्रियांच्या प्रश्नांबाबत समर्थनाची भूमिका घेणे गरजेचे आहे. स्त्रिया घरातल्या गुलाम आहेत, तर दलित गावकुसाबाहेरचे गुलाम आहेत. इथल्या परंपरेने स्त्री-शूद्रांचे शोषण केलेले आहे. ह्या देशातल्या स्त्रीने पुरोगामी भूमिका घेतली, तर जातिव्यवस्थेचे कंबरडे मोडल्याशिवाय राहणार नाही. स्त्री आणि अतिशूद्रांच्या गुलामीवरच ही व्यवस्था तरलेली आहे. त्यामुळे स्त्री-स्वातंत्र्याच्या लढ्याचे आपण समर्थक आहोत. ती आपली नैतिकता आहे. अन्याय-अत्याचाराची सर्वाधिक झळ स्त्रीलाच बसते. दारिद्र्याचे सर्वाधिक वाईट परिणाम स्त्रीलाच भोगावे लागतात. सर्वाधिक निरक्षर ह्या स्त्रियाच आहेत. ह्या उपेक्षित घटकाबरोबर आपण उभे राहण्याची गरज आहे. केवळ आपल्या बळावर ही विषमता नष्ट होईल अशा भ्रमात राहू नका. चळवळीतले आपले मित्र वाढवले पाहिजेत. जाती अंताचा लढा सर्वव्यापी झाला पाहिजे. आपल्या कडव्या आक्रमक भूमिकेमुळे आपले समर्थक वेगळे पडतील असा विचार करू नका. सर्वच स्तरांतून आपल्याला समर्थक मिळाले पाहिजेत. अन्यथा आपली चळवळ वेगळी पडेल; हे लक्षात घ्या.

एकविसाव्या शतकातील ज्ञान-विज्ञानाने निर्माण केलेल्या प्रश्नांना कसे

सामोरे जायचे, हे आपल्या विचारवंतांनी सांगितलं पाहिजे. दारिद्र्य आणि सामाजिक विषमता वाढतेच आहे. दलितांवर होणारे अन्याय-अत्याचार कमी होत नाहीत. जग बदलत आहे, परंतु धर्मांध बदलत नाहीत. खुले आर्थिक धोरण आणि खासगीकरण ह्यात दलितांचा निभाव कसा लागणार, ह्याचा विचार आपल्या नेत्यांनी केला पाहिजे. दलितांमधल्या जाती आणि उपजाती ह्यांमध्ये तेढ निर्माण होते आहे. दलितांमधल्या जातीयतेविरुद्ध कसा लढा द्यायचा, हे चळवळीतल्या कार्यकर्त्यांनी ठरवले पाहिजे. भटक्या-विमुक्त जमाती अजूनही पशुतुल्य जीवन जगत आहेत. ह्या जमातींचे नागरीकरण आणि पुनर्वसन कसे करायचे, ह्याविषयी दलितांच्या सामाजिक आणि शैक्षणिक संस्थांनी विचार केला पाहिजे. दलित लोकसंख्येने अल्पसंख्य आहेत. सर्व अल्पसंख्याकांमध्ये कशा प्रकारे सामंजस्य निर्माण करता येईल, ह्याचा विचार सामाजिक कार्यकर्त्यांनी केला पाहिजे. आपली दलित म्हणून वेगळी ओळख ठेवून, दलितांना भारतीय कसे होता येईल, ह्याविषयी दलित लेखकांनी चिंतन केले पाहिजे. ह्यासाठी साहित्य संमेलनाच्या आयोजनाचा उपयोग झाला पाहिजे.

डॉ. बाबासाहेब आंबेडकरांनी हिंदू धर्माचा त्याग करून बौद्ध धम्माचा स्वीकार केला. त्यामुळे आपल्याला एक नवा धम्म मिळाला. एक नवी जीवनशैली मिळाली. एक नवी दृष्टी मिळाली. आपल्यामध्ये हिंदू म्हणून जन्मून बौद्ध झालेली एक पिढी आहे आणि बौद्ध म्हणून जन्माला आलेली दुसरी एक पिढी आहे. बौद्धांना पूर्वाश्रमीचे अस्पृश्य समजून त्यांच्यावर अत्याचार केले जात आहेत. ह्या जात्यंध मानसिकतेविरुद्ध कसा संघर्ष करायचा, हे ठरविण्याची वेळ आली आहे. अजूनही दलितांमधल्या अनेक जाती-जमाती धर्मान्तर न करता हिंदू धर्मातच राहिल्या आहेत. त्यांचाही जातिवादी छळ करत आहेत. धर्मान्तर न केलेल्या दलितांच्या बाजूनेही बोलण्याची गरज आहे. जे हिंदू जातिवादी नाहीत, पुरोगामी आहेत; अशा हिंदूंसोबत जाति-व्यवस्थेविरुद्ध कसा संघर्ष करायचा, हे ठरवण्याची वेळ आली आहे.

धर्मान्तरानंतर दलितांमध्ये एक नवी जागृती निर्माण झाली आहे. ही जागृती संपूर्ण भारतभर पसरत आहे. बाबासाहेब आंबेडकरांबरोबर तथागत गौतम बुद्धाला भारतातले दलित आपला मुक्तिदाता मानत आहेत. असे असले, तरी अजूनही खूप मोठी लोकसंख्या अज्ञानाच्या अंधकारात चाचपडत आहे. धर्मान्तरित न झालेल्या दलितांमध्ये धर्मान्तराची लाट निर्माण करणे आणि धर्मान्तर केलेल्या दलितांमध्ये नवी परंपरा आणि संस्कृती रुजवणे, ह्याचा दलित बुद्धिजीवींनी विचार करणे गरजेचे आहे. बौद्ध विहारे ही ज्ञानाची कोठारे झाली पाहिजेत.

आपण भारतात जन्मलो आहेत, भारतीय म्हणून जीवन जगणार आहोत आणि भारतीय म्हणूनच मरणार आहोत. जाती-धर्माच्या पलीकडे जाऊन आपल्याला आपले राष्ट्रीयत्व समजावून घ्यावे लागणार आहे. राष्ट्रीयत्व म्हणजे हिंदुत्व नव्हे. हिंदुत्व म्हणजे हिंदू धर्म नव्हे. हिंदुत्व म्हणजे भेदभावावर आधारलेला आणि वर्णश्रेष्ठत्वाच्या हितसंबंधांची भाषा बोलणारा कट्टर ब्राह्मणवाद होय. आपण हिंदूविरोधी नसून हिंदुत्वविरोधी आहोत. आपण ब्राह्मणविरोधी नसून ब्राह्मण्यविरोधी आहोत. आपला विरोध हिंदू माणसाला नाही; त्याच्या जातिवादी प्रवृत्तीला आहे. ह्या जातिवादी प्रवृत्तीवर प्रहार करणारे प्रभावी हत्यार म्हणून मी दलित साहित्याकडे पाहतो.

भारतीयत्व म्हणजे जेथे प्रांत, भाषा, धर्म, पंथ व जातींचा विलय होतो आणि केवळ भारतीय नागरिकत्वाच्या भावनेचा गर्व वाटतो. भारतीयत्व म्हणजे बंधुत्व. भारतीयांमध्ये बंधुभाव आणि भगिनीभाव निर्माण होणे, म्हणजेच आपण राष्ट्रीय होणे. राष्ट्रीय होणे, ही प्रत्येक नागरिकाच्या जीवनातली सर्वोत्तम सुंदर प्रणाली आहे. दलित साहित्य समता, स्वातंत्र्य, बंधुता ह्या मूल्यांना महान मानते. आंबेडकरवादी साहित्य संमेलन म्हणजे बंधुतेचा महान उत्सव होय.

दलितांना बंधू मानण्याची मानसिकता अजून तयार झालेली नाही. जातिवादी प्रवृत्तीचे लोक दलितांना अजूनही आपल्या पायाजवळचे समजतात. आपल्या हजारो पिढ्या त्यांच्या पायाजवळ जगल्या. बाबासाहेबांनी दलितांना पायाजवळून उठवले आणि खांद्याला खांदा लावून उभे राहण्याचे व डोळ्याला डोळा भिडवून बोलण्याचे साहस शिकवले आहे. आपण लाचारी झुगारून दिली पाहिजे. जीवनाच्या विविध क्षेत्रांत आपल्याला उतरावे लागेल. स्पर्धा करावी लागेल आणि सत्ता-संपत्तीमध्ये भागीदारी मागावी लागेल. बाबासाहेब आंबेडकरांचा आदर्श डोळ्यांपुढे ठेवून प्रत्येक क्षेत्रात अग्रेसर होण्यासाठी संघर्ष करावा लागेल. हीच आपली जीवनशैली आहे, हीच आपली विचारशैली आहे.

दलित साहित्याचं आजच्या संदर्भात काय महत्त्व आहे, हे जाणून घेतलं पाहिजे. दलित साहित्यामुळे दलितांचा भयानक भूतकाळ डोळ्यांपुढे उभा राहतो. विषम समाजव्यवस्थेनं दलितांना कसं अमानुषपणे वागवलं, ह्याचे तपशील कळतात. ह्या हजारों वर्षांच्या असमतेविरुद्ध दलित समाज कसा संघर्ष करतो आहे, ह्याचं आकलन होतं. दलितांना आत्मसन्मानाची जाणीव करून देणारं हे साहित्य आहे. ह्या साहित्यात भारतीय विषम समाजव्यवस्थेची चिरफाड केलेली दिसेल. मानवाधिकाराची सनद म्हणून मी दलित साहित्याकडे पाहतो.

'दलित साहित्य आवर्तात सापडले आहे का?' अशी चर्चा ह्यापूर्वी होत होती; आता 'दलित साहित्य संपले आहे का?' अशी चर्चा सुरू करण्यासारखी

स्थिती निर्माण झाली आहे. एकोणीसशे सत्तर-ऐंशीच्या दशकात दलित साहित्याचे जे अभूतपूर्व स्वागत झाले, ते आता ओसरले आहे. दलित लेखकांची पुस्तके प्रकाशित झाली, की त्याची विपुल चर्चा होत असे. आज अनेक लेखक लिहीत आहेत, अनेक पुस्तके प्रकाशित होत आहेत; पण त्याची चर्चा होत नाही. दलित साहित्याची चर्चा करणारे समीक्षकच दुर्मिळ झाले आहेत.

दलितांमधून नव्याने प्रतिभावंत समीक्षक निर्माण होण्याची गरज आहे. नव्याने लिहिणाऱ्या दलित लेखकांची समीक्षा करणारे समीक्षकच उरले नाहीत, ही फार मोठी पोकळी निर्माण झाली आहे. दलितेतरांमधून दलित साहित्याची समीक्षा करणारे नवीन समीक्षक पुढे येत नाहीत, ही वस्तुस्थिती आहे. मराठीतले महान समीक्षक आज हयात नाहीत. जे हयात आहेत, ते लिहीत नाहीत. त्यामुळे नवोदितांच्या साहित्याची चर्चा होत नाही. ज्या भाषेत नवोदित लेखक नाहीत, अशा भाषेची पानगळ सुरू होत असते. नवोदित लेखक हा नवा मोहोर असतो. नवी पालवी असते. नवा आविष्कार असतो. नवोदितांचे किती हात लिहीत आहेत, ह्यावरून त्या साहित्याची श्रीमंती जोखली जाते.

दलित लेखकांची पहिली पिढी निवृत्त झाली आहे. ह्या मंडळींनी एक काळ गाजवला. दलित साहित्याला प्रस्थापित केले. ह्या जुन्या पिढीतले अनेक लेखक आज लिहीत नाहीत. एखाद दुसरा अपवाद वगळता सर्वांनी आपल्या लेखण्या म्यान केल्या आहेत. नवीन लेखक जुन्या लेखकांचे अनुकरण करत आहेत; तर जुने लेखक तोचतोपणा व्यक्त करत आहेत. नव्या शतकाची शैली आणि भाषा पचवण्याचा प्रयत्न होताना दिसत नाही. अशा परिस्थितीत लेखकाचा मृत्यू अवेळी घडत असतो, हे लक्षात घेतले पाहिजे.

बाबासाहेब आंबेडकरांनी विसाव्या शतकात पुन्हा एकदा प्राचीन बौद्ध धम्माचं पुनरुज्जीवन केलं आहे. बाबासाहेबांनी काळाआड झालेल्या बुद्धाला नवा स्पर्श दिला. 'बुद्धा अँड हिज धम्म' हे बाबासाहेबांनी लिहिलेलं नवं त्रिपिटक आहे. बाबासाहेब आंबेडकरांना अभिप्रेत असलेल्या बौद्ध समाजनिर्मितीच्या कार्यात दलित लेखक गुंतले आहेत. दलित साहित्यात दलित समाजाच्या सांस्कृतिक आशा-आकाक्षांचे प्रतिबिंब उमटलेले आहे. दलित साहित्यामुळे सामाजिक समतेची चळवळ गतिमान झाली. सामाजिक परिवर्तनाची गरज संपलेली नाही. बाबासाहेब आंबेडकरांनी पिंपळाच्या झाडाखाली ध्यानस्थ बसलेला बुद्ध पाहिलेला नाही, तर त्यांनी अमानुष जातिव्यवस्थेवर प्रहार करणारी महान प्रेरणा म्हणून तथागत बुद्धाकडे पाहिलं आहे. बाबासाहेब आंबेडकरांना अभिप्रेत असलेल्या सामाजिक क्रांतीसाठी आपण लिहिलं पाहिजे, बोललं पाहिजे. आपलं हे संमेलन त्याचाच एक भाग आहे. म्हणून ह्या

संमेलनाच्या आयोजकांना आणि ह्या संमेलनाला उपस्थित असलेल्या साहित्यप्रेमी बांधवांना मी धन्यवाद देतो.

जय भीम!

◆◆◆